Ta rảo quanh làng hóng chuyện phiếm
Đời người cũng chuyện phiếm mà thôi
(Tô Thùy Yên)

Phiếm 28

song thao

NHÂN ẢNH

2022

Phiếm 28

Song Thao

NHÂN ẢNH xuất bản

Bìa: Khánh Trường

Kỹ thuật: Tạ Quốc Quang

www.songthao.com

ISBN: 9781087970622

MỤC LỤC

PHIẾM

NGOẠI TẬP

PHIẾM

ĂN BUFFET

Đi ăn *buffet* thường bị ấm ức. Ấm ức vì có cảm tưởng mình ăn chưa xứng với số tiền bỏ ra dù bụng đã đầy nhóc. Cái này các cụ gọi là "tiếc của trời". Thức ăn nằm ê hề, mình tha hồ muốn ăn bao nhiêu thì ăn, vậy mà không ăn được. Thiệt oái oăm! Không biết cha nào bày ra cái trò oái oăm này?

Chuyện xưa rích xưa rang. Thời Trung Cổ, trước khi vào dự tiệc, thực khách thường được mời ăn nhẹ với rượu vodka. Từ thế kỷ thứ 16, Thụy Điển là tổ sư của trò này. Họ bày trên một cái bàn bơ, bánh mì, *fromage*, cá xông khói, thịt ướp mặn và rượu. Cái bàn này được gọi là *brannvinsbord* (bàn rượu). Ngày nay trong các tiệc cưới, chúng ta vẫn có quầy rượu với các đồ nhắm để đón khách trước khi vào tiệc chính. Tới thế kỷ 18 thì cái bàn đón khách này trở thành bàn tiệc chính vì có nhiều khách tới từ xa đói bụng phải ăn liền. Năm 1912, Thế Vận Hội được tổ chức ở thủ đô Stockholm của Thụy Điển, lối ăn tự chọn *smorgasbord* này được các nhà hàng chiêu đãi khách tới từ bốn phương để giới thiệu một nét đặc biệt địa phương của họ. Trong Hội Chợ Thế Giới năm 1939 được tổ chức tại New York, nhà hàng Three Crowns nằm trong gian trưng bày của Thụy Điển, cũng phục vụ khách theo kiểu Thụy Điển *smorgasbord* này. Năm 1940, ông Herb McDonald, nhân viên nhà hàng kiêm sòng bài El Rancho Vegas đói bụng, vào bếp lấy đồ ăn nguội và *fromage* ra làm một cái bánh *sandwich* để ăn cho đỡ đói. Ông ăn ngay tại bar rượu. Khách đánh bài thấy tiện lợi nên đòi mua. McDonald bày nguyên ra một bàn cho khách tự làm lấy với giá chỉ một đô, bán suốt ngày đêm. Cái giá rẻ rề này là lỗ nhưng nhà hàng không cần biết vì ăn nhanh như vậy, khách sẽ có nhiều thời giờ đánh bài hơn là ngồi ăn nguyên bữa rềnh rang. Tiền lời đánh bài sẽ bù lỗ cho bàn ăn giá rẻ. Từ đó kiểu ăn *"all-you-can-eat"* phát triển tới hình thức như ngày nay.

Mấy ông bạn cắc cớ của tôi hỏi tại sao lại gọi là *buffet*? *Buffet* trong tiếng Pháp có nghĩa là cái bàn để đồ ăn. Chẳng biết vì sao *buffet* từ cái bàn để đồ ăn chuyển sang lối ăn lấy từ cái bàn này. Ngôn ngữ có đời sống riêng, biến đổi theo thời gian, chẳng nên thắc mắc nhiều làm chi. Dân ta gọi *buffet* là ăn "bao bụng". Nhân tâm tùy... dạ dày. Lối ăn này trở thành tiện lợi cho thực khách ngày nay. Bạn bè quây quần, gia đình sum họp, cứ dẫn nhau vào *buffet,* ai muốn ăn gì thì ăn, nhồi vào bụng được bao nhiêu tùy hỷ. Giá thì nhất định, mạnh ai nấy trả nếu không có người đứng ra bao.

Ăn thỏa thích mà tiền thì nhất định, nhiều người tội nghiệp cho các nhà hàng *buffet.* Làm sao họ vẫn trụ được?

Bởi vì phần lớn khách hàng là những người... hẹp bụng. Ăn no chán chê cũng chỉ vừa với sự tính toán của nhà hàng. Ngoài ra, lời lãi của họ nằm trong việc quản lý. Họ cần ít người làm hơn so với một nhà hàng bê dọn tới bàn. Thực khách trở thành người bưng bê không lương mà không biết. Nhà hàng còn có chiêu khác rất tinh vi. Những món rẻ tiền hoặc no nhanh được để vào chỗ khách tiếp cận đầu tiên. Theo thói quen, khách hàng thường thích phiêu lưu, món nào cũng muốn thử. Tới khi tiếp cận món đắt tiền thì đĩa đồ ăn của khách đã đầy nhóc những thứ dễ no. Một chiêu khác là họ dùng ly uống nước ngọt có *gaz* cỡ lớn. Khách tha hồ lấy đầy, bụng óc ách khó ăn nhiều được.

Ăn ít hoặc ăn vừa phải là loại thực khách giúp nhà hàng *buffet* có lời. Nhưng gặp phải khách thực như hổ, nhà hàng phải đối phó ngay.

Năm 2018, anh Jaroslav Bobrowski, 30 tuổi, một vận động viên kiêm kỹ sư điện toán của Đức đã tới ăn tại tiệm *buffet* Nhật Running Sushi ở thành phố Landshut, nằm ở phía Đông Đức. Giá mỗi đầu người vào ăn là 18 đô. Anh là vận động viên môn thể dục ba môn phối hợp nên phải theo chế độ ăn đặc biệt trong thời gian huấn luyện: nhịn ăn khoảng 20 giờ rồi ăn tới căng bụng. Vào nhà hàng, anh quất luôn khoảng 100 đĩa sushi. Chủ nhà hàng choáng váng. Sau vài lần tiếp anh trạng ăn này, ông chủ nhà hàng đành hạ tối hậu thư: cấm anh không được vào ăn nữa.

Ông chủ nhà hàng này chơi không đúng luật. Đã gọi là ăn bao bụng thì đâu có thể từ chối quyền... ăn của thực khách. Anh Jaroslav đâu có vào nhà hàng với hai cái bụng!

Vận động viên Jaroslav Bobrownski.

Không thấy tin tức nói anh này có khiếu nại chi không.

Nhưng ở Trung Quốc, nơi thường xảy ra những chuyện không giống ai, thì chuyện nhà hàng đối xử với những thực khách có cái bụng... phình đã ầm ỹ trên các phương tiện truyền thông.

Ngày 18/11/2021 vừa qua, đài BBC loan tin anh Kang bị nhà hàng *buffet* hải sản Handali ở Hồ Nam cấm cửa vĩnh viễn vì ăn nhiều quá. Anh quất 1 ký rưỡi thịt heo cái vèo. Lại còn bê luôn khay chân giò. Trước đó anh đã có lần đớp

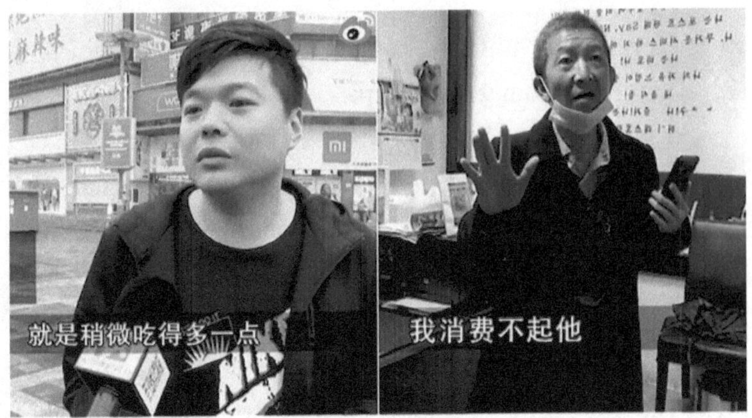

Anh Kang (phải) và chủ nhà hàng Handali ở Hồ Nam (trái).

hết 3 ký tôm. Đức ăn đã vậy, đức uống của anh cũng dễ nể: chơi luôn 30 chai sữa đậu nành! Trả lời truyền thông, anh phân bua: "Có thể tôi ăn hơi nhiều một chút nhưng đó có phải là lỗi của tôi không? Lấy bao nhiêu thực phẩm tôi ăn hết, không hề lãng phí một chút thức ăn nào". Phía chủ nhà hàng phản pháo: "Mỗi lần anh ta tới ăn, tôi lỗ tới vài trăm tệ". Chuyện ngày càng lùm xùm. Trên trang Weibo, một thứ Facebook của Trung Quốc, tin này đã có tới 250 triệu người vào coi. Họ ý kiến ý cò lung tung. Phía bênh anh Kang lý luận: đã kêu là nhà hàng *buffet* thì khách muốn ăn bao nhiêu cũng được. Người ăn ít bù cho người ăn nhiều. Cớ chi mà cấm cửa người ta! Phía chống cho anh Kang là người bất lịch sự không biết nhường thức ăn cho người khác.

Bênh hay chống, người ta phải công nhận là anh Kang đáng mặt nam nhi. Các cụ đã phán: nam thực như hổ, nữ thực như miêu. Đàn ông ăn như hổ, đàn bà ăn như mèo. Nhưng các cụ cũng có khi bị hớ. Nữ thời xưa chứ thời nay cũng có nhiều nữ nhi ăn không thua hổ. Thứ nam nhi như anh Kang không đáng xách dép.

Cô gái 22 tuổi tên Tiểu Nam, người xứ Giang Tô, vô nhà hàng *buffet* ngồi 2 tiếng xử hết nguyên con cừu nặng 15 ký, bỏ xương xóc đi còn lại 6 đĩa thịt lớn. Thường thì phải 7 người mới ăn hết số thịt này nhưng cô Tiểu Nam chơi một mình hết trơn hết trọi, chỉ còn đĩa láng coóng. Ăn như vậy mà cô còn... đói. Mới đầy có 70% cái dạ dày, còn có thể nhét thêm vào 30% thức ăn nữa. Cô không nói ngoa. Trong một bữa ăn khác, Tiểu Nam đã ăn 6 ký thịt bò, 15 ký hải sản và 200 miếng cơm! Có điều lạ là ăn như vậy mà cô không bị mập, dáng người vẫn thon thả nhỏ bé. Cô này chắc chỉ vô ăn

Cô Tiểu Nam.

được ở nhà hàng *buffet*. Ăn tại các tiệm ăn thường tiền đâu mà chi. Nhưng các nhà hàng *buffet* tại Giang Tô đã chạy nai cô bé thực như hổ này. Cô bị nhiều nhà hàng cấm cửa.

Cô... bào ngư ở Hà Bắc có thể thi đua với cô Tiểu Nam được. Cô này chỉ thích món bào ngư, một món thuộc loại đắt tiền nhất trong nhà hàng *buffet*. Tháng 5/2021, cô tới nhà hàng Tân Hoàng Đảo và ăn một lúc 100 con bào ngư. Chủ nhà hàng nóng mặt, tới tận bàn hỏi xỏ xiên: "Này tiểu thư, cô trả bao nhiêu tiền cho bữa bào ngư này thế? 118 tệ phải không? Rồi cô ăn không giới hạn, đúng không?". Ông này không hỏi suông mà còn quay *video*. Cô gái không quên nhiệm vụ, vừa cười vừa nói: "Tôi chỉ thích bào ngư, không thích món gì khác". Và cô tiếp tục ăn trước ống kính. Chủ nhà hàng *post* đoạn *video* này lên mạng. Tưởng như vậy có thể bêu xấu cô gái nhưng đã gặp phản ứng ngược. Dân mạng cho hành động của chủ nhà hàng Tân Hoàng Đảo là vi phạm pháp luật và coi thường khách hàng. Họ tẩy chay không tới ăn nữa.

Vô nhà hàng *buffet* phải ăn cho đáng đồng tiền bát gạo kẻo ân hận, chuyện này hầu như mọi người đều làm như vậy. Nhưng ăn như mấy vị thực khách nói trên quả là quá đáng. Phải trách ông trời. Tại sao lại phú cho họ cái bụng dềnh dàng quá khổ như vậy. Họ không có lỗi chi. Đã gọi là "bao bụng" thì không được kỳ thị... bụng. Chỉ khi nào họ lấy nhiều đồ mà bỏ bừa không ăn hết mới có lỗi. Chuyện phí của trời là chuyện không ai vỗ tay được. Vậy nên có nhiều nhà hàng đã ra quy luật phạt tiền khách hàng nào lấy thức ăn mà bỏ bừa không ăn hết. Không ai phản đối chuyện này. Thế giới còn nhiều nơi con người đói rạc người, không có chi bỏ vào miệng. Nạn đói tại các nước nghèo là một vấn đề nhân đạo được nhiều tổ chức từ thiện quan tâm tới. Họ quyên tiền và thực phẩm gửi tới các nước nghèo để cứu đói. Bỏ bừa thức ăn tại nhà hàng *buffet* là... vô nhân đạo.

Nhưng lòng tham của con người là một chứng khó chữa. Cái chi có thể vơ được chúng ta ít bỏ qua. Tôi biết một anh hàng xóm trạc ba chục tuổi rất khoái đi ăn *buffet*. Anh chỉ đi vào những ngày cuối tuần khi không phải đi làm. Thường anh tới tiệm vào trước giờ ăn trưa, ngồi ăn lai rai tới trước giờ cơm chiều. Gọi là lai rai vì anh rất nhẩn nha, không gây chú ý. Anh chọn những món ăn vừa ngon vừa không chiếm nhiều chỗ trong bụng. Ngồi ăn hàng mấy tiếng như vậy, anh vừa ăn trưa vừa ăn tối, coi như *"buy one get one free"*. Lợi biết bao! Nghệ thuật ăn *buffet* của anh như vậy đã đạt tới mức thượng thừa mà lại không vi phạm... hiến pháp! Đôi lần anh rủ tôi nhưng tôi đều từ chối. Lợi cái hầu bao được tí tỉnh nhưng mất biết bao thời giờ. Nhưng nếu cần rủ một người đi ăn *buffet*, tôi sẽ rủ ông Lê Nại.

Chắc nhiều người chẳng biết ông Lê Nại là ông nào nhưng nếu bạn là một nhà nghiên cứu sử chắc sẽ biết. Ông là tác giả của cuốn sử nổi tiếng "Việt Sử Thông Giám". Sanh năm 1479, ông là dân làng Mộ Trạch, Hải Dương. Nghe tên Mộ Trạch, chúng ta có thể dửng dưng nhưng ngôi làng này đã sản xuất được tới 36 tiến sĩ từ đời nhà Trần qua các đời nhà Lê, Mạc tới thời vua Lê chúa Trịnh, khiến vua Tự Đức phải khen: "Mộ Trạch nhất gia bán thiên hạ". Một làng Mộ Trạch tài bằng nửa nước. Lê Nại đỗ Đệ Nhất Giáp Tiến Sĩ cập đệ Đệ Nhất Danh (Trạng Nguyên) khoa Ất Sửu (1505) đời Lê Uy Mục khi mới 27 tuổi. Mộ Trạch là nơi chôn nhau cắt rốn của các trạng nổi tiếng trong lịch sử: Trạng Cờ Vũ Huyến, Trạng Toán Vũ Hữu, Trạng Vật Vũ Phong, Trạng Chạy Vũ Cương Trực. Tiến Sĩ Lê Nại cũng là một loại Trạng khác: Trạng Ăn!

Truyền thuyết dân gian kể lại: Lê Nại khi còn là học sinh rất chăm học, nổi tiếng là thần đồng, được quan Thượng Võ Quỳnh thương mến gả con gái cho. Khi ở rể, ông lại lơ là việc học, chẳng để ý chi tới sách vở. Quan Thượng lấy làm lạ, hỏi ông thông gia: "Tôi nghe nói cậu ấy chăm học, thế mà từ khi sang nhà tôi cậu ấy lại tối ngày không để ý gì tới sách vở là sao?". Thân phụ ông hỏi lại: "Thưa Ngài, vậy từ khi cháu sang ở bên quý phủ thì sự ẩm thực như thế nào?". Cụ Thượng đáp: "Theo lối thanh đạm của nhà Nho thì mỗi bữa ăn cũng chẳng mấy!". Phụ thân ông đáp lại: "Sức ăn của cháu khác với người thường, thế mà Tướng công cho ăn ít ỏi như vậy hoặc giả cháu không vừa lòng đó chăng?". Biết được đức ăn của chàng rể, ông bảo người nhà tăng gấp đôi khẩu phần cho Lê Nại. Quả nhiên thấy chàng rể cầm sách đọc vài lượt. Ông cho tăng thêm đến nồi ba, cậu học tới canh tư. Thêm cơm là thêm học. Ông bố vợ hứng chí tăng thêm cho tới nồi năm cơm để thử xem sao. Cơm vô đầy đủ, chàng học không hề nhắm mắt!

Cơm vào thơ ra, Lê Nại tự tán:

Mộ Trạch tiên sinh

Ăn khỏe nổi danh

Mười tám bát cơm

Mười hai bát canh
Khôi nguyên chiếm bảng
Trên cả quần anh
Bởi nhiều súc tích
Nên phát tung hoành!

Học như vậy nên khi vô thi, ông đậu thủ khoa cả 5 trường. Đường quan quyền của ông lên đến chức Hữu Thị Lang bộ Hộ. Dân làng gọi ông là Trạng Ăn.

Thường nhà nho không vụ vào chuyện ăn uống, huống chi ăn tới thành Trạng. Nguyễn Công Trứ, trong bài Hàn Nho Phong Vị Phú, đã coi nhẹ chuyện ăn uống của người quân tử: *"Ngày ba bữa, vỗ bụng rau bình bịch, người quân tử ăn chẳng cầu no / Đêm năm canh, an giấc ngáy kho kho, đời thái bình cửa thường bỏ ngỏ / Ấm trà góp lá bàng lá vối, pha mùi chát chát chua chua / Miếng trầu têm vỏ mận vỏ dà, buồn miệng nhai nhai nhổ nhổ"*.

Trạng Ăn Lê Nại, cũng bảng vàng đề danh như ai, nhưng khác với nhà nho Nguyễn Công Trứ. Ăn phải no. Chắc ông Trạng này gần với dân gian hơn. *Có thực mới vực được đạo.* Cái bụng sôi réo đòi cơm lia chia thì làm sao mà học hành, làm sao mà trị dân. Ông Tú Xương "cao lâu thường ăn quịt" có lúc đã phải năn nỉ chú sực tắc:

Sực tắc đi đêm gõ điếc tai
Tiền thời không có biết vay ai?
Chú ơi, bán chịu tôi vài bát
Sáng mai tôi trả một thành hai.

Trạng Ăn Lê Nại sống vào thế kỷ 15, tôi sống vào thế kỷ 20 nhảy qua 21. Thời ông chưa có vụ ăn *buffet*. Thời tôi ăn *buffet* lia chia. Khoảng cách thời gian làm tôi tiếc. Nếu bây giờ rủ được ông Trạng Ăn đi nhà hàng *buffet,* để ổng quất cho một bụng, thì thú vị biết mấy. Chẳng còn phải ấm ức vì cái bụng thiếu kích thước của mình!

12/2021

CARPOOL

Khi *Covid* chưa xuất hiện trên cõi thế này, tôi từ Santa Ana lên phi trường Los Angeles để đáp máy bay về Canada vào một buổi sáng ngày trong tuần. Cô cháu tôi làm ở gần phi trường mau mắn tình nguyện đưa tôi đi. Trên xa lộ, bác cháu tôi phom phom trên làn xe *carpool* trong khi các làn xe khác chật cứng, rừng xe nhích từng chút. Tới nơi, tôi cám ơn cô cháu có lòng, cô cười tươi như hoa: "Cháu phải cám ơn bác mới đúng. Nhờ bác ngồi trên xe mà hôm nay cháu tới sở sớm cả tiếng!".

Carpool là viên thuốc thần chống kẹt xe cho những xe ưu tiên trên xa lộ. Muốn vào *carpool*, trên xe phải có ít nhất hai người. Sau này, để khuyến khích mọi người mua xe hơi điện góp phần vào việc bảo vệ môi trường, tại một số xa lộ ở Mỹ và Canada, xe chạy điện, dù chỉ có một người, cũng được vào *carpool*.

Chạy trên *carpool* như đang ở thiên đường trong khi

chạy trên các làn xe khác cực nhọc như đang ở trong địa ngục. Muốn vào thiên đường phải có đông người. Vậy thiên đường mới vui. Điều kiện ắt có và đầy đủ này, nhiều tài xế không đạt được. Họ ăn gian. Một người mà giả danh thành hai người. Vậy là trò chơi cút bắt giữa tài xế và cảnh sát diễn ra lia chia. Như một cuộc chơi trốn tìm của con nít chúng ta thời xưa.

Cuộc trốn tìm mới và vui nhất vừa diễn ra vào lúc 4 giờ chiều bữa 19/2/2022 trên xa lộ 210 ở Glendora, California. Báo Orange County Register dẫn lời cảnh sát viên Rodrigo Jimenez cho biết cảnh sát đã chặn một tài xế dùng "hình nộm giống người thật nhất" mà ông thấy từ trước tới nay để lòn vào *carpool*. Hình nhân trông giống một người cao niên tóc bạc, mặt có nếp nhăn, đeo kính trắng và khẩu trang, đầu đội chiếc nón *baseball* của đội Cleveland Indians, ngồi trên ghế hành khách của chiếc xe Toyota Tacoma. Tinh tế hơn, trên túi áo còn gài một cặp kính mát. Không chú ý không thể biết ông già này là một hình nhân. Sở dĩ viên cảnh sát S. Sullinger chặn xe lại vì kính phía bên hình nhân ngồi có dán giấy nhựa mờ, một điều bất hợp pháp. Khi tài xế hạ cửa kính xuống để nói chuyện với cảnh sát, ông Sullinger mới chắc chắn ông già ngồi cạnh là một hình nộm. Hình nhân giống người thật đến nỗi tài xế đã đặt ngồi cạnh cả một năm rưỡi nay mới bị phát hiện. Tài xế bị phạt 400 đô và bị đưa ra tòa. Ông Jimenez ngả mũ thán phục: "Tôi tưởng tôi biết hết rồi nhưng không phải. Cái này giống y chang ở Knotts Berry Farm hay Disneyland!".

Thường thì các tài xế chơi trò cút bắt với cảnh sát không

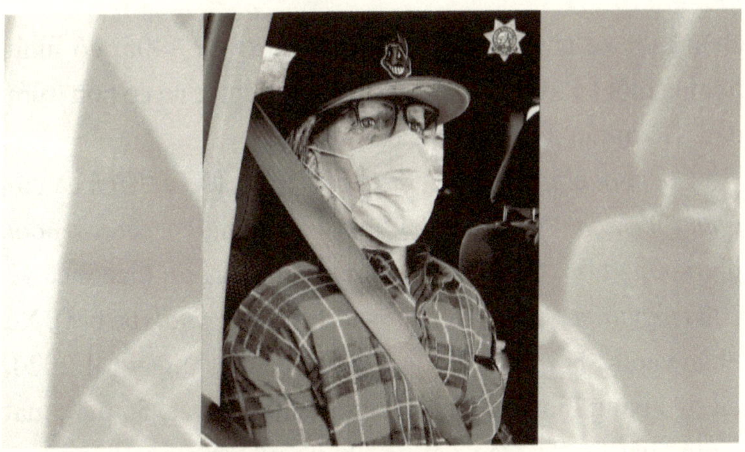

Hình nộm giống người thật nhất trên chiếc Toyota Tacoma bị chặn ở Glendora, California, ngày 19/2/2022.

được tài hoa như ông tài xế này. Các cảnh sát viên phải thú nhận đây là hình nộm hoàn chỉnh nhất trong đời đi săn hình nộm của họ. Hình nộm là trò phổ thông và đắt giá nhất của các tài xế thích đánh lừa cảnh sát. Họ tạo ra những hình nhân bắt chước các tư thế của người thật. Người thì dựa ngửa ra sau, người thì gác chân lên *dashboard* phía trước như đang ngủ, người thì bê nguyên con búp bê tình dục tinh xảo lên xe, người thì giả bộ dùng búp bê nằm trên ghế con nít nơi ghế sau. Viên cảnh sát Alvin Yamaguchi ở California đã chặn một xe có chiếc mền phủ trên ghế dành cho con nít ở phía sau xe trên làn xe *carpool*. Ông kể lại với ánh mắt tinh ranh: "Khi tôi bảo ông tài xế lật chiếc mền lên, phía dưới có một chai *champagne*!". Nhiều người tưởng cảnh sát có cặp mắt cặp bờ lời nên chả cần hình nhân làm chi cho mệt, chỉ phủ một chiếc áo lên ghế xe.

Mới đây, vào ngày 15/2, cảnh sát tiểu bang Washington

chặn một xe chạy trong *carpool* trên xa lộ I-405, có hình nộm là một bộ xương bằng nhựa, khoác chiếc áo có nón trùm đầu. Bộ muốn dọa cảnh sát hay sao?

Carpool còn được biết dưới cái tên tắt HOV. *High Occupancy Vehicle*. Xe có nhiều người . Nhưng cái tên *carpool* phổ thông hơn. Nhiều ông bạn khó tính của tôi théc méc về chữ *carpool* này. Nếu bẻ chữ ra thì *car* (xe), *pool* (bể bơi). Xe nhào vào bể bơi? Chuyện vui nhưng có thật. Ngày 6/1/2020, tại tiểu bang Florida, bà Audrey Bullitt-Reeves, 56 tuổi, mất kiểm soát tay lái, lao vào vài bụi cây, vượt qua hàng rào, nhào xuống một bể bơi công cộng. Chiếc xe Mazda CX-9 đời 2007 nằm chổng khu lên trời, ngập nửa xe dưới nước. Bà thoát ra được bằng cửa sau xe. May là lúc đó không có ai bơi lội nên không có nạn nhân. Tai nạn không người chết, không ai bị thương nhưng khi một người *post* đoạn *video* quay cảnh này lên *internet* thì dân mạng xúm vào coi một cách kinh hoàng. Có lẽ vì bây giờ họ mới rõ nghĩa chữ *"carpool"*. Chuyện nghe tưởng vô duyên nhưng thiệt có duyên!

Carpool vẫn cứ là nơi mà dân lái xe muốn nhập vào. Có bà khi bị bạn dân tóm cổ vì khơi khơi chui vào *carpool* trong lúc chỉ có mỗi mình bà trên xe, đã cãi: "Tôi có bầu. Vậy phải tính là hai người!". Ông cảnh sát phải đôi co giải thích người chưa chui ra khỏi bụng mẹ chưa phải là người. Vào tháng 7 năm 2019, tại tiểu bang Nevada, một ông lái xe cho nhà đòn, trên xe có cỗ quan tài, chạy vào *carpool*. Khi bị bắt, ông cãi là rõ ràng trên xe có hai người. Một sống, một chết! Cảnh sát cho *ticket* liền vì người chết không còn là người!

Có những tài xế khác chở chó, mèo trên xe cũng khăng

khăng cãi trên xe có hai... người. Xét theo liên hệ tình cảm thì họ đúng. Một ông chở một chú chó săn Đức to lớn như người bên phía ghế hành khách. Ông cột dây an toàn cho chó đàng hoàng. Khi bị bắt, ông hăng hái cãi chú chó này là một thành viên trong gia đình nên coi như một người! Nhiều người coi chó mèo là con cái. Tôi đã có lần bé cái nhầm về vụ chó người lộn xộn này. Ông bạn tôi không có con, tôi biết chắc như vậy. Nhưng một buổi kia, rủ ông ra cà phê cà pháo tán phét, ông nói mắc bận vì phải đưa "thằng cu" đi bác sĩ. Tôi ngớ người: thằng cu nào, bộ ông có cu sao. Sau một hồi dò xét, mới biết thằng cu của ông là một chú chó nho nhỏ lông đen mà ông cứ ngỡ là thằng cu thứ thiệt. Tôi giả dụ tình huống ông bạn tôi chở thằng cu trên xe, bị cảnh sát chặn trên *carpool*, chắc chắn ông sẽ rất nghiêm chỉnh cãi rõ ràng trên xe ông có hai... người.

Cảnh sát cho biết có rất nhiều người muốn đánh lừa cảnh sát nhưng rất... lười biếng. Họ chẳng thèm kiện toàn "tác phẩm" của họ. Làm như cảnh sát là thứ lơ mơ như con nít. Họ dùng ngay các ông già Noel hay các chú người tuyết được thổi phồng bằng hơi hay các bộ xương bằng nhựa trưng bày trên bãi cỏ trước nhà dịp lễ Giáng Sinh hay Halloween làm hành khách thứ hai trên xe. Họ biết dù cảnh sát có nhắm mắt cũng phát hiện ra nhưng họ vẫn cứ làm. Có ông bị bắt đã nói với cảnh sát: "Tôi chỉ muốn có chúng trên xe để đỡ cảm giác cô đơn!". Đúng là giỡn mặt chính quyền.

Trò giỡn trở thành một thứ thương mại nghiêm chỉnh khi trên Amazon có rao bán những hình nhân dùng trên xe. Một nhà sản xuất đã rao bán hình nhân mang tên "Carpool

Kenny", một hình nhân được bơm bằng hơi mặc đồ bộ màu xám, cà vạt đỏ, trên túi có dắt miếng khăn đồng màu với dòng quảng cáo: "Bạn muốn có một đồng hành vào *carpool* với bạn? Bạn chỉ cần bơm hơi "bạn *carpool*" và lăn bánh". Một người *comment* khen ông bạn đồng hành Kenny này như sau: "Hắn không nói, luôn đúng giờ và thích nghe nhạc tôi mở nghe trên xe". Một bình loạn khác: " Hắn không than phiền khi tôi đút hắn vào thùng xe". Amazon vẫn liệt kê bán "Carpool Kenny" nhưng ghi thêm là "không có hàng". Tôi không nghĩ rằng Amazon rao bán thứ... nhạy cảm này nên vào tìm thử. Tôi không thấy món "Carpool Kenny" nhưng thấy có bán "Carpool Chaos", một thứ bàn cờ chơi cho hai hoặc nhiều người.

Hình nhân bị cảnh sát mang ra khỏi xe.

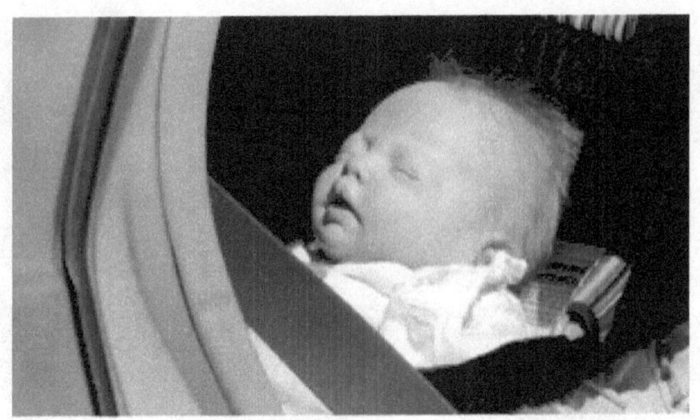

Em bé giả.

Thứ chơi *carpool* lớn hơn là "Carpool Karaoke". Nghe tới *karaoke*, đừng nghĩ tới chuyện hát hay không bằng hay hát. Đây là chuyện của các ca sĩ thượng thặng. Chuyện bắt đầu từ chương trình *"The Late Late Show with James Corden"*. Anh chàng Gorden mời những ca sĩ nổi tiếng hát *karoaoke* với anh trên một chiếc xe chạy trong làn đường *carpool*. Gorden tự lái xe và khúc đường họ chọn là xa lộ tại Los Angeles. Tôi đã vào coi vài *clip karaoke* này, thấy họ vừa hát vừa múa may quay cuồng trên xe. Múa như vậy thì sao mà lái, nhiều người thắc mắc. Vậy là chàng Gorden phải bật mí là anh chỉ làm bộ lái, còn thực ra chiếc xe được một xe khác kéo đi. Khi có nhiều ca sĩ nổi tiếng tham gia thì *clip* được quay trên nhiều xa lộ tại các thành phố trên khắp thế giới. Như tại Luân Đôn với ca sĩ Adele, Liverpool với Paul McCartney, New York với Madonna hay Las Vegas với Céline Dion. Nghe thấy những tên tuổi này mà khiếp vía. Tôi thích dọa dẫm người yếu bóng vía nên liệt kê thêm ra đây những tên tuổi sau cho bà con rùng mình chơi: Migos, Cardi B., Mariah Carey, Justin Bieber, Bruno Mars, Billie

Nữ ca sĩ Adele hát trên Carpool Karaoke.

Eilish, The Foo Fighters, The Jonas Brothers, Nick Jonas, Coldplay, Lady Gaga, Jennifer Lopez, Kanye West, Britney Spears, Stevie Wonder, Demi Lovato, Ariana Grande, Katy Perry, Selema Gomez, BTS, One Direction, Shawn Mendes, Harry Styles, Ed Sheeran, Sia, Elton John, Carrie Underwood và The Red Hot Chili Peppers. Có một "ca sĩ" hát không hay nhưng vẫn nổi tiếng là Michelle Obama! *Clip* của bà cựu đệ nhất phu nhân này được tới 80 triệu người coi trên *YouTube*. Nghe con số chục triệu thì nhiều nhưng ăn thua chi với các *clip* của Adele với 233 triệu *view*, One Direction 176 triệu, Justin Bieber 155 triệu, Bruno Mars 132 triệu và Selena Gomez 110 triệu!

Trở lại làn xe *carpool* chính thống. Mặt trận cút bắt giữa tài xế và cảnh sát khiến các bạn dân oải. Sáng sáng mặc cảnh phục oai vệ đi làm nhiệm vụ an dân mà cứ phải chăm chăm tìm người giả khiến họ chán. Nhiều cảnh sát đề nghị tăng tiền phạt cho dân chơi đồ giả khỏi giỡn mặt. Tiền phạt trung bình bi chừ là 400 đô. Cảnh sát ở New York, California và Florida lập những toán đặc biệt được huấn luyện kỹ càng, chuyên bắt các tài xế muốn thử tài cảnh sát. Nhiều sở cảnh sát còn đề nghị đưa *video* các tài xế bị bắt lên mạng xã hội cho họ bị quê.

Nghe thiệt vất vả cho các bạn dân. Có lẽ vì thương cảm cho sự vất vả này nên hãng Xerox đã chế ra một món đồ chơi cho các cảnh sát đỡ vất vả. Đó là dụng cụ có tên là *"Vehicle Passenger Detection"*. Dụng cụ này chụp hình các xe lưu thông trên *carpool* và xác định người ngồi trên xe là người thật hay hình nhân. Xerox tự hào là dụng cụ này có thể phân biệt một con chó với một đứa trẻ nằm trên ghế của trẻ em. Hình chụp sẽ được phân tích ngay để xác định có bao nhiêu hành khách hợp pháp trên xe. Điều khó chịu nhất cho các xe đi lậu trong *carpool* là dụng cụ này đồng thời có thể chụp lại bảng số xe gắn phía trước và sau xe. Trong một lần thử tại California, dụng cụ "ác ôn" này đã bắt được 95% kẻ gian trong khi cảnh sát tuần tra chỉ bắt được có 36%.

Chuyên gia giao thông Edwards Humes đề nghị một giải pháp khác. Theo thống kê cho biết thực ra chỉ có khoảng 9% số người đi làm sử dụng *carpool*. Vậy *carpool* dành cho những xe có ít nhất hai người là phí phạm. Đã không giải quyết được nạn kẹt xe mà còn thúc đẩy chuyện gian lận khiến phí phạm nhân lực của cảnh sát. Ông đề nghị vẫn giữ làn *carpool* nhưng chỉ dành riêng cho xe vận tải chở hàng hóa và xe buýt tốc hành. Cho mấy anh kềnh càng này vào *carpool*, các làn xe khác sẽ dễ thở, nạn kẹt xe trên xa lộ sẽ giảm thiểu rất nhiều.

Một hướng giải quyết khác cho nạn kẹt xe trên xa lộ là khuyến khích đi chung xe. Những người cùng làm chung một cơ quan hay nhiều cơ quan trong cùng một vùng có thể rủ nhau dùng chung xe. Chà! Cũng chẳng dễ dàng chi. Bá nhân bá tánh, chung đụng nhau trong một xe cũng có nhiều chuyện phiền phức. Một bà cho biết là một ông tài xế cho bà đi xe chung đã giảng đạo suốt chuyến đi. "Phổ biến lời Chúa là OK nhưng tôi có cảm tưởng như bị bắt làm con tin".

Chuyện đi xe chung cũng có sự... kỳ thị. Theo một thống kê vào năm 2000 ở quận Woodbridge, Virginia, thì số người Nam Mỹ đi chung xe gấp đôi người da trắng. Giống dân nào có tỷ lệ sở hữu xe nhiều sẽ ít đi xe chung hơn. Theo tâm lý chung, người nào cũng muốn một mình một xe, tha hồ tự do. Muốn hát hò, nói phôn, chửi tục hay ăn uống chi đều thoải mái.

Nhưng nếu muốn tìm người đi chung xe, người ta có thể vào các *app* trên mạng để hẹn nhau. Hiện có các mạng Waze Carpool, Uber, Lyft, Curb, Via, sRide, Gridwise, RideApp, zTrip, Bellhop. Muốn nối vòng tay lớn qua mạng thiệt hết sức dễ dàng. Nhưng thời buổi dịch bệnh này, nhiều người e ngại khi ngồi chung xe với những người lạ. Tùy! Mạng ai nấy lo, người bất cần thì coi như pha, người nhát gan thì phải nghĩ đi nghĩ lại coi lợi hại ra sao.

Muốn có người ít lạ ngồi chung xe để vào *carpool*, còn một lối nữa. Tại thủ đô Djakarta của Indonesia, người ta đòi hỏi phải có ba người mới được vào *carpool*. Một số người bèn nghĩ ra một nghề mới: nghề cho thuê bản thân. Không phải ai cũng làm được nghề này vì phải có hai người làm chung mới đủ ba người trên xe. Một bà 23 tuổi có con nhỏ đã hành nghề trong bốn năm, từ 2012 đến 2016 là năm bãi bỏ lệnh ba người đi chung xe này. Bà bế con lên xe, vậy là đủ ba người. Tiền công mỗi chuyến là 20 ngàn *rupiah*, tương đương kloảng 2,15 đô Mỹ. Bà cứ ôm con leo lên xe đi đi về về cũng đủ tiền sinh sống.

Tôi chưa thấy nói bên Mỹ hoặc Canada có nghề này. Nhưng nếu có chắc cũng có nhiều cái hay. Cứ tưởng tượng một chị đẹp gái hay một anh đẹp trai ra đứng bến mời các tài xế xùy tiền để đi xe chung. Kể cũng hấp dẫn. Chuyến xe trên *carpool* sẽ vui biết bao. Nếu hợp nhãn, có khi xe hơi lại biến thành xe hoa!

03/2022

CÂU CÁ TRÊN BĂNG

Thứ bảy 8/1 vừa qua có 40 ông bà ngồi câu cá trên băng *(ice fishing)* tại Point Comfort ở tiểu bang Wisconsin. Chuyện thường tình. Câu cá mùa đông là một trong những thú vui tại các nơi băng tuyết lạnh giá. Đó là nói chung chung, riêng tôi đã trên 35 năm sống nơi xứ tuyết mà chẳng bao giờ dám bén mảng tới những nơi này cả. Tôi ngại. Giả dụ có ai hỏi muốn đứng trên đất vững chắc hay đứng trên băng đóng trên mặt hồ, chắc chắn tôi sẽ chọn đứng trên đất liền cho vững chân. Nhưng khi cục chơi nổi dậy, người ta xăng phú. Ai sao ta vậy. Ngay tới ông Võ Kỳ Điền, gan không to lắm, nhưng cũng đã từng ngồi trên băng bắt cá. Tôi thì không. Biết đâu chuyện trời đất trở mặt. Như bốn chục ông bà ở Wisconsin đã trải qua bữa thứ bảy vừa rồi.

Họ đang ngồi bên những chiếc lỗ câu thì tảng băng bỗng nứt trôi ra giữa sông. Trong 1 giờ rưỡi đồng hồ, nó trôi xa tới gần một dặm, khoảng một cây số rưỡi. Gió giật mạnh và độ

Tàu giải cứu các ngư dân gặp nạn tại Point Comfort.

dầy của tảng băng bị hao mòn dần khiến tình trạng rất nguy hiểm. Toán cứu hộ phải vội vã tiếp cứu. Họ dùng hai tàu lướt băng tiến tới mục tiêu. Loại tàu này chạy bằng quạt gió có thể vừa chạy trên băng vừa chạy trên nước. Họ vớt được đầy đủ các ngư ông ngư bà này vô tàu giải cứu. Hai người trong số này là Shane Nelson và Robert Verhagen. Họ cho biết trước khi tảng băng bị trôi ra sông, có một chiếc xà lan chạy qua. Có lẽ tiếng động và sự chuyển dịch của nước đã khiến tảng băng nứt ra, biến thành con tàu không người lái trôi đi. Toán cứu cấp đã mất gần 2 tiếng đồng hồ mới vớt được hết mọi người lên tàu.

Theo lời bạn bè đã từng chinh chiến với cá mùa đông, tôi biết có hai loại câu cá dưới băng. Loại công tử thuê những túp lều gỗ có trang bị sẵn mọi thứ, chỉ việc vác người tới ngồi câu. Loại thứ hai là tự mày mò chọn chỗ đào lỗ câu. Mấy ông bà gặp nạn ở Point Comfort là loại thứ hai, tự túc tự cường.

Băng là lớp nước bị thời tiết giá lạnh đóng thành một lớp đá cứng trên mặt hồ. Cái lạnh mùa đông tại các nước rét ơi là rét như Canada, nơi tôi đang định cư, nhiệt độ có khi xuống tới âm 30 độ, mặt hồ thường đóng băng như vậy. Mấy ông bạn tôi ở Cali, nơi tương đối ấm áp, thường tỏ lòng thương hại sao tôi có thể sống tại một nơi giống trong tủ lạnh như vậy. Hồi còn ở Việt Nam, đang đợi máy bay ới đi Canada, tôi cũng đã có nhiều lúc rùng mình nghĩ vơ nghĩ vẩn. Cái tủ lạnh, thường chỉ khoảng trên không độ C một chút, đã lạnh như vậy thì cái lạnh của cả chục lần hơn sẽ tái tê như thế nào, tôi không tưởng tượng được. Nhưng nhất định phải đi. Không đi thì sức nóng của cuộc sống tàn tệ không ngày mai tại quê nhà cũng thui chột hết cuộc sống, nhất là cuộc sống của lũ con nhỏ đang cần một tương lai sáng sủa hơn. Ớn cái đầu nhưng người ta sống được thì mình cũng sống được, lo chi con bò trắng răng. Tới mùa đông đầu tiên mới thấy lạnh thì có lạnh nhưng sưởi ấm, từ trong nhà tới xe cộ, đã xua đuổi cái lạnh chạy có cờ. Nhưng chuyện trong nhà trong xe khác với chuyện mang thân ra phơi lạnh trên sông nước đã đóng băng cứng ngắc.

Lớp băng đóng trên mặt nước cứng ngắc như trải cục nước đá khổng lồ trên nước. Xem ra rất vững chắc. Dân chơi mùa đông có thể đi bộ, trượt tuyết, chạy xe hoặc câu cá trên lớp băng này. Muốn câu cá phải đục một cái lỗ xuyên băng xuống nước, thả dây câu có móc mồi xuống.

Khi nào dây câu động đậy thì giật lên. Chú cá mắc nạn sẽ quẫy đuôi phản đối trước cặp mắt thích thú của ngư ông ngư bà. Nhưng làm sao biết lớp băng đủ cứng và dày để có thể tung tăng trên đó?

Trước hết, hãy nhìn vào màu sắc của băng. Nếu lớp băng có màu xám lạt đến đen chứng tỏ đây là băng đang tan, chỉ chịu được sức nặng hạn chế, không an toàn. Từ trắng đến xỉn đục, tuyết ngâm trong nước đóng băng trên bề mặt băng tạo thành một lớp băng mỏng khác trên cùng. Như vậy nước đá quá xốp, có thể có các túi khí bên trong nên thường dễ vỡ, cũng không an toàn. Màu xanh lam: băng có mật độ cao, khá an toàn. Nhưng phải chú ý tới bề dày của băng, nếu lớp băng dày trên 10 phân mới nên đục lỗ câu. Nếu thấy đá loang lổ và lỏng lẻo, thường được gọi là "thối", hãy coi chừng. Đây là loại băng đang tan vỡ, rất nguy hiểm. Loại băng này là thứ lừa đảo gian ác, tuy trông có vẻ dầy dặn nhưng có thể đang tan chảy ở giữa hoặc bên dưới lớp băng.

Bề dày của băng là một yếu tố rất quan trọng. Có thể nói là quan trọng bậc nhất. Muốn đo bề dày này, người ta dùng một chiếc búa hoặc, tiện lợi hơn, một máy khoan tay, khoan một lỗ trên mặt băng. Nếu bề dày từ 10 đến 15 phân là an toàn. Nhưng phải tính tới dòng nước chảy phía dưới bề dày của băng nữa. Nếu nước chảy xiết, ngay cả khi băng dày tới 25 phân cũng phải coi chừng. Băng có thể bị xói mòn hoặc bị nứt bất cứ lúc nào.

Trong điều kiện bình thường, độ dày băng an toàn được quy định như sau: dày 10 phân thích hợp cho câu cá, trượt tuyết và đi bộ đường dài. Băng có thể chịu được sức nặng 80 ký. Nếu ông bà nào có sức nặng trên 80 ký cần coi chừng. Nếu độ dày của băng là 12 phân, có thể chịu được sức nặng 320 ký. Người ta có thể chạy xe trượt tuyết an toàn. Băng dày hơn, từ 20 đến 30 phân, có thể chịu đựng sức nặng từ 600 tới 800 ký, có thể chạy xe hơi. Băng dày từ 30 đến 38 phân có thể chịu đựng được xe bán tải hoặc xe nhà ở RV (*recreation vehicule*).

Ngoài yếu tố màu băng và độ dày, người ta cũng cần phải quan sát thêm các yếu tố khác. Đó là lớp băng đóng trên hồ, sông hay ao. Bề rộng của mặt nước phía dưới băng càng lớn thì băng càng nguy hiểm hơn. Độ mặn của nước: băng đóng trên nước mặn có độ bền kém hơn băng đóng trên nước ngọt. Có mặt trời hay không: nếu trời nắng, sức nóng sẽ làm băng kém bền hơn.

Nếu đi câu mà phải nghiên cứu nhiều thứ như kể trên, chúng ta sẽ nản chí. Chơi mà rắc rối như vậy thiệt đau cái đầu. Nhưng có những người luôn muốn thử thách. Phiêu lưu có cái hấp dẫn của phiêu lưu. Nhưng nếu gan của bạn bằng gan con chuột thì cứ bỏ tiền ra là an toàn trên... băng. Chúng ta thuê những lều câu đã được thiết trí sẵn. Đây là công trình của những người sống với nghề dựng lều câu cá trên băng, năm này qua năm khác, nên họ rất chuyên môn. Ngồi câu trong lều là an toàn. Quang cảnh khu câu cá này như thế nào, tôi nào biết! Ngó quanh chỉ có ông bạn Võ Kỳ Điền là đã từng làm ngư ông loại này nên tôi tiện tay nắm áo ông. Ông kể quang cảnh chỗ họ dựng lều sáng choang như một thành phố. Xe của khách câu, xe trượt tuyết *ski-doo* chạy vèo vèo, và cả xe máy cày nặng tới năm mười tấn dùng để dựng lều chạy lui chạy tới. Cứ như không phải trên băng mà là trên đất liền. Nhà văn họ Võ vốn là người tỉ mỉ nên kể rất chi li phía bên trong chiếc lều của ông: *"Tôi bước vào chiếc lều đẹp đẽ, vững chãi khá rộng, đã đặt mướn trước, chỉ có một cửa ra vô, rất kín đáo và riêng tư chỉ dành riêng cho cha con tôi. Hai ngọn đèn trăm watts chiếu sáng cả phòng. Trong phòng một chiếc ghế nệm dài dặt sát tường để khi ai mệt mỏi thì có chỗ mà nằm, một cái bàn nhỏ, hai cái ghế, một tủ cây, một lò sưởi đốt bằng củi khô đang cháy nóng hừng hực. Trên mặt lò sưởi nóng hực đó mình có thể để chiếc ấm nấu nước sôi, để một vỉ sắt nướng bánh mì hoặc các món ăn khuya. Phía dưới mặt sàn được làm bằng ván ép dầy trên cái nền bằng cây chắc chắn. Nhưng cái chánh tôi muốn thấy là chỗ câu trong phòng ra làm sao. Nhìn kỹ đó là một đường rãnh sâu hình chữ nhựt, được cưa theo bề dọc của sàn trên mặt nước đá, dài ba thước, bề ngang chừng bốn mươi phân tây, nhìn kỹ phía dưới nữa, thấy nước đông đá cứng dầy chừng hai, ba mươi phân, dưới nữa là nước đóng váng mỏng lõng bõng, nhấp nhô theo từng cơn sóng. Có một thanh sắt to dài, đặt dọc ở giữa đường câu, để ngăn ngừa khi người câu mê man vô ý, tránh bị lọt xuống nước, nguy hiểm... Bên trên chiếc rãnh đó, có băng ghế dài để ngồi câu. Phía trên, trước mắt tôi có một thanh gỗ được đóng theo bề dài của lều, cao hơn đầu người một chút. Hai mươi dây câu được quấn vào những hàng đinh trên thanh gỗ ngang đó, mỗi cây đinh được đóng đều đặn cách nhau khoảng hai mươi phân... Khi cha con tháo xong hai mươi sợi dây câu và gắn mồi đủ thả hết xuống rãnh nước bên dưới thì tôi toát mồ hôi chịu hết nổi, coi ra thì *củi trong lò sưởi cháy đỏ rực, nhiệt độ trong phòng lên cao quá. Lạnh đâu không thấy mà mồ hôi toát ra đầy người, tôi phải cởi áo, tháo nón, tháo khăn quàng, và mở thoáng cửa cho hơi lạnh ùa vào. Trời càng về khuya thì cá ăn câu càng nhiều, đôi khi gỡ và móc mồi lại không kịp. Cũng có nhiều lúc ngồi ngáp dài vì không có một con. Những lúc đó phải chịu khó đổi mồi câu vì gan heo đã hết mùi thơm hấp dẫn cá rồi".*

Câu cá trên băng có mặt trên khắp các vùng đất có mùa đông giá lạnh. Từ Canada, Nga, Phần Lan, Thụy Điển và các nước Bắc Âu khác cho tới Nhật Bổn, Đại Hàn ở Á châu. Nếu nói lung tung khắp nơi biết bao giờ nói cho hết. Thôi thì mình nói tới hai nước Á châu cho gần gũi.

Tại Nhật, vùng Hokkaido nổi tiếng về vụ câu cá dưới băng. Tiếng Nhật gọi vụ câu cá này là *wakasagi tsuri*. Thoạt kỳ thủy dân địa phương câu như một cách kiếm chút chất tươi trong mùa đông giá lạnh. Ngày nay *wakasagi* trở thành một thú giải trí cho bất cứ ai có đủ can đảm phơi thân dưới cái lạnh cắt da cắt thịt. Từ Hokkaido, thú câu cá mùa đông đã lan rộng ra khắp nước Nhật và lôi kéo được một số du khách đáng kể. Phổ biến nhất là vùng hồ Biwa thuộc tỉnh Shiga, hồ Yamanaka ở tỉnh Yamanashi và nhiều hồ khác ở các tỉnh Nagano, Aomori và Ibaraki. Các chiếc lều được dựng san sát nhau sẵn sàng đón khách. Các ngư ông ngư bà có thể tự mang đồ cần thiết cho một buổi câu tới. Nếu tính lười nổi lên thì có thể mua ngay mọi thứ tại chỗ. Thứ cá câu được thông thường nhất là *wakasagi* có lớp vẩy óng ánh, mỗi lần giật cá cắn câu lên, cá quẫy trông vô cùng đẹp mắt. Nếu có sẵn dụng

Câu trong giá lạnh tại Nhật Bổn.

cụ bếp núc, cá sẽ được xử ngay tại chỗ bằng cách nướng, áp chảo hoặc chiên *tempura* giòn rụm. Nhưng nơi đây có phương pháp chế biến truyền thống là nấu kiểu *nanbanzuke*. Theo kiểu này, cá được chiên giòn, tẩm nước sốt giấm và ăn kèm với nhiều loại rau. Gọi là truyền thống nhưng kiểu chế biến *nanbanzuke* thực ra là do các thủy thủ người Tây Ban Nha và Bồ Đào Nha đến bờ biển phía Nam Nhật vào thế kỷ thứ 15 truyền lại!

Câu cá dưới băng ở Đại Hàn là một trò phổ biến hơn ở Nhật. *Ice fishing* nơi xứ kim chi này đã được nâng lên thành

Khu câu cá trên bang tại lễ hội Daegwallyeong, Đại Hàn.

một lễ hội tuyết mang tên Daegwallyeong. Cái tên đọc lên muốn trẹo miệng! Phải nói ngay câu cá chỉ là một trong những trò chơi của lễ hội nhưng là trò chơi chính. Lễ hội diễn ra ở Pyeongchang thuộc tỉnh Gangwon-do, là một nơi nhiều tuyết và có phong cảnh mùa đông đẹp nhất nước. Chính tại đây đã diễn ra Thế Vận Hội Mùa Đông năm 2018. Lễ hội được tổ chức hàng năm và chia ra nhiều khu vực. Khu vực trưng bày những công trình điêu khắc nghệ thuật làm bằng băng, đường hầm băng, mô hình băng. Mô hình truyền thống không thể thiếu được là anh chàng người tuyết vui nhộn Olaf luôn được du khách ghé vào chụp hình ké. Khu thể thao có các môn trượt băng, trượt tuyết, chạy xe trượt tuyết hay chơi *hockey*.

Nhưng câu cá mới là thú vui được nhiều người tham gia. Cá nơi đây là cá hồi nước ngọt chỉ sống ở những nơi nước ngọt và sạch với nhiệt độ trung bình âm 20 độ C. Vì chỉ sống được dưới nước băng giá nên khi thời tiết ấm áp, loài cá này sẽ ẩn mình dưới phía sâu của lòng sông. Một du khách, anh Kim Tea Young, đã ghi lại khi tới dự lễ hội: "*Hôm chúng tôi đến là giữa mùa câu cá, tuy thời tiết giá lạnh nhưng đã có tới hàng ngàn người nô nức kéo đến lễ hội, mang theo đủ loại dụng cụ với hi vọng sẽ câu được những con cá hồi to nhất. Với những du khách và những người không kịp chuẩn bị đã có cửa hàng cung cấp dụng cụ bán với giá phải chăng. Đó là ghế ngồi câu, cần câu (cần câu cá hồi khác với cần câu thường), xô đựng và những thứ tiện dụng khác. Nếu tự tin, bạn hãy chọn một điểm để đào một giếng nhỏ trên băng, dù rất nhọc công vì băng khá cứng. Còn không cứ chọn một giếng đã được đào sẵn. Câu được cá, mọi người có thể mang ra nhờ khu vực nhà bếp của ban tổ chức chế biến giúp. Tại đây thường xuyên có món cá nướng giấy bạc và gỏi cá. Tôi không may mắn lắm, chịu cả giờ ngoài trời giá rét nhưng không dính được con cá nào, sau cùng thì quyết định vào lều cho ấm. Trong khi giữa trời đông gió lạnh hun hút, rất nhiều người Hàn đã quen với cái lạnh vẫn trò chuyện, thăm hỏi í ới và trao đổi các kinh nghiệm câu cá. Xem ra ban tổ chức đã thắng lớn, vì đây là một lễ hội đặc trưng, rất thú vị vì có tính độc đáo hiếm có, thu hút hơn một triệu khách du lịch trong nước và quốc tế ghé tham gia hằng năm".*

Lều câu cá trên sông St Lawrence tại Montreal.

Câu cá dưới băng tuyết ồn ào và thú vị khắp các xứ sở có mùa đông lạnh giá, từ đông sang tây, từ nam xuống bắc. Tại sông Saint Lawrence ngay giữa lòng Montreal, người ta có thể hưởng được cái thú mà nhiều người ở các nước có khí hậu ấm áp hằng mơ ước. Ông Võ Kỳ Điền chỉ chi ra mỗi người 20 đô là có thể hưởng được cái thú kéo cá từ dưới hố lạnh lên chiên xào nướng tùy hứng. Cá mới được lôi lên từ dưới nước lạnh tươi rói, ngọt ơi là ngọt. Chuyện dễ dàng như vậy mà từ khi định cư nơi xứ lạnh này tôi vẫn làm ngơ. Vì sao? Tôi lạnh cẳng! Đứng vững trên mặt đất từ thuở biết đi, dại chi mà đứng loi ngoi trên mặt băng có thể tụt chân tụt cẳng bất cứ lúc nào. Thú thật trước bình minh như vậy, tôi không dám cho ông nhà văn họ Võ biết. Ông Võ vốn hiền lành chân chất, thường vẫn tưởng tôi ngon lành hơn ông ấy. Nếu biết được bộ gan của tôi là thứ *mini*, ông ấy cười cho thối mũi!

01/2022

CẦU NGUYỆN

Bữa 22/10 vừa qua, có trận đấu giữa hai đội bóng chày Astros của Houston và Red Sox của Boston trong giải Bóng Chày Quốc Gia Mỹ (*The American League Championship Series*). Bóng chày tiếng Mỹ là *baseball*. Tôi phải thú thật ngay là tôi không hảo với môn thể thao này. Coi chán ngắt. Tôi có đi coi vài lần nhưng chỉ là thi hành bổn phận. Các cháu của tôi chơi và tôi đi coi cổ võ. Gọi là cổ võ nhưng tôi đâu có biết luật chơi ra sao, chỉ có mặt cho cháu vui. Nhưng các sơ Việt Nam thuộc tỉnh dòng Đức Mẹ Vô Nhiễm tại thành phố Houston, Texas lại thích coi bóng chày. Họ được một *fan* của đội bóng là ông Jim McIngvale, chủ tiệm nệm Mattress Mack mua vé mời đi coi. Khán giả trên sân đã "phát cuồng" khi thấy các bộ áo dòng xuất hiện trên khán đài. Họ còn... cuồng hơn khi nữ tu Mary Catherine Đỗ Minh Thư được mời xuống sân ném trái bóng khai mạc trận đấu. Bài báo của phóng viên Đoan Trang ghi lại như sau trên báo Người Việt: *"Hôm ấy, sơ Đỗ Minh Thư bước ra sân cỏ, dưới ánh đèn rực sáng, chuỗi tràng hạt màu đen đung đưa theo từng bước chân vui vẻ, để nhắc nhở các cầu thủ Astros rằng "đây là thời điểm của chúng ta". Rồi sơ chỉ tay lên trời, quay lại đối mặt với người bắt bóng, sau một vài giây đứng yên như phút giây cầu nguyện và truyền nhiệt cho quả bóng, sơ thực hiện cú ném thành công".* Sơ Bề Trên Dòng, sơ Nguyễn Kim Hồng, nói với phóng viên báo Người Việt: "Bóng chày là môn thể thao lành mạnh. Các chị em trong nhà dòng rất hâm mộ đội bóng Houston Astros nên thường cầu nguyện cho họ. Và khi được mời tới cổ vũ cho đội nhà thì chúng tôi rất phấn khởi tham dự". Các nữ tu cũng cho phóng viên đài truyền hình ABC13 biết: trước đó họ đã có những khoảnh khắc yên lặng suốt ngày để cầu nguyện trong tu viện cho đội bóng họ ưa thích.

Đọc bài báo của Người Việt, tôi nể phục tinh thần thể thao của các sơ dòng Đức Mẹ Vô Nhiễm quá chừng chừng. Những người tưởng chỉ biết tu hành hóa ra lại tinh thông môn bóng chày hơn tôi. Tôi không nghĩ nhiều người trong chúng ta thông hiểu luật lệ của môn bóng chày nên không rõ cú ném đầu của sơ Mary Catherine Đỗ minh Thư được diễn ra như thế nào. Hai đấu thủ của một đội, một đeo găng tay đứng bắt và một đứng trước cầm trái banh. Xen giữa hai đấu thủ này là một đấu thủ của đội bóng đối phương, trong thế nửa quỳ nửa ngồi, tay cầm một cây gậy giống như cái chày giã vào cối mà người ta dùng trong bếp nhưng to hơn nhiều. Người ném là sơ Thư phải ném nhanh lẹ làm sao cho đối phương đứng ở giữa không dùng chày vụt kịp để banh tới

Các nữ tu Dòng Đa Minh cổ động cho đội bóng chày Houston Astros (Hình: Sr. Maria Theresa Kim Hồng Nguyễn)

tay đồng đội đứng phía sau dùng găng chụp. Nếu đối phương đứng giữa dùng chày đánh trúng trái banh thì đội hình của cả hai bên chạy lăng xăng cốt làm sao chụp được trái banh để dành điểm.

Nếu đọc đoạn mô tả trên của tôi mà độc giả không hiểu thì là lỗi của tôi, một người không thông hiểu luật bóng chày. Thắc mắc này của tôi làm nảy ra thắc mắc khác: các sơ cầu nguyện cho đội Houston Astros ra sao? Tôi đồ chừng là cầu nguyện cho đội này thắng. Nếu vậy thì kẹt cho Chúa vô cùng. Thứ nhất, thời Chúa sống đã làm chi có môn bóng chày, vậy thì Chúa không biết luật chơi, làm sao mà giúp cho đội được các sơ cầu nguyện thắng được? Thứ hai, nếu Chúa theo phe của các sơ thì Chúa đã lỗi phép công bằng, bênh bên này, hại bên kia, đời nào Chúa lại hành động như vậy!

Cầu nguyện như vậy là xin xỏ Chúa làm lợi cho mình. Hồi nhỏ, khi còn ở Hà Nội, tôi thường tháp tùng bà nội đi lễ ở Dòng Chúa Cứu Thế Thái Hà. Trước lễ, một cha đứng trên bục giảng đọc các ý cầu xin của giáo dân trong thánh lễ này. Không hiểu sao người ta xin nhiều đến như vậy. Mỗi ý xin có tới hàng trăm người. Cha dõng dạc đọc như đọc kinh: 134 người xin ơn đi đường bằng an, 345 người xin ơn lành bệnh... Ngoài chuyện xin khá chính đáng như xin ơn bình an, ơn an ủi cho người bệnh nặng, ơn chết lành, còn có những ơn xin khá vụ lợi. Khi tôi đang sửa soạn thi bằng tiểu học, bà tôi giục tôi viết giấy xin ơn thi đỗ. Tôi đã xin. Nhưng trên đường về, hồi đó toàn đi bộ, tôi hỏi bà tại sao lại xin như vậy. Muốn thi đỗ thì phải học chứ sao lại xin Chúa. Bà tôi giảng giải: phải có Chúa soi sáng cho thì mới học mà thi đỗ được! Nghe vậy biết vậy, thắc mắc vẫn cứ thắc mắc. Thắc mắc từ hồi còn con nít theo tôi tới khi hết còn con nít. Mới đây, đọc trên trang *Viet Christian*, tôi vớ được một bài kinh cầu nguyện trước khi thi cử. Bài kinh ngắn thôi: "*Kính lạy Chúa, trước giờ thi nầy, con xin trao phó tâm trí con cho Ngài. Xin thần linh khôn ngoan ban cho con sự sáng suốt để hiểu và làm bài một cách tốt đẹp. Xin Chúa giúp con luôn giữ được bình tĩnh, cho con biết nhận thức rằng kết quả của thi cử dù thế nào cũng không quan trọng bằng giữ tấm lòng ngay thẳng trước mặt Chúa. Nhân danh Chúa Cứu Thế Giê-su. A-men*". Lời cầu xin này khác xa với ý xin cho được thi đỗ.

Trong thể thao chuyện cầu nguyện còn tấp nập hơn. Đã tranh đua, ai cũng muốn thắng. Mỗi khi một đấu thủ tạo được một bàn thắng, chúng ta thấy họ làm dấu thánh giá. Có người ngước mắt lên trời, làm như đấng tối cao tít trên mây đã dẫn dắt họ đưa trái banh vào lưới đối phương. Đó là thói quen của những người mộ đạo thường làm trong cuộc sống hàng ngày. Chuyện chi cũng nhờ Chúa giúp sức mới làm được nên phải cám ơn Chúa.

Tháng 8/2021, huấn luyện viên người Đại Hàn của đội bóng đá Việt Nam, ông Park Heng-seo, đã cùng đội tuyển sang thi đấu tại Saudi Arabia. Trong một buổi tập trên sân Shabab, ông Park đã lui vào một khu vực khá kín đáo để cầu nguyện. Ông này luôn cầu nguyện như vậy. Ông thầm thì với Đấng Tối Cao nên không biết ông cầu nguyện những gì.

Một ông Đại Hàn khác, ông Shin Tae-yong, huấn luyện viên của đội bóng Indonesia, còn cầu nguyện dữ dội hơn. Không những tự ông cầu nguyện, ông còn kêu gọi toàn thể dân Indonesia cầu nguyện cùng ông. Ông nói: "Xin người dân trên khắp Indonesia hãy cầu nguyện và dành sự ủng hộ để chúng tôi có thể thi đấu tốt hơn". Hai ông huấn luyện viên Đại Hàn đều thích cầu nguyện. Phiền một nỗi là trong giải bóng đá Á Châu *Asean Football Federation Championship* vào cuối năm nay, đội Indonesia sẽ nằm chung bảng với đội tuyển Việt Nam. Lúc hai đội tranh tài với nhau, hai ông huấn luyện viên Đại Hàn đồng thời cầu nguyện cho hai phía, Việt Nam và Indonesia, thì Đấng Tối Cao biết quay mặt qua bên nao?

Chuyện cầu nguyện trong thể thao nhiều khi rất rắc rối. Tháng 9/2019, huấn luyện viên Rick Rice của đội banh trường trung học Rockvale ở Tennessee đã bị cho là vi phạm hiến pháp Hoa Kỳ khi tổ chức cầu nguyện cùng các cầu thủ nhí. Theo tổ chức *Freedom From Religion Foundation*, tổ chức đứng ra kiện huấn luyện viên Rice thì việc quảng bá và tán thành tôn giáo cho học sinh là trái với hiến pháp Hoa Kỳ. Ông Rice đã ngỏ lời xin lỗi. Tuy nhiên người dân ở Rockvale đã cho là ông không có lỗi chi vì cầu nguyện trong thể thao là truyền thống của Rockvale. Cư dân Drew Kilgour nói với phóng viên đài News 4: "Chúng tôi luôn cầu nguyện trước các trận đấu. Đó chỉ là một phần những việc chúng tôi phải làm". Cư dân Ronquera Simmons-Duke tiếp lời: "Đó là điều bạn nhìn thấy trên sân, trong phòng thay đồ, trong các lớp học, trong các nhóm nhỏ khi nói tới bất kỳ môn thể thao nào. Nhưng đặc biệt là trong bóng đá, chúng tôi luôn có chuyện cầu nguyện". Cô Nowacki, một cư dân có anh trai trong đội bóng, nhấn mạnh thêm: "Tôi tin rằng việc khiếu nại là không cần thiết nên cảm thấy rất khó chịu. Đó là lời cầu nguyện giúp các cầu thủ thêm phần mạnh mẽ. Những người của chúng tôi trên sân, với sự hướng dẫn của Chúa, chúng tôi tin rằng họ sẽ làm được điều đó để chơi tốt hơn, mạnh mẽ và thông minh hơn".

Dành Chúa cho mình đôi lúc là một thứ mê tín. Cầu thủ túc cầu khét tiếng Kaka, khi còn đá cho đội Milan, mỗi khi ghi một bàn thắng đã giơ hai tay lên trời để lộ dòng chữ xâm: *"I belong to Jesus"*. Rubin, cựu cầu thủ của đội Torino, chọn số áo 33 vì "đó là số áo của Jesus". Chắc cần phải ghi thêm là Chúa sống ở trần gian được 33 năm. Có lần Liên Đoàn Bóng Tròn Thế giới FIFA đã cấm các cầu thủ Brazil cầu nguyện tập thể trên sân trước trận đấu. Brazil là một nước hầu như toàn tòng Thiên Chúa Giáo. Những mê tín của các cầu thủ Brazil bị lợi dụng ngay. Năm 1981, một tổ chức có tên là *"Athletes For Christ"* (Vận Động Viên Vì Chúa) được hai thể thao gia theo đạo tin lành Baptist là tay đua xe hơi Alex Dias Ribeiro và cầu thủ Joao Leite thành lập và được nhiều thể thao gia trong nhiều bộ môn gồm túc cầu, quyền anh, đua xe hơi, bóng rổ, quần vợt, thể dục dụng cụ tin theo. Nhưng phong trào mạnh nhất trong môn túc cầu. Tính đến nay đã có khoảng 65 ngàn vận động viên tham gia phong trào này. Trong giải túc cầu thế giới World Cup được tổ chức tại Los Angeles, Hoa Kỳ, vào năm 1994, các cầu thủ Brazil gồm Muller, Tafarrel, Jorginho, Mazinho và Paulo Sergio đã nhân cơ hội một cuộc tranh tài có con số người xem khoảng hơn 2 tỷ người trên khắp thế giới, đã truyền bá phong trào *"Athletes For Christ"*. Khi kết thúc trận đấu chung kết, họ cùng với các cầu thủ Brazil khác kết thành một vòng tròn cám ơn Chúa vì đã cho họ thắng giải này lần thứ tư. Năm 2002, tại World Cup được tổ chức tại Đại Hàn và Nhật Bản, đội Brazil lại đoạt cúp vô địch và họ lại tái diễn hành động này. Chúa của phong trào này có cái giá khá cao. Các thể thao gia tham gia phong trào phải tặng 10% lương để "tăng cường quảng bá hình ảnh của Chúa" trong giới thể thao.

Cầu nguyện chỉ là... đề nghị. Chấp nhận hay không là chuyện của Chúa. Thánh Tông Đồ Jean giải thích: "Này là điều chúng ta dạn dĩ trước mặt Chúa, nếu chúng ta theo ý muốn Ngài mà cầu xin việc gì, thì Ngài nghe chúng ta". Thánh tông đồ Jacques giải thích: "Anh em cầu xin mà không nhận lãnh được vì cầu xin trái lẽ để dùng trong tư dục mình".

Trong bài "Phật giáo và Cầu Nguyện trong Thể Thao" của Minh Thanh, tác giả viết: *"Không nên thấy các fan bóng đá châu Âu, châu Mỹ cầu Chúa, thì chúng ta có hành động tương ứng, là cầu nguyện với Phật để mong được phù hộ, đoạt cúp. Đức Phật không phải là thượng đế, nên hiểu đúng về Ngài. Đức Phật không ban phúc giáng họa như một vị thần linh. Trong các tôn giáo khác, việc cầu nguyện trong thể thao cũng không thích hợp, huống nữa là đối với đạo Phật, tôn giáo đặt sự thành bại nơi vai trò con người chứ không phải sự phù trợ từ một đấng nào đó".*

Cùng với việc tìm được bài kinh cầu nguyện trước khi đi thi, tôi cũng gặp một bài kinh cầu nguyện trước khi thi đấu thể thao. Bài kinh nguyên văn như sau: *"Kính lạy Chúa, giờ nầy chúng con sẽ thi đấu với anh chị em con. Xin Chúa ở với mỗi người chúng con cho chúng con giữ được tinh thần thoải mái bình tĩnh trong thi đấu. Xin Chúa giúp chúng con đem hết khả năng nghệ thuật để tạo được sự thành công tốt đẹp. Xin Chúa cũng nhắc nhở chúng con luôn nhớ rằng thắng bại không phải là điều quan trọng mà tấm lòng thanh thản vui tươi, hòa nhã, khiêm nhường trong mọi cảnh ngộ mới là điều đẹp lòng Ngài. Trong danh Đấng hạ mình và hi sinh trên thập tự giá vì con. A-men".*

Lời cầu nguyện này không xin xỏ chi, chỉ cầu xin Chúa giúp cho được hòa nhã, khiêm nhường trong thi đấu, thắng bại không phải là chuyện quan trọng. Tôi nghĩ Chúa sẽ ừ tút-suỵt khi nhận được lời cầu nguyện này.

Đương kim Giáo Hoàng Francis I cũng là một *fan* bóng

đá có hạng. Ngài là vị giáo hoàng thứ 266 của giáo hội Công giáo. Ngài là *fan* cứng của đội bóng San Lorenzo de Almagro từ những ngày còn là một linh mục. Khi lên tới chức Hồng y, cha Jorge Mario Bergoglio vẫn thường xuyên tới coi đội bóng ruột của ông thi đấu tại sân vận động Gasometro, nằm giữa một khu phố nghèo. Đội bóng San Lorenzo do linh mục Lorenzo Massa thành lập vào ngày 1 tháng 4 năm 1908 với mục đích tạo điều kiện cho các trẻ em có một sân đá banh ngay trong khuôn viên nhà thờ, thay vì phải chơi ngoài đường phố rất nguy hiểm. Đội bóng sau này đã 12 lần đoạt chức vô địch Argentina.

Khi nhậm chức Hồng y và cư ngụ tại thủ đô Buenos Aires, Ngài nổi tiếng là có lối sống giản dị và gần gũi với dân chúng. Ngài vẫn thường sử dụng các phương tiện giao thông công cộng để đi lại hàng ngày. Ngôi vị cầm đầu giáo hội tại thủ đô Buenos Aires rất bận rộn nhưng ngài hồng y say mê thể thao này ít khi vắng mặt khi đội banh ruột của Ngài thi đấu. Ngay khi Ngài được suy cử lên ngôi Giáo hoàng tại Rome vào năm 2013, trang *web* của đội banh San Lorenzo đã *post* tấm hình chụp thẻ hội viên câu lạc bộ của Hồng Y Bergoglio và một tấm hình khác chụp Ngài đang giơ cao chiếc áo màu xanh đỏ của đội nhà. Một cổ động viên của San Lorenzo, ông Walter Nieto, cho biết ông không bao giờ quên được câu nói của Hồng Y Bergoglio khi Ngài tới làm lễ tại nhà nguyện của đội banh: "Cuốn kinh thánh thứ hai của tôi chính là quyển Sách Vàng của câu lạc bộ San Lorenzo".

Biết thóp Giáo Hoàng mê bóng đá và là *fan* cứng của danh thủ Messi, nên khi sang gặp Ngài tại Vatican vào cuối

Giáo Hoàng Francis I nhận quà tặng của Thủ Tướng Pháp.

tháng 10/2021, Thủ Tướng Pháp Jean Castex đã tặng Ngài chiếc áo số 30 với chữ ký của danh thủ Messi, người đồng hương của Ngài, hiện đang chơi cho đội Paris Saint Germain của Pháp. Ngài ít khi bỏ qua các trận đấu của danh thủ này và có lần tuyên bố gây tranh cãi khi cho rằng Messi xuất sắc hơn Maradona và Pelé!

Từ năm 2013, Vatican có tới hai giáo hoàng. Chuyện hiếm có. Thường thì giáo hoàng tại vị cho tới khi về với Chúa. Sau đó hội đồng hồng y mới bầu giáo hoàng mới. Nhưng 8 năm trước, Giáo Hoàng Benedict XVI, người Đức, từ nhiệm. Giáo Hoàng Francis I, người Argentina, lên kế vị. Chuyện vui vui là cả hai giáo hoàng đều mê môn túc cầu. Vui hơn nữa là năm 2014, hai đội vào chung kết giải World Cup lại là Đức và Argentina. Hai giáo hoàng dĩ nhiên đều ủng hộ đội nhà. Giáo Hoàng Benedict XVI đã theo dõi trận đấu trên truyền hình tại lâu đài Castel Gandolfo ở ngoại ô Rome. Giáo Hoàng Francis I đã cùng các hồng y thân cận coi tại nhà

Giáo Hoàng Francis và Benedict XVI cùng cầu nguyện.

nghỉ Santa Marta. Dù là giáo hoàng thì khi đã là *fan* cứng của hai đội tuyển quê nhà, ai cũng muốn đội của quốc gia mình ôm chiếc cúp quý giá.

Tin tức không nói chi tới chuyện hai Ngài có cầu nguyện cho đội nhà không. Nếu có, chắc Chúa sẽ bối rối dữ!

11/2021

CÂY GIÁNG SINH

Tôi viết những dòng này vào sáng ngày đầu năm 2022. Cũng có thể coi là khai bút cho năm 2022. Đất trời được cho là mới nhưng vẫn chẳng mới. Vài trận tuyết rơi từ những ngày sau Giáng Sinh 2021 vẫn còn nằm trắng xóa mặt đất. Tuyết năm cũ trên đất năm mới. Mới cũ hình như giao hòa. Nhịp sống vẫn tiếp diễn. Trong mới có cũ. Thành phố Montreal chúng tôi đang co cụm trong trận dịch bệnh. Kể từ chiều hôm qua, buổi chiều cuối cùng của năm cũ, thành phố đã ra lệnh cách ly. Ai ở nhà nấy, không hội họp sum vầy chi hết. Đúng 10 giờ đêm, giới nghiêm. Loạng quạng ra đường là ăn *ticket* phạt. Lệnh ra trong những giờ phút cuối cùng của năm cũ và được thi hành trong những giờ tinh sương của năm mới. Cũ mới khít vào nhau. Vậy thì dù Noel của năm cũ đã qua đi nhưng cuối năm mới Noel sẽ lại về. Nói chuyện về cây Giáng sinh chẳng bao giờ cũ.

Trong nhà tôi, cây thông giả cao tới trần nhà vẫn còn le

lói ánh đèn chớp tắt. Ngoài đường phố, những cây thông giả lẫn thật vẫn đỏ đèn trong đêm vắng người. Nhưng tôi muốn nói chuyện về một cây thông bên thủ đô Washington của Mỹ.

Cây thông này được đặt tại Dupont Circle's, nơi có nhiều nhà hàng nổi tiếng luôn luôn tấp nập người qua lại. Cây thông do nhà hàng Floriana dựng ngay trước cửa cao khoảng 5 thước được trang trí bằng 12 ngàn bóng đèn LED. Con số chẳng có gì ghê gớm nhưng cách trang trí trên cây thông mới là điều kéo những cặp mắt của khách bộ hành qua lại. Thường chúng ta trang trí cây thông bằng những trái châu lấp lánh đủ màu sắc, những giải kim tuyến, những nơ đỏ và nhiều thứ lỉnh kỉnh khác. Thông thường thì chúng ta mua những vật trang trí này tại các cửa hàng bán sẵn. Tùy theo khiếu thẩm mỹ của từng người mà mỗi nhà đều có cây thông có những nét phản ánh nét riêng của chủ nhà. Tôi không thích màu sắc rối mắt nên cây thông trong nhà chỉ có những trái châu màu trắng và vàng. Không giây kim tuyến, không nơ đỏ, không những giải vải choàng. Cây thông của nhà hàng Floriana có nét đặc biệt là được trang trí toàn bằng những học cụ. Thước kẻ, bảng viết, thước đo góc độ, bút chì, cờ Mỹ cùng nhiều học cụ khác. Đặc biệt là có hình nhà giáo Jill Biden. Không biết có phải khoái chí vì nghề nghiệp được tôn vinh và hình ảnh được gài lên đỉnh cao thay cho ngôi sao truyền thống chót vót trên ngọn cây hay không mà nhà giáo Đệ Nhất Phu Nhân Jill Biden đã cùng chồng tới ngắm cây thông này vào ngày 24/12. Quản lý nhà hàng Floriana, anh Dito Sevilla là người đã nghĩ ra ý tưởng dựng cây thông được gọi là *"Edu-*

Tổng Thống Joe Biden đang treo một "ornament" của Tòa Bạch Ốc lên cây thông. Anh Dito đang bắt tay Đệ Nhất Phu Nhân Jill Biden.

cator Christmas Tree" này. Anh cho biết: "Nếu bạn gọi đó là *"Educator Christmas Tree"* thì cũng đúng. Đúng vậy, tôi muốn tôn vinh tất cả những người làm nghề dạy học. Tôi có ý tưởng này từ lúc nước Mỹ bị "đánh phá", tôi phải nói như thế. Thêm vào đó, trong thời gian đại dịch, đối với tôi thì những người dạy học cũng là những người thuộc tuyến đầu vì họ phải đối diện với rất nhiều thử thách tinh thần mà chúng ta không thể hiểu được... Một xã hội có phát triển hay không và phát triển như thế nào, phụ thuộc vô cùng to lớn vào giáo dục. Mỗi người chúng ta, nhiều hay ít, đều có một di sản của một người thầy để lại cho mình". Trả lời ký giả Kalynh Ngô của báo Người Việt hỏi về tầm quan trọng của giáo dục đối với sự trường tồn của nền dân chủ, anh cho biết: "Giáo dục dạy cho chúng ta ý nghĩa thực thụ của nền dân chủ. Chỉ có giáo dục mới cho chúng ta hiểu đúng về tự do. Chỉ có tự do mới có dân chủ".

Người nào có chút dính dáng tới nghề giáo hẳn rất hãnh diện với cây thông giáo dục này. Bạn bè thời văn khoa của tôi hầu hết đều là những nhà giáo. Trong thời kỳ đất nước còn chinh chiến, họ quả đã có nhiều hy sinh cho việc dạy dỗ con em chúng ta. Thời mới ra trường, ít ai được ngồi tại những thành phố lớn. Họ chia nhau về những nơi mịt mù thuốc súng, cam chịu nhiều nguy hiểm như những người lính cầm súng bảo vệ quê hương. Một anh bạn tôi đã có câu thơ phẫn chí: *"Đời giáo sư tỉnh lẻ / Tương lai nơi nào?"*. Họ xứng đáng được vinh danh. Nhưng đây là chuyện vinh danh thầy cô ở bên Mỹ. Bên Việt Nam, ngày đó, công ơn của những thầy cô ít được bày tỏ. Nhưng ngày nay, tại quốc ngoại lẫn quốc nội, nhiều học sinh các trường cũ xưa ở Việt Nam đã tổ chức những buổi họp mặt nhớ ơn thầy cô. Có lẽ khi đã xua đi được khói lửa chiến tranh, lớp học sinh ngày đó nay đã ra đời, nhiều người rất thành công, họ mới có thời gian nhớ lại công ơn của nhà giáo.

Cây thông vinh danh nghề giáo của anh Dito Sevilla nhắc tôi nhớ tới những cây thông vinh danh nghề nghiệp khác. Như cây thông bằng sách vinh danh nghề... phiếm. Cách làm rất giản dị. Lấy một chồng sách, mở từng cuốn. Cuốn dưới mở lớn nhất, dần dần leo lên mở nhỏ dần. Lên tới đỉnh, cuốn sách chỉ he hé, cong cong như mái nhà. Vậy là thành cây thông sách. Muốn điệu đàng hơn, chăng dây đèn hoặc dây kim tuyến. Cây thông này đặc biệt không treo trái châu được vì không có chỗ móc vào.

Vinh danh nghề báo nhiều người đã làm cây thông bằng những tờ báo. Khác với cây thông sách chỉ chồng sách lên, làm cây thông báo cần có một cột gỗ nằm làm trụ. Gấp những tờ báo thành hình loa kèn như cách mấy ông bán hạt dẻ hoặc đâu phọng rang thường làm. Treo hoặc dán những chiếc loa kèn này vào cây cột chính giữa. Trên ngọn cột gắn ngôi sao gấp bằng báo vào là ra dáng cây giáng sinh ngay. Có điều cây giáng sinh này nằm theo hình rũ xuống như gà mắc mưa, trông hơi mất khí thế.

Không biết có phải cái thế rũ của cây thông báo chí đã gợi ý cho kiểu trưng cây giáng sinh lộn ngược đầu xuống. Tôi đã từng thấy trong một *mall* người ta treo cây giáng sinh ngược từ trên trần xuống. Thấy cũng lạ. Tôi nghĩ đây là một sáng kiến mới, rất tân kỳ do một nghệ sĩ nào nghĩ ra. Hỏi

Cây giáng sinh sách.

ông Google, ông ấy lắc đầu bảo không phải. Cây giáng sinh ngược ngạo này đã có từ xưa. Có tới ba giả thuyết về xuất xứ của cây thông ngược ngạo này. Giả thuyết thứ nhất: đầu thế kỷ thứ 7, tại Đức, một tu sĩ dòng Benedictine tên Boniface thấy một đám dân ngoại đạo thờ cúng một cây sồi. Ông tức giận chặt cây sồi này. Từ chỗ gốc cây này bỗng ngang ngạnh mọc lên một cây thông. Ông tu sĩ bèn *tarzan* nổi giận cắt luôn cây thông và quay ngược lại. Boniface dùng cây thông ngược này để giảng cho đám dân ngoại đạo về Chúa Ba Ngôi. Một giải thích khác cho biết cây thông lộn ngược gợi ra hình ảnh Chúa Cứu Thế bị treo trên thập giá.

Giả thuyết thứ hai: tại miền Nam Ba Lan có một tập tục được gọi là *podlazniczek* theo đó người Ba Lan dùng trái cây, hạt dẻ, kẹo gói trong giấy bóng, rơm, giây *ruban* để gắn lên một ngọn cây thông được treo ngược. Họ chỉ treo nhánh ngọn của cây thông chứ không treo cả cây.

Giả thuyết thứ ba thực tế hơn. Nhà của nông dân thường chật chội, phòng khách rất nhỏ bé, nếu trưng cây giáng sinh sẽ tốn nhiều chỗ. Vậy nên họ treo lên cho đỡ tốn không gian tiếp khách.

Thời gian gần đây, mốt treo ngược cây thông hồi sinh lại, nhất là tại các cơ sở thương mại. Ngoài vẻ đẹp bất ngờ lạ mắt, lối treo cây thông ngược này khiến có nhiều không gian trưng bày hàng hơn. Tại tư gia, kể từ chục năm gần đây, nhiều người đã áp dụng lối bày cây giáng sinh ngược này. Có người khoái vì đây là một nét thẩm mỹ lạ. Có người thấy tiện lợi vì treo cao như vậy, trẻ em và chó mèo không đụng tới được, tránh bị cây đổ hoặc các đồ trang trí bị hư hại. Cũng

Cây giáng sinh treo ngược trong một mall.

hao tốn chứ bộ!

Có rất nhiều nhà trang trí nghĩ ra những kiểu trưng bày cây *noel* mà không tốn xu nào. Họ mách nước cho chúng ta giữ cho cái túi tiền không bị sứt mẻ. Chúng ta có thể xếp vỏ chai rượu, nút chai rượu, khuy áo, gối. Cứ có cái hình tháp là được. Nhưng phổ thông nhất là dùng những hộp đựng trứng bằng *carton* xốp chúng ta thường dục đi sau khi xài hết trứng. Chỉ cần quẹt lên tí màu. Màu xanh lá cây hoặc màu đỏ truyền thống. Xếp những hộp này thành hình cây thông là xong. Chẳng tốn một cắc. Nếu chúng ta là người không khéo tay, sẽ khó xếp cho vững. Muốn cho chúng dính chắc vào nhau, chúng ta có thể phết một lớp keo dán. Như vậy phải tốn tiền mua keo. Số tiền này chỉ là bạc lẻ so với tiền mua một cây giáng sinh. Đã thắt chặt túi tiền thì thắt cho kỹ, tôi nhớ tới những ngày còn nhỏ khi làm thủ công: dùng cơm nguội. Đừng nghĩ tới chuyện tốn tiền gạo nấu cơm nếu không muốn trở thành... Scrooge!

Cái tên Scrooge đã trở thành tiêu biểu của tính hà tiện. Scrooge là nhân vật chính trong tác phẩm *"A Christmas Carol"* của văn hào người Anh Charles Dickens. Được xuất bản từ năm 1843, cái tên Scrooge đã thành một biểu tượng của tính keo kiệt. Đây là một lão già hay gắt gỏng, hám lợi, bần tiện, keo kiệt, xấu tính và cô đơn. Scrooge luôn thèm tiền, không từ một thủ đoạn nào để vơ vét, chộp, giật tiền của người khác.

Mùa Noel, chúng ta nên xởi lởi chút xíu cho vui nhà vui cửa. Nhưng cũng không cần chơi trội như công ty vàng bạc Ginza Tanaka ở Nhật. Mùa Giáng Sinh 2016, một cây thông vàng ròng cao 2 thước 4, rộng 1 thước 2 được trưng bày tại trung tâm mua bán Ginza ở Tokyo. Cây thông nặng 19 ký, được trang trí bằng 1200 thước dây vàng nguyên chất. Ông

Cây giáng sinh bằng vàng của Nhật.

Takahiro Ito, quản lý của công ty, cho biết: "Các sợi dây được làm bằng vàng nguyên chất, có độ tinh khiết cao nhất với tỷ lệ 99,99%, được các nghệ nhân xuất sắc của công ty hoàn thành. Chúng tôi muốn thế giới thấy kỹ thuật tuyệt vời của chúng tôi cũng như vẻ đẹp lấp lánh của vàng". Với cái giá 2 triệu đô Mỹ, công ty Ginza Tanaka không tin là có khách hàng nào dám mua cây... vàng này nhưng họ vẫn muốn phô bày kỹ thuật khéo léo của ngành kim hoàn Nhật Bản cho dân chúng khắp thế giới lè lưỡi chơi.

Chúng ta chắc chết khiếp với cây giáng sinh đắt giá này. Nhưng đây không phải là cây giáng sinh đắt nhất thế giới từ trước tới nay. Năm 2010, khách sạn Emirates Palace đã trưng một cây giáng sinh được trang trí bằng kim cương, đá *ruby* và các loại đá quý khác, trị giá tới 10 triệu đô Mỹ!

Dù có là đại gia, tôi cũng không mua những cây giáng sinh này. Chúng vô hồn và khoe của một cách trơ trẽn. Chúng ta đón ngày sanh của Đấng Cứu Thế bằng tâm hồn của một con người thành tín và thiện tâm. Vàng bạc châu báu không thể làm vẩn đục con người chúng ta.

Cây giáng sinh mang nhiều ý nghĩa nhất phải là cây thông của bà Shirley Holdsworth. Bà năm nay 52 tuổi, cư ngụ tại quận Burnley, hạt Lancaster bên Anh. Nhìn vào cây giáng sinh của bà, người ta không thấy chi lạ. Cũng những dây kim tuyến, trái châu, ngôi sao trang trí nhiều màu sắc. Nhưng cũng có những trái tim lủng lẳng quanh cây. Sự khác biệt nằm trong những trái tim này. Trong lòng những trái tim là tro cốt của những người thân đã ra đi. Năm 2015, cha bà vĩnh viễn rời cõi thế. Bà muốn làm một điều có ý nghĩa đặc

Bà Shirley Holadsworth và trái tim đựng tro cốt của người thân.

biệt để tưởng nhớ ông. Vốn là một thợ thủ công có tay nghề cao, bà bỏ một nhúm tro cốt của cha vào một chiếc lọ nhỏ rồi đặt vào trong một trái châu hình trái tim do bà tự làm. Ngày quan trọng nhất trong năm, ngày Giáng sinh, ngày gia đình sum họp đầy đủ, bà treo trái tim có tro cốt cha lên cây thông giữa nhà để ông có mặt cùng gia đình trong những giờ khắc trọng đại này.

Ý tưởng này được nhiều người hưởng ứng. Bà tâm sự: "Tôi làm những trái tim bé nhỏ, đặt vài chiếc lông vũ vào, sau đó đặt một chiếc lọ nhỏ chứa tro cốt của người đã mất. Tôi nhận làm cho những người có nhu cầu tưởng nhớ người thân, chẳng hạn như những bà mẹ mất con, con mất cha mẹ hoặc chồng vợ mất nhau". Cho tới nay bà đã nhận được nhiều đơn đặt hàng. Bà không muốn sanh lợi bằng cách bán buôn tình cảm của con người nên chỉ lấy giá 3 bảng Anh cho mỗi trái tim. Bà thổ lộ: "Họ đều là những người dân địa phương sống quanh đây. Tôi muốn giúp họ vơi đi nỗi đau mất người thân và làm ấm áp trái tim họ trong mùa Giáng Sinh. Tôi không có ý định kiếm tiền trên tro tàn của người đã khuất. Ban đầu tôi có cảm giác rất lạ nhưng giờ tôi đã quá quen. Tôi cảm thấy vinh dự vì mang đến hạnh phúc cho mọi người".

Giáng Sinh năm nay đã qua, năm mới vừa tới, nhân chuyện cây giáng sinh vinh danh nghề giáo được đặt tại thủ đô Washington, tôi đã khai bút. Tôi cũng đã từng là nhà giáo bất đắc dĩ hai lần. Lần đầu khi còn là sinh viên, dạy học để kiếm tiền ăn học. Lần thứ hai, sau khi đi cải tạo về, bị làm khó dễ đủ điều, đành phải chui vào dạy học cho yên thân. Mấy ông bạn âu yếm bảo tôi là giáo... gian. Nghề chính của tôi là chuyên viên nghiên cứu các vấn đề xã hội. Năm 1973, tôi có dịp tu nghiệp dài hạn tại Manila và được chỉ định công tác tại bệnh viện Cựu Chiến Binh. Đây là một bệnh viện phục vụ mọi tầng lớp dân chúng chứ không riêng chỉ các cựu chiến binh. Nơi tôi công tác là phòng Kế Hoạch Gia Đình. Phòng có khoảng chục nhân viên và sinh viên, toàn là nữ, chỉ có tôi lớ ngớ như con gà trống đi lạc. Giáng Sinh năm đó, mọi phòng thi đua trang trí. Cả chục cặp mắt long lanh nhìn vào tôi. Tôi nhìn vào chiếc tủ kính nơi góc phòng và... *eureka*. Trong tủ là đủ loại bao cao su nhiều màu sắc. Tôi chưa bao giờ thấy những chiếc bao có màu sắc lạ lùng như vậy. Toàn là màu nguyên thủy đậm đà không pha trộn. Xanh, đỏ, vàng, tím hoa cả mắt. Không biết họ pha màu làm chi. Có lần tôi các cớ hỏi một sinh viên ngành y tập sự, cô đỏ mặt, lí nhí nói là để cho thêm phần *exciting*! Tôi bảo mọi người lựa ra những bao màu xanh lá cây đậm và vài chục chiếc màu đỏ. Tôi phác họa hình cây giáng sinh trên tường phía ngoài phòng và bảo các nàng dán những chiếc bao màu xanh lá điểm thêm những chiếc bao màu đỏ làm trái châu. Cây giáng sinh đặc thù của phòng Kế Hoạch Gia Đình làm xôn xao cả bệnh viện. Các bác sĩ và y tá rầm rập bước qua liếc mắt ngắm một cách thán phục. Một cô bác sĩ trẻ tò mò hỏi ai có sáng kiến này, tôi lánh mặt nhanh như cắt trước khi các nhân viên nữ trong phòng bật mí tác giả.

Nay ngồi ngẫm nghĩ lại: cây giáng sinh này cũng có thể kể là một cây giáng sinh vinh danh nghề nghiệp như cây của anh Dito Sevilla ở thủ đô Washington. Nghề... bịt!

01/2022

CHÁU

Chuyện có lẽ chỉ xảy ra ở Ấn Độ. Đài truyền hình CNN đưa tin vào ngày 17/5/2022 vừa qua, ông bà Sadhana và Sanjeev Prasad nộp đơn kiện con trai, con dâu và gia đình sui gia đã không sanh cháu cho họ. Con trai họ, 35 tuổi, và vợ, 31 tuổi, đã làm đám cưới được sáu năm nhưng không chịu sanh cho họ một đứa cháu cho bằng người ta. Nhìn những ông bà dẫn cháu chơi ngoài công viên, hai người buồn tủi nghĩ tới phận mình. Trong đơn kiện, ông Sadhana và bà Sanjeev cho hạn trong vòng một năm, nếu con dâu không có thai, thì phải bồi hoàn số tiền là 50 triệu *rupees*, khoảng 643 ngàn đô Mỹ. Họ tính sao ra số tiền bồi thường này, luật sư của hai ông bà mót cháu này cho biết: họ đã chi ra 20 triệu *rupees*, khoảng 257 ngàn đô, để nuôi cậu con trai duy nhất học nghề phi công. Ngoài ra họ đã mua cho hai vợ chồng cậu một chiếc xe hơi và trả tiền đi trăng mật sau khi cưới. CNN cố tiếp xúc với cậu con trai nhưng không liên lạc được.

Cũng như hai ông bà Ấn Độ Prasad, chúng ta ai cũng mong có cháu. Thế hệ tôi, hưu hiếc hết rồi, đều muốn có tí cháu cho vui tuổi gần đất xa trời. Ông bạn Luân Hoán của tôi, con cháu đầy đàn, hình ảnh tràn lan trên Facebook, năm này qua năm khác, chưa bao giờ thấy ông ấy vơi đi niềm vui với con cháu. Tôi nhón một trong rất nhiều thơ ông làm cho cháu.

con lên mười bốn tuổi
cao được thước bảy rồi
ông sắp sửa tám mốt
lún thành đụn đất trồi

nhanh thôi ít lâu nữa
con chóng lớn theo đời
ông giật lùi trở lại
ngang bằng mặt cỏ thôi

Ông Khánh Trường, có tuổi trẻ bạt mạng, coi trời bằng vung, vậy mà cũng vừa tung lên Facebook: "Cuối năm nay hy vọng tôi sẽ có thêm cháu ngoại thứ 15. Vui!". Ông Quan Dương, vua nịnh, nịnh vợ chán chừ nịnh cháu: *"Sa Sa là cục kim cương của ông ngoại, biết làm thơ lại còn biết vẽ nữa thiệt là tài giỏi quá đi. Lớp Talented Art Class chỉ có bốn đứa thôi và tranh vẽ của Sa Sa được chọn treo trưng bày lên giá. Một tràng pháo tay dữ dội dành cho Sa Sa nè. Love you"*. Đó là bài ca dành cho cháu ngoại. Bài dành cho cháu nội đích tôn phải trội hơn, thơ ngút ngàn:

Con cháu họ Dương lắm đứa đẹp trai
Nhưng chỉ đẹp vừa đủ thôi làm vốn

Riêng tên nhóc này đẹp hơi lỡ trớn
Khiến tim ta cứ muốn nhảy ra ngoài
Mai mốt đây khi đến lúc ta đi
đã có đứa đội mũ rơm chống gậy
là mi đó . Thằng đích tôn của nội
Tên trong khai sanh: Thomas họ Dương
Mặt mũi này vừa bảnh lại oai phong
Nếu thêm tài làm thơ như ta nữa
Ta bảo đảm sau này đám con gái
Đứng xếp hàng chờ sửa túi nâng khăn

Có cháu hình như là một nhu cầu, hơn nữa, một hãnh diện cho tuổi già. Ngày xưa các cụ thấy cần thiết phải có cháu, nhất là cháu nội trai để "nối dõi tông đường". Ngày nay, chuyện nối dõi không còn là điều quan trọng nữa. Nối dõi chi khi thằng cháu đích tôn ngơ ngơ ngáo ngáo không hiểu một câu tiếng Việt hoặc có khuôn mặt lai giống bà mẹ đầm như hai giọt nước. Nhưng dù sao chăng nữa, các ông các bà vẫn không hụt niềm vui khi có cháu bế bồng.

Niềm vui đã được Giáo sư Đàm Trung Phán ở Toronto ví như "dòng đời". Những sinh vật nho nhỏ xinh xinh mở mắt chào đời đã nhắc lại quãng đời xưa của người vừa lên chức ông: *"Ngày cháu nội đầu lòng Edward của chúng tôi ra đời, tôi cảm nhận được một niềm vui lâng lâng rất khó tả. Cháu có khuôn mặt và đôi mắt giống bố và cái miệng giống mẹ của cháu. Nhìn đôi mắt cháu nội, cả một thời dĩ vãng hơn 35 năm trước đã trở về. Cũng là hai đứa bé trai mới sinh ra đời với khuôn mặt và đôi mắt giống nhau như đúc nhưng lại sinh ra cách nhau hơn 30 năm. Nhìn con trai tôi bồng con của hắn, ông nội nhớ lại cái thuở hắn mới sinh: đêm đầu tiên sau khi mang hắn về nhà, tôi đã thức trắng đêm để hâm sữa cho con và phụ giúp mẹ cháu vì thằng bé khóc gần như suốt đêm... Tôi nhoẻn miệng cười khi thấy cháu nội tôi đang ngáp ngủ và bố nó đang xoa lưng cho nó ngủ tiếp. Hóa ra đây là một hình ảnh trong cuốn phim "Dòng Đời" mà hai bố con tôi đã từng đóng vai chính và giờ đây tôi chỉ là một khán giả đang rung đùi ngồi thưởng lãm cuốn phim này! Lòng tôi thấy nhẹ nhàng với một niềm yêu thương với con, với cháu nội đích tôn: dòng đời không hề ngừng nghỉ từ đời này sang đời khác!".*

Niềm vui làm cha khi xưa mang theo bao nhiêu trách nhiệm và âu lo, niềm vui làm ông thoải mái nhẹ nhàng hơn nhiều. Chơi với cháu thích hơn chơi với con. Bà cong người chạy theo bước cháu, ông nhễ nhại mồ hôi đá banh, đuổi bắt hay trốn tìm. Mệt phờ người nhưng vắng cháu ít ngày là nhớ. Mùa dịch vừa qua, con *virus* nhỏ bé ngăn sông cách chợ, nhiều ông bà không gặp được cháu đã quay quắt vì nhớ. Thường thì bà nhớ cháu nhiều hơn ông. Bởi vì tình thương của bà khác của ông, khác vì lòng bà như lòng mẹ, thân mật hơn. Trong chuyện trông cháu, bà đóng vai chính, ông chỉ ầu ơ làm một thứ thợ vịn.

Có lẽ vì vậy, khi nói tới cháu, người ta thường nhắc tới liên hệ bà cháu hơn ông cháu. Chuyện cũng bình thường, các ông chẳng nên cự nự.

Ai làm nên cảnh bể dâu
Để bà đi mãi tìm đâu bóng bà?
Bà đi hiu quạnh cửa nhà

Giờ đây cháu nhớ lắm bà... Bà ơi!
(Hoàng Quỳnh Mai)

Người ta viết về tình bà cháu là chính, tình ông cháu chỉ là phụ, rất phụ. Báo mạng VnExpress trong nước tổ chức một cuộc thi viết về tình bà cháu (ông đi chỗ khác chơi!) đã nhận được tới 1.500 bài dự thi. Bài được độc giả chọn cho giải nhất là bài "Món cơm trộn và dép Lào" của Nguyễn Minh Hảo. Nhân vật chính là một đứa trẻ được sanh ra trong nghịch cảnh. *"Ba tôi từng là con nhà giàu có nhất vùng, vì yêu mẹ nên ra đi với hai bàn tay trắng. Tuy nhiên, ba không biết mẹ mang trong mình giọt máu của người khác. Khi biết được sự thật, ông hận mẹ, hận cả tôi, một đứa trẻ vô tội. Luôn luôn như thế, sau khi bị ba đánh, mẹ sẽ giáng những trận đòn thừa sống thiếu chết xuống thân thể bé nhỏ của tôi. Tôi không hiểu tại sao những đứa trẻ trong xóm được mẹ ôm nựng, gọi "Con ơi!", thậm chí đánh đòn xong, thế nào tụi nó cũng được mẹ thương hơn, được thưởng kẹo hay đền bù cái gì đó, trong khi đó với số lần bị đánh của mình, tôi nghĩ cũng đủ kẹo để mở quán đầu ngõ như bà Tám".*

Tình cảnh của cháu kéo bà ngoại từ Bắc vô Nam để chữa cháy. Bà tách cháu ra khỏi bố mẹ. Hai bà cháu sống trong cảnh túng bấn. Tại sao có cái tựa bài "Món cơm trộn và dép Lào", tác giả kể sự tình: *"Có rau ăn rau, có cháo ăn cháo, nhưng đôi khi hàng xóm cho miếng thịt là bà cháu vui như hội. Hồi đấy tôi ngây ngô đến mức, ngoại nói ngoại không thích ăn thịt, tôi mừng quá, ăn kỳ hết. Đợi tôi ăn xong, ngoại vét nước kho làm cơm trộn để ăn, món cơm đơn giản, trộn cơm không với nước hàn chan tý mắm vậy mà ngon đến mức* tôi đòi ăn thêm đến khi no bụng, còn vài muỗng ngoại mới ăn. Tôi biết khi còn là một đứa trẻ, mình không nghĩ được nhiều nhưng hồi tưởng lại thật quá đau lòng. Cứ mỗi lần ăn thịt kho là tôi khóc, mỗi muỗng cơm trộn nuốt vào là kỷ niệm ùa về làm tôi không ngăn được nước mắt. Một món đặc biệt mà chỉ ngoại và tôi biết, đó là "dép lào". Cái dép lào này không có thành đôi mà luôn chỉ có một, vì mỗi khi ăn vịt lộn, cả hai bà cháu chỉ có một trứng, bà nói: "Cháu ăn giùm bà đi, bà ngán quá, ăn béo lắm, bà chỉ thích ăn 'dép lào' thôi, cái này này", bà chỉ tôi "cục chì", là phần cứng ngắc màu trắng trong quả trứng mà chẳng bao giờ tôi nhai. Quả thật giống y như ăn dép lào vậy! Thấy ngoại thích quá, lần nào hàng xóm cho trứng, tôi cũng để phần "dép lào" cho ngoại. Ngoại già móm mém cố nhai và khen nức nở, tôi thấy ngoại vui nên cũng vui lây. Tôi lớn lên bên ngoại với rau cà và những bữa đột xuất có cơm trộn và "dép lào", hạnh phúc thật đơn sơ và giản dị. Nhìn đôi mắt mờ nhưng lại long lanh bởi những giọt nước mắt hạnh phúc của ngoại, đôi bàn tay run run không cầm chắc muỗng vì tuổi già, tôi chỉ muốn ôm ngoại thật chặt, mãi mãi không rời xa. Từ đó, mỗi khi ăn hột vịt với bạn cùng phòng tôi thường lấy "dép lào" của bạn để nhai. Nó ngon như phần trứng vậy. Tuy không béo, không thơm và khô cứng nhưng nó thấm đẫm những kỷ niệm yêu thương, giống như là ngoại đang cùng ngồi ăn với tôi. Có lẽ vì sự hy sinh của ngoại, tình thương của ngoại là thứ gia vị đặc biệt, thứ gia vị của hạnh phúc đã nêm nếm, biến phần dở nhất trong một quả trứng thành món hấp dẫn có một không hai trên đời".

Bà là một nhân vật đặc biệt, quấn lấy cháu như sam. Người bà buông bỏ tất cả, vào Nam giữ cháu nói trên kể là đã vượt một đoạn đường xa để tới với cháu. Nhưng cái xa đó thấm chi với bước đi của những người bà vượt đại dương tới với cháu. Khoảng cách địa lý đã dài nhưng khoảng cách văn hóa mới thật vời vợi. Một trong những người bà xuyên đại dương giữ cháu là bà Đỗ Thu Mai ở Hà Nội. Bà cho biết: "Bạn bác cũng có nhiều người đi chăm cháu xuyên quốc gia. Người sang Canada, người đi Pháp, bác thì đi Mỹ. Sang đó bác phải mất một tuần lễ để làm quen với múi giờ. Khi mới qua, bác cứ quen giờ Việt Nam nên ngày buồn ngủ nhíu mắt còn đêm lại thức. Nhiều hôm bế cháu, cứ tầm 4 giờ chiều lại buồn ngủ không chịu nổi". My, con gái bà, du học rồi lấy chồng người Mỹ. Hành lý khi qua Mỹ của bà gồm phần lớn là các nguyên liệu khô để chế biến các món ăn cho con gái ở cữ nhưng chuyện kiêng cữ sau khi sanh của sản phụ bên Mỹ khác với Việt Nam. Sản phụ vẫn ăn uống bình thường, tắm giặt thoải mái, chẳng kiêng cữ chi. Bà Mai là người biết nhập gia tùy tục. Mỹ họ làm sao, bà cũng chấp nhận như vậy. Điều bà thích thú nhất là bên Mỹ cũng khuyến khích sản phụ cho con bú sữa mẹ. *"Điều thú vị ở ở đây là họ cũng rất chăm cho con bú sữa mẹ. Không như bác tưởng ở Tây thì uống sữa ngoài nhiều. Khi My sinh con, công ty nơi My làm cấp cho đầy đủ một bộ để vắt sữa. Công ty cũng có phòng riêng để các mẹ đến đấy vắt sữa. Trong phòng có cả tủ lạnh vòi nước để rửa dụng cụ. Hộp đựng còn cách nhiệt để đá khô mang về. Khi My đi công tác, công ty còn chi trả để My chuyển sữa phát nhanh về cho con uống. Cũng may My nhiều sữa, nên Cam toàn uống sữa mẹ đến khi ăn dặm luôn"*. Khi bé Cam chưa thôi nôi, bà Mai đã phải về vì mẹ bà bị tai biến. Bé Cam, tuy còn nhỏ nhưng đã quen hơi bà, nên phải mất một thời gian mới quen với sự vắng mặt của người bà vạn dặm tới chăm sóc bé.

Bà thương yêu cháu, hy sinh cho cháu hầu như là một bản năng. Không người bà nào nghĩ tới lợi ích khi chăm sóc cháu. Nhưng có những lợi ích tự nó tới trong hành động bất vụ lợi này. Các nhà khoa học đã nghiên cứu đàng hoàng. Các bậc cha mẹ trong xã hội quá bận rộn hiện nay quả không đủ thời gian để gần gũi con cái như hồi xưa. Chưa kể tới những cha mẹ ly dị càng thiếu trách nhiệm với con cái hơn. Sự hụt hẫng đó được ông bà trám vào. Một cuộc nghiên cứu của Đại học Oxford cho thấy sự tiếp xúc thường xuyên giữa ông bà và cháu tạo ra sự an lành về mặt xã hội và tình cảm nơi trẻ em. Cuộc nghiên cứu có sự tham dự của 1596 trẻ ở Anh và xứ Wales. Ngoài ra các nhà nghiên cứu còn thực hiện 40 cuộc phỏng vấn kỹ càng các trẻ em thuộc nhiều độ tuổi, trình độ, xuất xứ khác nhau. Một trong những tác giả của bản nghiên cứu, Tiến sĩ Eirini Flouri, cho biết: "Mối quan hệ thân thiết giữa ông bà và cháu tạo nên những ảnh hưởng tích cực đối với những cú sốc trong đời của đứa trẻ, như việc ly dị hay ly thân của bố mẹ chẳng hạn. Ông bà sẽ giúp các cháu giữ được an tĩnh hơn".

Ngược lại, chăm sóc cháu cũng mang lại lợi ích cho ông bà. Viện Lão Khoa tại London đã làm một nghiên cứu với sự tham gia của 8.972 bà và 6.567 ông từ 50 tuổi trở lên, có một hoặc nhiều cháu, cư ngụ tại Áo, Bỉ, Thụy Sĩ, Đức, Đan

Mạch, Tây Ban Nha, Pháp, Ý, Hy Lạp, Hòa Lan và Thụy Điển. Cuộc nghiên cứu công phu kéo dài tới 5 năm và mang tới kết quả là mối quan hệ giữa ông bà và cháu mang tới cho ông bà niềm vui khiến tránh được trầm cảm và sa sút sức khỏe của tuổi già.

Thiệt vẽ chuyện! Trăm ông bà trông nom cháu thì cả trăm đều có thể nói họ không mưu cầu một chút lợi lộc chi trong việc trông nom cháu. Đó là thứ tình cho không biếu không. Nói vậy cũng chưa chuẩn. Phải nói đó là thiên tính của những người làm ông làm bà. Tính toán chi cho hụt cái tình!

05/2022

CHEFS

Ngày 29 tháng 3 sắp tới anh Chanthy Yen sẽ khai trương một tiệm ăn mới tại thành phố Montreal. Chuyện tiệm ăn tưng bừng khai trương hay âm thầm đóng cửa là chuyện thường tình, có chi đáng nói. Nhất là từ khi có đại dịch chuyện các nhà hàng mở đóng là chuyện chẳng ai ngạc nhiên. Nhưng tiệm ăn này khác vì cái tên Chanthy Yen. Yen hay Yến, tôi ước mong đó là cái tên có dấu mũ dấu sắc, nhưng mong muốn của tôi không thành sự thực. Được chút an ủi là anh Chanthy Yen là dân hàng xóm của chúng ta: anh là người Kampuchia. Một người Kampuchia làm bếp trưởng của Thủ Tướng Justin Trudeau của Canada.

Ông bà và cha mẹ anh di tản được tới Windsor, tỉnh bang Ontario, vào thập niên 1980. Anh được sanh ra tại đây. Ngay từ nhỏ, anh đã thích nấu ăn, suốt ngày quanh quẩn bên bếp của bà anh. Anh đã từng bôn ba khắp thế giới để theo học nấu ăn với các *chef* nổi tiếng. Ngày 21/9/2021, sau khi Thủ

Chef Chanthy Yen.

Tướng Justin Trudeau tái đắc cử chức Thủ Tướng Canada, Chanthy Yen nhận được một cú điện thoại mời làm đầu bếp riêng cho gia đình Thủ Tướng ở thủ đô Ottawa. Anh nhớ lại: "Tôi nghĩ đó là một trò đùa. Chắc một anh bạn tinh nghịch nào đó đã muốn giỡn với tôi". Nhưng đó là sự thực. Anh đã được ai đó giới thiệu. Và anh tới Ottawa nhận việc vào ngày 13 tháng 12. Anh lo nấu ngày ba bữa cho gia đình ông Thủ Tướng đẹp trai nhất thế giới! Dân Montreal được ăn giống ông thủ tướng đẹp trai có lây cái đẹp trai được không, dám lắm!

Nói tới *chef* thường chúng ta nghĩ ngay tới *chef cook*. Chẳng biết vì sao. Sếp là ăn trên ngồi trốc, có chức có vụ. Có thể vì người chăm lo cho cái bao tử là người làm một công việc quan trọng nhất cho đời sống con người. Nếu nắm bao tử của các sếp của quốc gia thì sếp quá đi chứ. Vậy nên họ mới tự hào mang danh *chef*. Những người mang chiếc nón trắng cao nghễu nghện trong các cung điện này đã tụ tập nhau thành một câu lạc bộ lấy tên là *"Le Club des Chefs des Chefs"*. Chủ Tịch của *club* hiện nay là Christian Garcia, sếp bếp của Hoàng Tử Monaco Albert II. Phó Chủ Tịch là Mark Flanagan, bếp trưởng của Nữ Hoàng Anh. *Club* hiện có 37 thành viên. Điều kiện duy nhất để có thể làm thành viên là giữ chân bếp chúa của các nguyên thủ quốc gia.

Cái tên tiếng Pháp *"Le Club des Chefs des Chefs"* là một sự ỡm ờ. Sếp của sếp có nghĩa chi? Là một loại sếp cao cấp hay là *chef* của các *chef*? Sếp nào cũng là sếp. Sếp trong bếp hay sếp của một đất nước. Ông Tây nào nghĩ ra cái tên này thiệt đáng nể. Người đó là ông *chef* Tây tên Gilles Bragard. Ông giãi bày: "Khi thành lập *"Club des Chefs des Chefs"*, tham vọng của tôi là để tôn vinh đầu bếp của các nguyên thủ. Kể từ khi thành lập vào năm 1977, mỗi năm tôi tổ chức hội họp các đầu bếp từ khắp nơi trên thế giới này lại với nhau, dành cho họ cơ hội trao đổi về ẩm thực của các quốc gia và thảo luận về các xu hướng bếp núc giữa các đồng nghiệp".

Mỗi năm các sếp của các người cầm đầu các quốc gia đều mở "hội nghị" tại một nước nào đó. Những người nấu ăn cho các nguyên thủ quốc gia được vị nguyên thủ của quốc gia tổ chức tiếp đón trọng thị. Năm 2014, họ tụ họp tại Luân Đôn, Nữ hoàng Elizabeth Đệ Nhị đã mời mọi người vào điện Buckingham. Năm 2020, cuộc tụ tập phải hủy vì Covid. Năm 2021, họ nhóm họp tại Paris, thủ đô của Pháp. Dư âm của con *Covid* vẫn chưa hết ám ảnh cuộc tụ tập. Các sếp tại Trung Quốc, Đại Hàn và Nam Phi không tới tham dự

Những chefs của các nguyên thủ quốc gia.

được. Sếp Criteta Comerford của Tòa Bạch Ốc từ năm 2005 phát biểu: "Lợi ích lớn nhất khi thảo luận với các *chef* khác trong dịp này là chia sẻ những kinh nghiệm về sự đồng nhất cũng như khác biệt của mỗi quốc gia. Chúng tôi bàn bạc và học hỏi lẫn nhau. Cũng nhờ những dịp tụ tập tại nhiều quốc gia này, chúng tôi hiểu thêm những vị lãnh đạo tại từng quốc gia". Điều này là cần thiết vì bếp trưởng không chỉ nấu ăn cho vị nguyên thủ của mình mà còn dọn ăn cho các vị nguyên thủ khác khi họ có những cuộc công du. Bài học ruột của các *chef* loại cha chú này là không bao giờ dọn các món có thịt thú săn và nội tạng đãi các nguyên thủ. Thiệt uổng. Nếu trên bàn tiệc có phá lấu chắc nhiều vị nguyên thủ cũng biết thưởng thức mồi nhậu rất bắt rượu này!

Ngoài hai điều căn bản trên, đầu bếp cũng được ban tiếp tân thông báo những thứ mà vị nguyên thủ khách không thích. Đặc biệt hơn, giữa các *chef* thường có một đường dây "ngầm" của các đầu bếp trong *club* này. *Chef* của vị khách sẽ thông báo cho *chef* của chủ nhà về sở thích ăn uống của nguyên thủ của mình để người này liệu cách ra thực đơn. Đường dây ngầm này luôn đầy đủ chi tiết và nhiều "mánh" làm hài lòng khách hơn.

Mỗi quốc gia đều có những khác biệt. Nếu bếp trưởng của tòa Bạch Ốc hay điện Buckingham đều có thể thoải mái nói về nguyên thủ của nước mình thì sếp Korson của Do Thái phải thủ khẩu như bình. Ông phải giấu kín thân phận của chính ông. Ông nói: "Do Thái là một nước nhỏ và không phải là nơi mà bạn có thể nói với mọi người bạn là người thân cận với thủ tướng. Nguy hiểm lắm. Vậy nên tôi không tiết lộ với mọi người tôi làm chi. Tôi muốn truyền kinh nghiệm cho những ai muốn nấu ăn cho các nguyên thủ rằng nếu họ có tự ái thì hãy dẹp đi. Hãy khiêm nhường. Bạn không thể vào đó với tự ái hay cố chứng tỏ cái tôi hoặc muốn có tên tuổi. Hãy nhớ bạn làm công việc này là để phục vụ. Phục vụ vị nguyên thủ, phục vụ đất nước và dân tộc của bạn".

Pháp là đất nước cởi mở, khác với Do Thái là cái chắc. *Chef* Guillaume Gomez, người nấu ăn cho bốn đời Tổng thống Pháp, tha hồ tiết lộ chuyện ăn uống trong... cung. Ông vừa cho xuất bản cuốn sách *"À la Table des Présidents"* trong đó ông kể nhiều chuyện vui quanh bàn ăn trong điện Élysée. Ngày 31/5/1961, Tổng thống Mỹ John F. Kennedy đến hội đàm với Tổng Thống Pháp Charles de Gaulle. Bữa đó ông Gomez làm món *velouté sultane*. Tôi thú thực không biết cái món vương giả này là cái chi chi. Chỉ biết món này là một "viên ngọc quý" còn được lưu trữ tại Thư Viện Quốc Gia Pháp. Buổi gặp gỡ giữa hai vị tổng thống rất quan trọng vì tương lai nhân loại được đặt trên bàn tiệc này. Đây là chặng đường dừng để hội ý của Tổng Thống Mỹ trước khi sang Vienna đàm đạo với Chủ Tịch Liên Xô Nikita Krushchev, khởi đầu cho việc "tan băng" trong thời kỳ chiến tranh lạnh. Một chuyện khác được ông Gomez kể trong sách xảy ra gần đây hơn. Ngày 6/6/2009, Tổng Thống Mỹ Barack Obama qua Pháp dự lễ kỷ niệm 65 năm ngày quân đội Đồng Minh đổ bộ lên bờ biển Normandie giải cứu châu Âu thoát khỏi Đức Quốc Xã. Thời khóa biểu của Tổng Thống Obama bị trễ nên ông chỉ có đúng 15 phút dùng cơm với Tổng Thống Pháp. "Chỉ có 15 phút và chúng tôi bắt buộc phải đáp ứng những đòi hỏi của các nhà lãnh đạo. Và thế là trong đúng 15 phút chúng tôi dọn bàn với hai khẩu phần cho hai nguyên thủ với đủ các món khai vị, món chính và tráng miệng. Họ không có thời gian nói chuyện nhiều nhưng 15 phút là đủ để dùng ba món ăn đó!". Giới thiệu cuốn sách này, Tổng Thống đương nhiệm Emmanuel Macron viết: "Mỗi ông "vua bếp" đều là những sứ giả của nước Pháp. Họ là những cánh tay đắc lực của những người điều hành đất nước, bởi mỗi bàn ăn ở Phủ Tổng Thống đều là một khoảnh khắc để chia sẻ, để trao đổi và để hòa đồng. Những ông vua ngự trong nhà bếp giúp cho giới lãnh đạo ngồi vào cùng một bàn, kết thân, dẫn tới đối thoại và mang lại hòa bình".

Bàn ăn trong cung điện luôn là một... nghi lễ khi có khách. Khách cũng đều là những tai to mặt lớn, nắm vận mạng của mỗi quốc gia. Nhiều nguyên thủ đôi khi nổi hứng hay muốn thay đổi hình ảnh trước mặt dân chúng nên đi... bụi. Kiểu đổi món này thường rất thành công. Dân chúng khoái chí khi thấy các nguyên thủ rời bỏ bàn ăn sang trọng để ăn uống bình thường như họ.

Nổi đình nổi đám nhất có lẽ là chuyện ăn bún chả Hà Nội của Tổng Thống Obama khi ông công du qua Việt Nam. Chuyện này chắc chúng ta đều còn nhớ. Buổi tối ngày 31 tháng 5 năm 2018, sau khi kết thúc ngày làm việc đầu tiên tại Hà Nội, *tonton* Obama và *chef* Anthony Bourdain tới quán bún chả Hương Liên trên đường Lê văn Hưu để ăn tối. *Video* và hình ảnh của bữa ăn dân dả này được gần như toàn thể giới truyền thông trên thế giới phát tán khiến dân ta khoái chí vô cùng. Món bún chả Hà Nội từ đó đã được gọi thân mật với cái tên không chính thức là "bún chả Obama". Đây là một cú "tuyên truyền" thành công mỹ mãn. Hình ảnh ông tổng thống da đen bỗng thân quen như người nhà.

Ông Obama này lắm chiêu lắm. Ông thích ăn bánh

Tổng Thống Obama và chef Anthony Bourdain ăn bún chả tại Hà Nội.

burger. Tháng 6 năm 2010, Tổng Thống Nga Dmitry Medvedev công du tới Mỹ. Ông dắt ông Medvedev tới nhà hàng chuyên bán *burger* nổi tiếng Ray's Hell Burger ở Arlington để ăn. Không biết ông Medvedev có thích thứ bánh bình dân rặt Mỹ này không nhưng cũng phải đi. Ông tổng thống khách *order* bánh *burger* kẹp hành tây và nấm trong khi ông tổng thống chủ nhà chọn món *burger* kẹp hành tây, xà lách, cà chua và dưa leo chua. Ông khách uống *coca* còn ông chủ nhà uống trà chanh. Hai ông chọn hai thứ ăn và uống khác nhau. Không biết có phải vì khác lập trường hay chỉ là khác khẩu vị. Nhưng hai ông cũng thuận với nhau được một thứ: cả hai đều *order* khoai tây chiên!

Hai nhà lãnh đạo khác, ông Thủ Tướng Ấn Độ Narendra Modi tới thăm ông Thủ Tướng Singapore vào tháng 11 năm 2015 để kỷ niệm 50 năm hai nước thiết lập quan hệ ngoại giao. Chủ nhà dẫn ông khách tới quán Komala Vilas trên đường Serangoon. Hai ông ăn món chay Ấn Độ gồm *idli, vadai và thosai*. Ông thủ tướng Ấn Độ chắc phải hài lòng vì được ăn món Ấn Độ giữa lòng Singapore. Thiệt là một cú ngoại giao bài bản!

Chịu chơi hơn là Thủ Tướng Anh David Cameroon. Ngày 22/10/2015, ông Tập Cận Bình của Trung Quốc quá bộ sang chơi Anh. Ông thủ tướng chủ nhà dắt ông bạn Á châu đi nhậu. Họ tới quán Plough kêu bia nhậu với cá chiên và khoai tây chiên. Không hiểu ông chuyên ăn cơm Tàu có khoái khoai tây chiên không nhưng rất vui vẻ chuyện trò với các dân nhậu có mặt tại quán. Ông thủ tướng chủ nhà còn hào hứng kể chuyện vui: ba năm trước ông cùng con gái

Nancy tới quán này và khi ra về đã bỏ quên cô con gái rượu! Nhậu xong, ông David Cameroon móc bóp trả 30 bảng Anh. Rẻ rề! Về tới nhà, ông Tập còn chơi điệu gửi *e-mail* cho chủ quán tên Steve Hollings cám ơn về chầu nhậu vui.

Thế giới này có một vị nguyên thủ không giống các nguyên thủ khác. Đó là Giáo Hoàng. Ngài vừa là quốc trưởng của quốc gia Vatican như bất cứ một nguyên thủ quốc gia nào trên thế giới tuy lãnh thổ chẳng rộng bao nhiêu. Ngoài thế quyền, Ngài còn là Giáo Hoàng của Công giáo La Mã, người cha tinh thần của hàng tỷ giáo dân trên toàn thế giới. Giáo Hoàng hiện nay là Francis I, người Argentine. Ngài nổi tiếng là một vị lãnh đạo hết sức giản dị. Chuyện ăn uống của Ngài ra sao? Báo La Nacion ở Argentine, vào năm 2009, cho biết khi còn là Hồng Y ở Argentine, Ngài sống rất ẩn dật. Chưa bao giờ Hồng Y Jorge Bergoglio đi ăn tiệm. Ngài thường ăn một mình và tự nấu ăn lấy trong một *apartment* tại thành phố Buenos Aires. Bữa ăn của Ngài gồm trái cây, rau *salad* và thịt gà đã lột da cùng với một ly rượu.

Năm 2013, Ngài lên ngôi giáo hoàng trong một hoàn cảnh không giống các vị tiền nhiệm. Giáo Hoàng trước đó, Ngài Benedict XVI, đã từ nhiệm. Giáo hội Công giáo có tới hai giáo hoàng còn sống. Toán đầu bếp cũ theo giáo hoàng từ nhiệm về tiếp tục phục vụ nơi cư ngụ mới của Ngài tại lâu đài Castel Gandolfo. *Chef cook* Sergio Dussin là người đã nấu ăn cho ba đời giáo hoàng trong 20 năm. Ông *chef* này quê quán tại Treviso, Ý, 65 tuổi tiết lộ: "Giáo Hoàng John Paul II thích măng tây, Giáo Hoàng Benedict XVI không bao giờ từ chối bánh *Sacher*, một loại bánh *chocolate* của thành

Chef Sergio Dussin nấu ăn cho ba đời giáo hoàng.

phố Vienne, còn Giáo Hoàng Francis I thường dùng bánh mì với *fromage* hoặc *pizza*. Ngài cũng thích ăn mì sợi và đậu".

Giáo Hoàng Francis I là vị giáo hoàng tông du nhiều nhất. Ngài thích tới gặp giáo dân trên khắp thế giới. Mỗi lần xuất ngoại như vậy, Ngài được các *chef* tại các địa phương phục vụ. Năm 2016, Ngài tông du Mexico, *chef* Koe Ibarra dọn ăn cả ba bữa trong ngày cho giáo hoàng. Ông cho biết Ngài rất dễ ăn nhưng phải chú ý Ngài có vấn đề về tiêu hóa nên không dọn các món cay hoặc mỡ màng. Trái cây phải không có hột. Ngay cả nước cũng phải mang từ Vatican theo vì có ít sodium. Bữa sáng của Ngài thường chỉ có thịt nguội, *fromage*, bánh mì và một ly trà xanh. Nấu ăn cho Giáo Hoàng Francis I dễ như chơi: "Tôi nghĩ ra món ăn trong đầu, tưởng tượng chắc Ngài rất thích. Vậy là nấu. Tôi phải chú ý tới việc trình bày món ăn sao cho đẹp mắt để xua đi vẻ giản dị của những món ăn bình dân".

Trong các cuộc công du, ăn uống là chuyện phụ với Giáo

Hoàng Francis. Chương trình của Ngài rất bận rộn. Thường Ngài chỉ có khoảng 15 tới 20 phút cho bữa sáng, 40 tới 50 phút cho bữa trưa và bữa tối khoảng chừng một tiếng. Vậy nên đầu bếp phải dọn rất nhanh vì Ngài luôn luôn chờ cho mọi người ăn xong mới rời bàn ăn.

Làm lớn nhưng Giáo Hoàng Francis không bao giờ quên cám ơn các đầu bếp đã nấu cho Ngài những bữa ăn rất ngon. Đó là cái tình chân chất của một nhân vật giữ chức vụ độc nhất trên thế giới: vừa là nguyên thủ quốc gia vừa là một nhà lãnh đạo tinh thần của cả tỷ người công giáo.

04/2022

CU TIN

Napoleon Bonaparte mà các cụ ta xưa phiên âm thành Nã Phá Luân, chắc ai đã cắp sách tới trường đều biết. Ông này văn võ toàn tài, rất thích chinh chiến và đã tạo được nhiều chiến công hiển hách, trở thành hoàng đế của Pháp. Ông đã mất được 201 năm, vào năm 1821, tại đảo Ste. Helène, nơi ông bị lưu đầy từ tháng 10 năm 1815. Trước đó ông đã bị lưu đầy tại đảo Elba của Ý nhưng đã vượt ngục, tập họp quân đội và cố gắng chinh phục Âu Châu một lần nữa. Ông làm mưa làm gió ở Âu châu trước khi bị quân Anh và Phổ đánh cho xất bất xang bang dẫn tới thất bại thảm thương trong trận Waterloo vào năm 1812.

Sống đã tạo sóng gió tại châu Âu, chết cũng nhiều chuyện mà lịch sử phải ghi lại. Ông mất vì bệnh ung thư dạ dày, giống như cha ông. Có giả thuyết nói ông bị đầu độc từ từ bằng thạch tín. Điều này để các sử gia lo, chúng ta nói chuyện khác. Khi ông trút hơi thở cuối cùng trên giường bệnh, 17 người có mặt trong đó có 7 bác sĩ người Anh, 2 hầu cận của ông, linh mục Vignali, người đầy tớ Ali và bác sĩ riêng của ông tên Francesco Antommarchi. Bác sĩ Antommarchi đã giải phẫu tử thi, cắt bỏ gan ruột, thả vào bình rượu *ethylic* để nghiên cứu sau. Thừa lúc đám đông hỗn loạn không chú ý, bác sĩ Antommarchi tiện tay cắt phăng dương vật của tử thi và giấu đi.

Dương vật được ông bác sĩ giao cho linh mục Ange Vignali cất giữ. Vị linh mục đã mang về đảo Corse, quê hương của Napoleon. Khi linh mục Vignali qua đời, của quý của người tạo giông bão tại Âu châu đã được trả lại cho gia đình Napoleon. Họ cất giữ tới năm 1916, gần một trăm năm sau ngày Napoleon mất. Dương vật sau đó vào tay ông Charles-Marie Gianettini, cháu của linh mục Vignali.

Ông này chắc có máu lý tài nên bán liền vào năm 1916 cho công ty bán sách và sưu tập Anh Maggs Bros. Ltd. có trụ sở tại London. Năm 1924, hộp đựng của quý được mô tả như "một đoạn gân được lấy từ cơ thể của Napoleon trong quá trình khám nghiệm tử thi", được bán cho nhà sưu tập người Mỹ tên A.S.W. Rosenbach, ngụ tại Philadelphia với giá 400 bảng Anh. Ông tiến sĩ Rosenbach này rất tự hào khi làm chủ được "báu vật". Đi dự tiệc hay hội họp ở đâu ông cũng khoe nhặng xị về chiến công này. Ông cho bảo tàng nghệ thuật Pháp *"Museum of French Art"* ở New York mượn trong một thời gian ngắn vào năm 1927 để trưng bày cho công chúng coi. Phóng viên báo Time tới coi và mô tả nó "như một chiếc dây cột giày da hoẵng bị co lại". Một phóng viên khác lại cho nó trông giống như "một con lươn bị teo lại". Thực ra

Hộp đựng thứ được cho là dương vật của Hoàng đế Pháp Napoleon

vật thể này không được bảo quản tốt nên nhìn bề ngoài có vẻ chỉ hơi giống dương vật, xù xì như một miếng da thuộc.

Tiếp tục cuộc phiêu du, 23 năm sau, của quý của Napoleon được Tiến sĩ Rosenbach bán lại cho nhà sưu tập Donald Hyde. Sau khi Hyde qua đời, vợ ông lại bán cho nhà sưu tập John Fleming. Fleming bán tiếp cho Bruce Gimelson. Mua xong, Gimelson ký gửi nó cho nhà bán đấu giá Christie's ở London. Người thắng trong cuộc đấu giá là bác sĩ tiết niệu John Lattimer. Cuối cùng, vào năm 1977, Lattimer quyết định chấm dứt hành trình di chuyển lung tung của cậu nhỏ này bằng cách giấu kín dưới gầm giường, không cho ai coi nữa. Nhà tiết niệu học Lattimer mất vào năm 2007, cậu nhỏ của Napoleon được bà Evan, con của Lattimer, cất giữ. Kể từ đó, không có tin tức chi thêm về bửu bối nho nhỏ của vị hoàng đế lừng danh của nước Pháp.

Thiệt chóng mặt với cuộc chu du hơn trăm năm của cậu nhỏ của ông vua danh vang khắp thế giới. Mà nhỏ thiệt. Bửu bối của Napoleon có kích thước chẳng đáng chi. Chỉ dài có 1,5 inch (3,8 phân). Thiệt đáng xấu hổ với một con người chọc trời khuấy nước. Trong cuốn *Napoleon's Private*, tác giả Tony Perrottet tiết lộ: "Nó nằm trong một chiếc hộp da nhỏ, đã được sấy khô trong không khí, không dùng *formaldehyde* hoặc các hóa chất khác nên trông giống như miếng thịt bò khô".

Tôi nghĩ chẳng nên mất nhiều thời giờ về thứ mà đàn ông ai cũng có, và có một cách hùng tráng hơn. Nhưng chính sự nhỏ thó bất thường của nó đã làm nên tính cách của Napoleon khiến thay đổi cả lịch sử. Vậy mới biết nó bé nhưng là thứ bé hạt tiêu cay nồng.

Không biết có phải vì kích thước khiêm nhường của cậu nhỏ không mà đời sống tình dục của Napoleon rất nản. Ông chiếm hạng bét trên giường chiếu. Thời lượng một cuộc mây mưa của ông rất chóng vánh. Đây là một bi kịch ám ảnh ông suốt cuộc đời. Bi kịch thêm... bi khi chỉ ở tuổi 42 ông đã... giã từ vũ khí. Đời sống của một quân vương lừng lẫy trên chiến trường khiến ông có rất nhiều phụ nữ say mê. Ông cũng đáp lại nhưng chỉ là những mối tình chay tịnh. Hai bà vợ của ông đều có một cuộc sống tình dục riêng với những người đàn ông khác. Sừng ông mang trên đầu chắc có số lượng không ít.

Thông thường anh đàn ông nào cũng muốn thể hiện mình như một người hùng. Hùng có nghĩa là chinh phục được phái yếu. Muốn vậy, kích thước của vũ khí là một yếu tố quan trọng. Ngay từ thời xa xưa, các nền văn hóa đều cho dương vật là sức mạnh và uy quyền của một nam nhân, làm sinh sôi nảy nở giống nòi và lòng tôn kính của người phụ nữ. Ngay từ những năm trước công nguyên, các vị vua chúa đã được tôn vinh bằng những bức tượng hay tranh chân dung với một cậu nhỏ có kích thước khổng lồ. Tại các lăng mộ chôn cất các vị vương, các nhà khảo cổ đã tìm thấy những di chỉ khắc hình những dương vật vượt tầm cỡ. Các nền văn hóa La Mã và Ai Cập không hiếm những tác phẩm được khắc chạm với những dương vật khổng lồ tượng trưng cho sức mạnh. Như thần Geb, một vị thần đất được dân Ai Cập vô cùng tôn kính, khi tạ thế đã được tạc một bức tượng với dương vật vừa to vừa dài hướng thẳng lên trời trong một tư thế đầy kiêu hãnh. Dân La Mã cũng có một vị thần đất tên Priapus. Vị thần này cũng đã được tạc tượng với thân hình cuồn cuộn bắp thịt và một chiếc dương vật có kích thước khủng chĩa thẳng về phía trước.

Không phải ngẫu nhiên mà người ta nói khúc thịt lắm chuyện của nam giới là của quý. Nó quý thật. Càng sừng sỏ càng quý. Một trong những yếu tố tạo nên sức mạnh sừng sỏ này là kích thước của nó. Anh nào sở hữu thứ... vĩ đại coi như mình được tạo hóa ưu đãi. Anh nào chịu cảnh xinh xinh thường có mặc cảm. Mặc cảm tự ti thường biểu hiện thành tính hiếu thắng và hiếu chiến. Napoleon ưa chinh chiến và hiếu sát chính là vì sự thua kém của thứ được coi là hùng dũng của một nam nhi.

Nhà độc tài Hitler cũng rứa. Hitler độc tài và tàn ác như

thế nào, ai cũng đã rõ. Nhưng tại sao nhân vật lịch sử khét tiếng này lại dễ sợ như vậy? Hai nhà sử học Jonathan Mayo và Emma Craigie viết trong cuốn *"Hitler's Last Day: Minute by Minute"* (Ngày Cuối của Hitler: Từng Phút): "Hitler được cho là có hai dị dạng ở bộ phận sinh dục: thiếu một tinh hoàn và niệu đạo không nằm ở đầu dương vật (*hypospadias*)". *Hypospadias* là một chứng bệnh hiếm và có nhiều mức độ. Hitler bị mức độ cao nhất, niệu đạo nằm ở cuối dương vật khiến cho bộ phận này có kích thước rất nhỏ.

Hội chứng này khiến Hitler phải đi tiểu thông qua một lỗ nhỏ trên dương vật chứ không phải bằng đầu dương vật như các nam nhân bình thường khác. Hai khiếm khuyết nơi cậu nhỏ của nhà độc tài lớn này được cho là nguyên nhân của tính khí kỳ quái của Hitler. Ông thường xuyên nổi giận và rất sợ bị người khác coi thường. Bác sĩ Theodor Morell, bác sĩ riêng của Hitler, đã phải cho ông uống nhiều loại *hormone* và thuốc kích thích để cải thiện ham muốn tình dục của nhà độc tài này.

Nhà sử học người Anh Ian Kershaw viết trong một cuốn tiểu sử Hitler là nhà lãnh đạo Đức Quốc Xã gốc Áo này đã tự kiêng cữ các hoạt động tình dục vì sợ bị nhiễm trùng và mắc các bệnh truyền nhiễm khác. Trong khi đó nhà viết tiểu sử người Đức Hike Gortemaker lại cho rằng nhà độc tài phát xít này có một đời sống tình dục viên mãn và một cuộc sống hạnh phúc với nhiều tình nhân. Ngay cả người tình Eva Braun, người đã cùng tự sát với Hitler vào ngày 30/4/1945, cũng đã từng chung tình với nhà độc tài.

Chuyện nhà độc tài phát xít có của quý khác thường là

một thú vị cho phe Đồng Minh trong Thế Chiến II. Họ đặt ra một bản nhạc mang tên: *Hitler Has Only One Ball* (Hitler chỉ có một viên bi!). Binh lính Đồng Minh rất khoái chí khi hát bài này. Thực ra đây chỉ là bài hát chế lời của bài *Colonel Bogey March*, tác giả của lời chế này không biết là ai. Chắc nhiều người thuộc thế hệ cùng với tôi còn nhớ cuốn phim Cầu Sông Kwai *(The Bridge of River Kwai)* được sản xuất vào năm 1957 với các diễn viên gạo cội Alec Guinness, William Holden, Jack Hawkins và Sessue Hayakawa. Bản nhạc của phim mà chúng ta quen gọi là bài "Cầu Sông Kwai" chính là bài *Colonel Bogey March*.

Bài nhạc chế *Hitler Has Only One Ball* có lời như sau:

> *Hitler has only got one ball,*
> *Goering has two but very small,*
> *Himmler is rather sim'lar,*
> *But poor old Goebbels has no balls at all.*

Tạm dịch: "Hitler chỉ có một bi / Goering có hai nhưng rất bé / Himmler cũng dzậy / Nhưng ông già đáng thương Goebbels lại chẳng có bi nào". Tên các nhân vật được nhắc trong bài hát đều là các cận thần của Hitler. Theo các nhà nghiên cứu thì bản nhạc này được phổ biến vào năm 1939, khi đang có Thế Chiến II giữa Phát Xít Đức của Hitler và các nước Đồng Minh. Đây là một chiêu tuyên truyền miệt thị cái giống của các tên phát xít nhưng không chỉ trích dân Đức khi cho các nhà lãnh đạo phát xít vì khiếm khuyết tại cơ quan sinh dục nên mới nổi điên sanh ra tàn ác vô nhân tính. Đây là một kiểu tuyên truyền dìm hàng các tướng địch để nâng cao tinh thần binh lính Đồng Minh.

Trở lại với cuốn phim "Cầu Sông Kwai". Đây là một kiệt tác của nghệ thuật thứ bảy, được coi như một tác phẩm lớn của mọi thời. Cuốn phim đã chiếm bảy giải Oscar kể cả giải "Phim Hay Nhất". Bài hát này khi được lồng vào phim đã trở thành một bài *hit* trong giới trẻ. Ngày xưa, khi coi phim này, tôi cũng là một người trẻ. Cho tới bây giờ tôi vẫn có thể ê a rất đúng nhịp, đúng điệu bài hát. Có lẽ các bạn tôi cũng vậy. Chúng ta cứ thử hát lời bài hát trích ở trên coi. Vẫn còn rất ngon cơm. Nhưng có một chuyện hậu trường khi quay phim rất lý thú. Trong phim, bài hát được các binh sĩ Đồng Minh đồng ca khi đang bị tù trong một trại giam của quân phiệt Nhật tại Miến Điện. Nhật là một đồng minh với phát xít Đức, cùng phe Trục, trong Thế Chiến II. Cảnh trong phim là cảnh các tù binh Đồng Minh được điều động làm cây cầu bắc qua sông Kwai nối giữa Bangkok và Rangoon. Trong kịch bản đầu tiên của đạo diễn David Lean, các tù binh sẽ hát với lời của bản *Hitler Has Only One Ball* để diễn tả sự chống đối của tù binh. Nhưng bà vợ góa của tác giả bài chính gốc *Colonel Bogey March* phản đối, không muốn cho hát lời chế của bản nhạc trong cuốn phim. Cuối cùng mọi người đồng ý không hát lời trong phim. Các tù binh chỉ huýt sáo điệu nhạc, ai muốn hiểu lời nào tùy ý! Khi coi phim, tôi lại khoái cảnh huýt sáo này, nghe vừa hào hùng của nhịp quân hành vừa như cất giấu nỗi ẩn ức trong lòng các thân phận tù đầy. Sau này, khi bị nhốt trong trại tù cải tạo của cộng sản, những lúc muốn bày tỏ nỗi căm phẫn, chúng tôi cũng huýt sáo bài này. Nghe thấy một người huýt, lập tức mọi người bắt theo. Người nào cũng nước mắt lưng tròng.

Chuyện mấy anh chim nhỏ ác lớn tưởng đã chấm dứt với cái chết của Hitler vào ngày 30/4/1945, ai ngờ 77 năm sau, trong thời đại văn minh, lại đẻ ra một anh khốn lịn khác, anh Vladimir Putin. Anh này gốc KGB, tàn ác số một. Khi không, thế giới đang yên bình, anh lại ào ạt mang quân sang tấn công nước láng giềng nhỏ bé Ukraine. Máy bay, xe tăng, phi pháo đủ mọi cỡ được anh dùng hết với quyết tâm làm cỏ Ukraine, bắt quy hàng trong ba ngày. Ba ngày mơ ước đó không bao giờ tới, anh nổi điên ra tay tàn sát. Quân Nga pháo kích vào khu dân cư, bệnh viện, nhà thờ giết hại không biết bao nhiêu dân lành trong đó có nhiều trẻ em. Bù lại lính Nga chết như rạ, máy bay, xe tăng và các chiến cụ khác phơi thây trên chiến trường cũng lắm. Putin điên tiết bỏ bom, pháo kích vô tội vạ, gần như muốn san bằng đất nước có nhiều di tích văn hóa và lịch sử quý giá. Nhìn cảnh dân Ukraine dùng bao cát quây bảo vệ những tượng đài trên các quảng trường mà xót xa cho nền văn minh của nhân loại. Con người không tim Putin bị hầu như toàn thế giới nghỉ chơi, cấm vận, bị *tonton* Mỹ Biden gọi là tên đồ tể, tội phạm chiến tranh, và kẻ thù của nhân loại.

Putin là một người ưa phô trương sức mạnh. Những tấm hình ông cởi trần đi bơi, đi săn hoặc phô trương võ nghệ được phổ biến rộng rãi có phải để che giấu một thứ mặc cảm nào không? Tâm lý gia Jenifer Higgins lý giải: "Thông thường một người trung niên có của quý nhỏ chỉ mua một chiếc xe xịn Ferrari hoặc khởi sự một cuộc du lịch không gian. Nhưng khi người đó có trong tay một đội quân thuộc hàng lớn nhất thế giới, vấn đề sẽ khác hơn". Và bà khôi hài

Vladimir Putin.

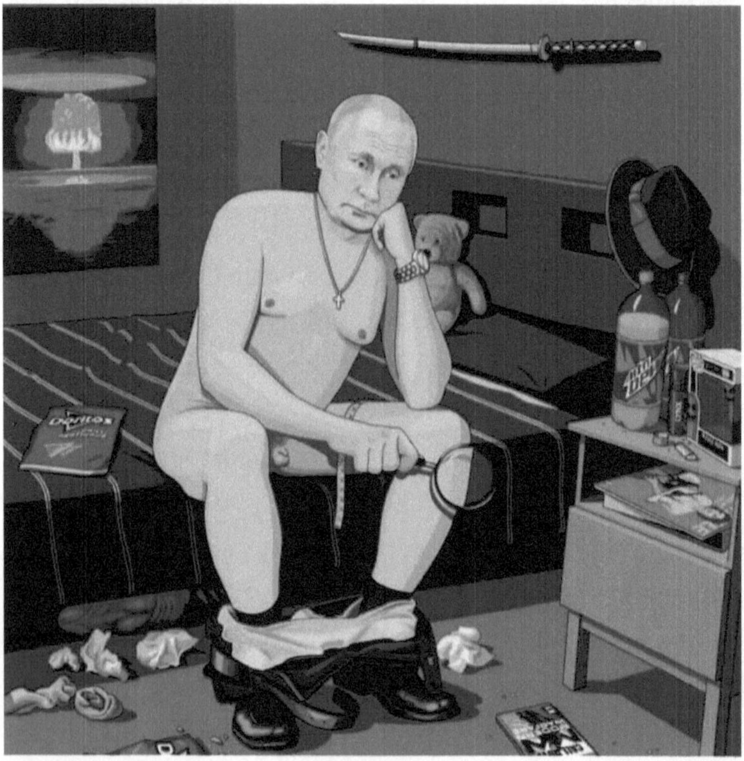

Biếm họa Putin.

đề nghị quân NATO đột nhập vào Nga, ghép dương vật khác cho Putin. Bà viết: "Đó có lẽ là phương cách nhanh nhất để chấm dứt chiến tranh!". Nhà văn nổi tiếng người Pháp Frederic Begbeder hô hào: "Các bạn Ukraine thân mến! Ba ngày trước đây, tôi nghĩ Zelensky (Tổng thống Ukraine) là một anh hề, nhưng nay tôi biết ông có cặp bi lớn nhất thế giới. Và Vladimir Putin không chỉ là một tên điếm đàng mà còn là một tên chết nhát và lố bịch. Ông ta có một dương vật rất, rất nhỏ, một con chim rất rất nhỏ!".

Chuyện thuộc về lịch sử luôn cần sự tìm tòi nghiên cứu thêm. Không biết chuyện chim nhỏ của các "đồ tể" có bao nhiêu phần chính xác nhưng tôi khoái hướng nghiên cứu này. Hóa ra những chuyện lớn tày trời của nhân loại lại có nguyên do từ những cái rất nhỏ.

04/2022

CỨ TƯỞNG BỞ

Ngày 7/2 vừa qua, một bé gái đi chơi xuân tại Mèo Vạc, Hà Giang, đã bị một nam thanh niên trẻ khống chế, giằng co giữa đường trước sự chứng kiến của nhiều người. Cô bé kêu la, gào thét phản đối nhưng nam thanh niên vẫn không dừng lại. Đám đông vẫn dửng dưng chứng kiến. Họ cho rằng thanh niên này đang thực hiện tục bắt vợ của người H'Mong nên không cần can thiệp. Một công an đã tới kịp thời để giải cứu cô bé.

Trước đó một ngày, tại Sa Pa, Lào Cai, cũng xảy ra một vụ tương tự. Một cô gái bị một nhóm thanh niên nắm chặt tay chân bắt về làm vợ. Cô gái chống cự kịch liệt, nắm chặt tay cô bạn đi cùng nhưng vẫn bị khiêng đi dưới trời lạnh giá. Cô đã phản ứng kịch kiệt. Khi thì ngồi xuống khóc, khi thì nằm xuống đường trì kéo nhưng đám thanh niên vẫn không dừng lại.

Quả là người H'Mong có tục bắt vợ nhưng không phải

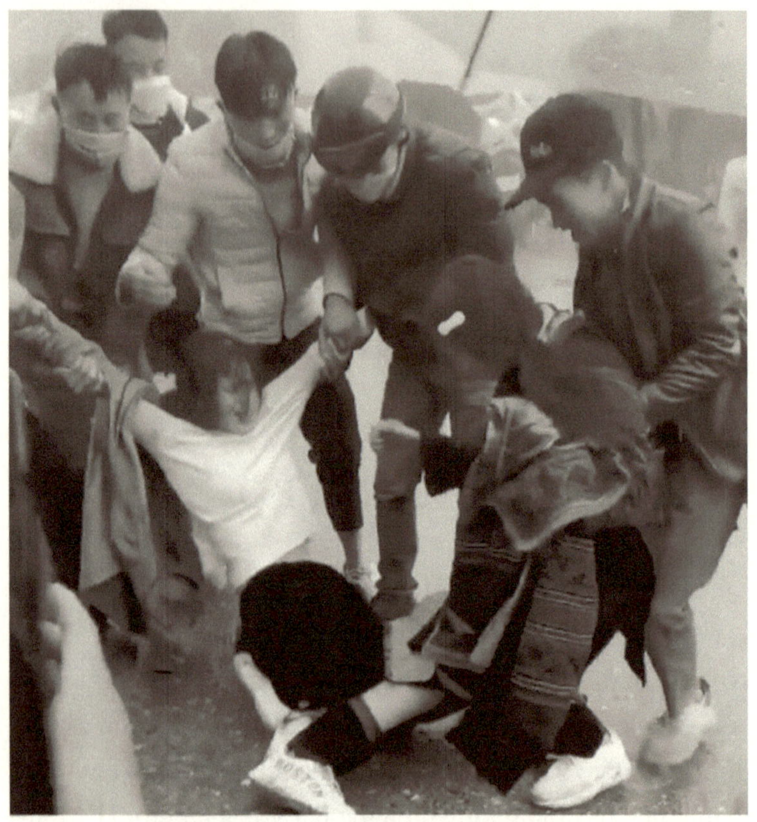

Cảnh "bắt vợ" ở Sa Pa vào sáng mùng 6 Tết Nhâm Dần.

bắt khơi khơi ngoài đường xá như vậy. Theo Tiến Sĩ Nguyễn Hùng Vĩ, Giảng viên Đại Học Xã Hội và Nhân Văn Hà Nội, thì tục bắt vợ là một hình thái đặc biệt của hôn nhân ngày xưa của người Việt chứ không riêng gì của người H'Mong. Tập tục này đã chết trong cộng đồng người Kinh từ lâu nhưng vẫn được duy trì trong cộng đồng người H'Mong. Nhưng thấy một cô gái vừa mắt đi ngoài đường, hè nhau bắt về làm vợ, không phải là tục "bắt vợ". Bắt vợ trong phong tục của người H'Mong chỉ là một màn kịch. Trai H'Mong chỉ bắt

Cảnh "bắt vợ" ở Hà Giang ngày 7 tết Nhâm Dần.

tình nhân của mình. Hai người đã yêu nhau nhưng vì một lý do nào đó gặp trắc trở trong chuyện cưới xin, thường là vì không đủ tiền cưới, đồng lòng diễn màn kịch bắt vợ để đi tắt. Người con gái trong trường hợp này cũng sẽ chống cự nhưng cuối cùng sẽ bằng lòng theo chàng trai về nhà.

Ông Vương Duy Bảo, nguyên Cục Trưởng Cục Văn Hóa, cho biết là nhiều dân tộc thiểu số chứ không chỉ dân tộc H'Mong có tục lệ gọi là "kéo dâu", không phải "bắt vợ". Ông giải thích: "Với người Kinh, khi một đôi nam nữ muốn trở thành vợ chồng sẽ cần các thủ tục như chạm ngõ, ăn hỏi, cưới xin thì người dân tộc cũng vậy. Tuy nhiên do nhiều gia đình không có đủ điều kiện thực hiện đủ các mục trên nên người dân nghĩ ra tục "kéo dâu" để rút ngắn các thủ tục, tiết kiệm chi phí. Thủ tục này được người H'Mong đồng tình công nhận. Nhưng điều kiện tiên quyết là đôi nam nữ phải yêu nhau, mong muốn trở thành vợ chồng, và cả hai tự nguyện kéo dâu. Trước khi tổ chức kéo dâu, chàng trai sẽ thông báo cho gia đình mình chuẩn bị mâm cơm, đồng thời hẹn bạn bè và cô gái mình thích ra một địa điểm đã thỏa thuận. Tại đây, chú rể, bạn bè sẽ cùng "kéo" cô gái về nhà mình, chàng trai sẽ nắm tay cô gái đi trước. Khi vào nhà, bước qua cửa nhà trai, bố mẹ chồng tương lai của cô gái sẽ đợi sẵn ở cửa, cầm con gà trống, quay trên đầu cô gái ba vòng phải, ba vòng trái. Đồng thời sẽ làm mâm cơm thắp hương khấn vái tổ tiên chứng giám cho người con dâu mới. Nhà trai sau đó sẽ cử một đoàn đại diện sang thông báo với nhà gái rằng: "Con gái ông bà đã ưng thuận về làm dâu nhà tôi. Chúng tôi cũng đã làm lễ báo cáo với tổ tiên". Chỉ cần như vậy là chàng trai, cô gái chính thức trở thành vợ chồng mà không phải trải qua bất cứ thủ tục cưới hỏi rườm rà, tốn kém nào nữa".

Tiến Sĩ Trần Hữu Sơn, nguyên Giám Đốc Sở Văn Hóa Thể Thao và Du Lịch tỉnh Lào Cai, người đã có nửa thế kỷ gắn bó với các dân tộc thiểu số miền Bắc, đã kể lại câu chuyện do chính ông chứng kiến và tham gia: "Trong một buổi xế chiều một ngày đầu thập niên 70 của thế kỷ trước, tôi, một thanh niên miền xuôi mới ra trường lên vùng cao công tác, nhìn phiên chợ huyện Bắc Hà tan, từng tốp người ngựa đi về. Cảnh hay nhất là cảnh người vợ dắt ngựa, người chồng lắc lư trên mình ngựa. Ở một gốc cây trước dinh nhà ông Hoàng A Tưởng có anh chồng nằm ngay dưới bãi cỏ, chị vợ giương ô nhẫn nại che nắng cho chồng. Ông mải mê quan sát và chụp ảnh... Bỗng có những tiếng quát to bằng ngôn ngữ H'Mông. Ông quay ra thấy ba người rượt đuổi theo một cô gái. Người kéo tay, người đẩy lưng cô gái chạy về phía bản Phố. Người dân đứng bên đường xem, có người nói to "cướp vợ" đấy! Ông vội đuổi theo định can thiệp. Ông gỡ tay người đàn ông ra, hô to với cô gái: "Chạy đi!" Nhưng cô gái không chạy, má đỏ bừng, miệng cười tươi, không có vẻ gì là nạn nhân bị "cướp" cả. Cô gỡ tay ông ra đi theo ba người đàn ông. Xa xa, một tốp đàn ông H'Mông khác đang đuổi đến. Tốp "kéo vợ" cùng cô gái chạy nhanh về thôn. Hóa ra đây là tục "kéo vợ" chứ không phải "cướp vợ". Hỏi ra mới biết, cô gái và chàng trai này yêu nhau nhưng nhà gái thách cưới cao quá: 1 con trâu, 200 lít rượu, 10 sinh ngô (khoảng 250 kg), 3 con lợn to. Chàng trai nhà nghèo không thể chuẩn bị được lễ vật bèn tổ chức "kéo vợ". Thế là tôi cũng tham gia, đi được một đoạn đường ngắn, tôi được khoác một chiếc áo H'Mông lên người. Một ông lại nhờ tôi cầm tay dìu cô gái. Và ông ta cũng nhập đoàn kéo nhanh cô gái đi. Sau tôi mới biết người đi kéo vợ phải là số lẻ từ 3 hoặc 5 người. Lúc đầu tôi tham gia lại thành 4 người thì một ông chân tập tễnh cũng phải tham gia cho đủ 5 người. Cô gái dù đau chân đi cà nhắc vẫn nhắc: "Anh trai khỏe lắm, sắp đến rồi". Cô gần như quên đau, không cần chúng tôi dìu, chạy nhanh về làng. Đến cửa nhà, ông chủ nhà cầm con gà trống ra quay trên đầu cô gái ba vòng. Như vậy ma cửa đã công nhận cô con dâu là thành viên của gia đình. Đoàn anh trai cô dâu đuổi đến nơi định cướp lại em gái nhưng thấy lễ nhập ma đã xong đành bỏ về".

Thì ra "bắt vợ" là như vậy. Đừng mơ đi đường thấy em gái nào xinh xắn dễ thương muốn bắt là bắt. Như bắt thú trong rừng. Thiệt bé cái lầm. Cứ tưởng bở!

Thuở còn thanh niên, lũ chúng tôi rất thích đọc truyện về

đường rừng. Nơi miền cao đó có nhiều thứ hấp dẫn. Chuyện ma hời, chuyện bùa chú, chuyện phong tục tập quán của dân miền núi khiến chúng tôi say mê. Các truyện đường rừng của Lê văn Trương và Lan Khai là thứ mà chúng tôi say mê ngấu nghiến hàng ngày.

Khi tới tuổi dậy thì, biết tò mò chuyện nam nữ, truyện đường rừng của Lê văn Trương, Lan Khai và các tác giả khác không còn hấp dẫn chúng tôi nữa. Chúng tôi tìm tới những chuyện "người lớn" hơn như chuyện "bắt vợ" và chuyện... *cuôi ba dùm*. Khoảng năm 1964, trên báo Bách Khoa có đăng một truyện ngắn của Vũ Hạnh có cái tên lạ hoắc *"Cuôi Ba Dùm"*. Tác giả lên miền thượng mà lòng vui như mở hội vì biết nơi này có tục *cuôi ba dùm*. *"Đến khi được biết sẽ lên nghỉ ngơi nhiều ngày tại mạn Đông Đường và các cô gái miền này thường cuôi-ba-dùm - nghĩa là nằm ngủ thân ái với người khách lạ - thì tôi bắt đầu nhận thấy núi rừng không phải chỉ là vắt sên hút máu, đèo dốc cheo leo, thác nước ồ ạt tuôn đi không kể tháng ngày. Lên đường lần này tôi đã tỏ ra hết sức hăng hái, y như một người đeo đuổi trước mắt lý tưởng cao siêu. Nhưng đến cái dốc thứ chín, thì tôi cảm thấy rõ rệt qua cặp đầu gối, rằng mỗi một món tình yêu chưa đủ khuyến khích con người. Tới lúc bước vào cái buôn đầu tiên, gặp hai cô gái đã già ngồi bên suối nước, phô cặp vú xệ gần chấm cái váy cụt ngủn nhạt màu, giương mắt đục lờ nheo nheo nhìn tôi rồi nở nụ cười ngây ngô giới thiệu cả hai hàm răng đã cà mòn nhẵn thì tôi ngơ ngác và loay hoay mãi vẫn không nhớ được cái thằng ngốc nào đã từng mơ ước kết duyên với cô gái Thượng"*.

Không phải tất cả đàn bà trên bản đều là những bà già vú xệ, tác giả đã tình cờ gặp một cô gái trẻ đẹp tên Y-Sao trong một đêm vui lửa trại. Với một ít tiếng dân tộc ăn đong, nhân vật xưng "tôi" tà tà tiến tới: *"Tôi mến Y-Sao lắm lắm". Nàng cười vui vẻ: "Y-Sao cũng mến các anh lắm lắm". Con đàng gần đến, nếu dừng bước lại thì hóa xa xôi, tôi bèn đánh bạo nói tiếp: "Đêm nay tôi ngủ nhà Y-Sao nhé?". Y-Sao gật đầu. "Cuôi-ba-dùm nhé?". Y-Sao lại gật, mỉm cười tự nhiên, cúi xuống nướng bắp. Thế là nàng chịu "cuôi-ba-dùm moi măn" (ngủ thân ái một đêm) với tôi rồi! Không ngờ câu chuyện dễ dàng như vậy. Nhiều khi ta chạy hàng chục vòng tròn vô ích chung quanh chỗ ngồi dọn sẵn từ lâu".*

Đêm đó, tí ta tí tởn theo nàng về nhà, anh chàng "tôi" trong truyện như mở cờ trong bụng. Ước nguyện tưởng xa vời vợi bỗng nằm trong tầm tay. *"Y-Sao ngoan ngoãn nằm xuống. Tôi vuốt má nàng. "Thương Y-Sao lắm". "Y-Sao thương các anh lắm". "Cứ thế! Không thương tôi à?". "Thương chứ. Thương nhiều lắm đấy". "Y-Sao làm vợ tôi đêm nay nhé?". "Chẳng hiểu". Tôi nghĩ: "Trời ơi! Gì mà chẳng hiểu, chẳng hiểu! Ngốc đến thế này thì thôi!". Và bèn đổi giọng nài nỉ: "Tôi mở cái cà tiu nhé?". "Đừng!". "Không cho thì tôi chết đấy". "Chẳng có chết đâu". "Ghét Y-Sao lắm!". Y-Sao không nói. Mặt nàng đọng lại trong dáng trầm ngâm khó hiểu. Thấy dùng văn hóa chẳng ăn thua gì, tôi quyết định dùng quân sự. Tôi vỗ về nàng, rồi thừa dịp nắm cà tiu của nàng và giằng mạnh xuống".*

Y Sao co người lại, xô mạnh anh chàng người kinh thích dùng đòn quân sự ra, co hai tay trong một tư thế phòng vệ.

Mắt Y Sao quắc lên giận dữ. "*Trong ánh lửa đêm, tôi thấy mắt nàng long lên sòng sọc, miệng nàng mím chặt, cương quyết lạ lùng. Những ý nồng nhiệt trong tôi phút chốc đã tiêu tan hết. Nhưng lòng tự ái vội vàng thế vào chỗ trống, khuyến khích đừng nên bỏ cuộc. Tôi liền sán lại ôm choàng lấy nàng siết chặt trong đôi cánh tay hung hãn cố làm ra vẻ tha thiết yêu đương. Để trợ lực sự chiếm đoạt, tôi bèn phát triển ý thức tò mò bằng cách khuyên mình cố gắng đến cùng để đo xem sức phản ứng của cô gái Thượng có thể chịu đựng đến mức độ nào mới phải đầu hàng. Hình như một thứ mặc cảm tự tôn của kẻ sống ở miền xuôi, tự hào văn minh hơn dân miền núi, đã củng cố thêm cho tôi ôm chặt lấy nàng. Y-Sao chuyển hết sức mình cố đẩy tôi ra một cách tuyệt vọng, nhưng không kêu cứu lời nào, hình như nàng phải nhận lấy trách nhiệm đối với chính nàng cho đến phút cuối. Tôi hổn hển bảo: "Y-Sao nghe lời tôi đi". Nàng đáp phều phào: "Không đâu... không đâu... không đâu... ". Nhưng nàng lả người, mềm hẳn cả sức kháng cự. Tôi nới vòng tay, đặt nàng nằm xuống, vừa toan cúi xuống mình nàng thì nhanh như con sóc rừng, Y-Sao đã lộn người lại, nhào tới phía trước. Tôi thấy nàng đứng thẳng dậy, rút vội trên sàn chiếc dáo, quỳ xuống chĩa mũi nhọn hoắt về phía ngực tôi, trợn trừng cặp mắt, nói như tiếng rít: "Đừng bắt Y-Sao làm xấu cái buôn... Y-Sao không quen, không biết anh đâu!"*.

Chàng người kinh phải lui quân, ký hiệp ước bằng cách hứa sẽ không bao giờ lộn xộn như vậy nữa. Nghe xong lời hứa, Y Sao nở nụ cười hiền dịu, cất chiếc dáo nhọn, nằm xuống bên cạnh khách. Nàng chăm bếp lửa lúc nào cũng ấm áp cho khách ngủ yên. "Y-Sao sửa lại tấm đồ cho tôi, vuốt trên tóc tôi, vỗ nhẹ lưng tôi y như người mẹ, người chị săn sóc giấc ngủ cho con em mình. Cử chỉ âu yếm của nàng thực là vụng về, nhưng rất tự nhiên, làm cho lòng tôi rưng rưng cảm động. Rồi nàng kéo trải một mí tấm đồ ra sàn, nằm đè người lên, vòng một tay qua ôm lấy mình tôi. Tôi nằm trong một lớp vải bọc kín, một đầu có người của nàng chèn giữ, một đầu có bàn tay nàng bó lấy. Tin ở lời thề, Y-Sao vẫn phải luôn luôn phòng vệ cho danh dự nàng! Tôi nằm yên, tâm hồn trở lại bình tĩnh. Nhìn cô gái Thượng xinh xắn đang nằm bên tôi, nhỏ bé hơn tôi rất nhiều nhưng cố áp ủ lấy tôi bằng một tấm lòng bộ lạc rộng lớn, tự nhiên tôi thấy xấu hổ. Sự hối hận này của tôi chẳng tốt đẹp gì, đây chỉ là sự phản ứng để hòng vớt vát thể giá sau khi thất bại, một cách che đậy những sự tầm thường, trơ trẽn của mình. Nhưng tôi thấy mình trong giây phút này vẫn còn hiểu được phần nào Y-Sao là cả một sự an ủi. Bây giờ Y-Sao là hiện thân sự chiến thắng của phong tục đối với bản năng, hiện thân sức mạnh giáo hóa tập thể đối với những trò ngang ngược của con người ích kỷ. Trong khi tôi ép Y-Sao phải chìu theo sự thỏa mãn nhất thời và cố vẽ vời gọi là thương yêu thì Y-Sao vẫn cương quyết bảo vệ lấy danh dự nàng. Và nàng "chẳng hiểu" không phải là nàng ngu ngốc! Bởi vì bấy nhiêu tôi xem chẳng có nghĩa gì, chỉ là một sự tò mò khoác ở trên mình bộ lông da thú nhưng đối với nàng lại là tất cả, là danh dự, là cuộc đời, là nếp sống tinh thần, là tập quán cổ truyền. Một lát, Y-Sao chừng đã ngủ say, nhưng nàng vẫn còn ôm giữ lấy tôi, cánh tay vừa nói lên ý chở che, vừa nói lên sự đề phòng.

Đợi cho hơi thở của nàng trở lại điều hòa, tôi khẽ trở mình gỡ nhẹ tay nàng, cẩn thận lật ngược mảnh đồ mà tôi đang đắp phủ lên mình nàng. Y-Sao nằm gọn ở trong tấm vải. Tôi bỏ tay qua, ôm trở lại nàng, như ôm núi rừng bao la cô đọng trong một thân xác nhỏ bé, và thấy rõ rệt từ trong đáy lòng nỗi niềm vui sướng của người mến yêu núi rừng, mến yêu vì có niềm tin... Khi tôi thức giấc thì trên người tôi lại phủ tấm đồ và ở bên mình không thấy Y-Sao. Bên ngoài, trời đã sáng rõ. Có lẽ nàng đi xuống suối lấy nước. Tôi vội ngồi dậy, gỡ liếp che cửa. Ánh sáng ùa vào tưng bừng. Núi rừng ngồn ngộn khoe khoang sắc lá tươi non, chim chóc phô màu lông mới trong buổi bình minh dạt dào sức sống của một khung cảnh thiên nhiên vĩ đại".

Thiên nhiên yên ắng có sức mạnh làm nguội đi tà tâm của chàng trai miền xuôi. *Cuôi ba dùm*, chuyện tưởng vậy mà không phải vậy. Cũng ngủ đấy nhưng không phải là... ngủ. Lại cứ tưởng bở!

02/2022

DỰA HƠI CHÓ

Nàng *omicron* lại trói chân dân Montreal chúng tôi. Kể từ ngày cuối cùng của năm 2021, thành phố lại giới nghiêm từ 10 giờ tối tới 5 giờ sáng hôm sau. Anh nào lớ ngớ ra đường là phạt. Đã có người dính chấu. Đó là hai anh chàng tuổi trẻ, một 20 tuổi và một 18 tuổi. Anh 20 tuổi lái xe đi thăm bạn gái vào lúc 1 giờ 40 sáng. Anh 18 tuổi cùng ngồi trên xe. Mỗi anh lãnh *ticket* 1.558 đô. Anh chàng 20 tuổi có lẽ nôn nóng nên phóng xe vùn vụt bị phạt thêm ba tội: chạy quá tốc độ quy định, lái xe ngược chiều và lấn qua lằn đường hai vạch. Tổng số tiền anh này phải móc túi chi là 3.500 đô. Thiệt là một cuộc thăm viếng đắt giá.

Nhưng đắt giá nhất trong vụ giới nghiêm này lại là các anh chị chó. Năm ngoái, khi biến thể *delta* bùng phát, Montreal cũng giới nghiêm ban đêm từ tháng giêng đến tháng 5. Hai lần giới nghiêm có một điều khác biệt. Lần trước cấm người nhưng nếu người dắt chó ra đường trong giờ giới nghiêm trong phạm vi một cây số quanh nhà thì OK. Lần này người hay chó đều…bình đẳng. Cấm tuốt! Vậy là dân tình phẫn nộ. Không biết có phải vì sợ chó hay không mà lệnh được sửa lại. Người dắt chó ra đường trong giờ giới nghiêm lại được thong thả. Bộ Y Tế và Xã Hội gửi thông báo cho báo chí như sau: "Trong sắc lệnh mới ban hành, việc dắt chó ra đường trong giờ giới nghiêm không phải là một miễn trừ. Tuy nhiên, chính phủ đã có ý định thêm vào biệt lệ này càng sớm càng tốt". Vậy là một lần nữa chó dắt người ra đường trong giờ giới nghiêm.

Chuyện chó và người không chỉ xảy ra ở bên Montreal chúng tôi. Bên Anh cũng rứa. Cô Clare Meardon là một vũ công. Bị nhốt trong nhà, cô chán. Ra đường dắt chó đi dạo, cô "thoải mái" cho đã cơn tức. Mỗi lần dắt chó, cô diện mỗi cách, cách nào cũng nổi loạn. Có ngày cô chỉ quấn chiếc khăn tắm quanh người. Có ngày cô mặc bộ đồ mỏng màu da, che chắn những phần nhạy cảm bằng những hoa lá cành. Có lần cô quấn chiếc chăn trên người, trên đầu có vải xanh đỏ, thành hình một *cone* kem tươi mát. Tuy nổi loạn nhưng cô cũng biết tự chế. Chưa bao giờ cô nồng nỗng ra đường cả. Dĩ nhiên chó của cô thì tự do nồng nỗng. Người đâu bằng chó!

Cô người mẫu kiêm diễn viên người Anh Emily Ratajkowski cao tới 1 thước 70, thân hình khi nổi khi chìm đâu ra đó, tưởng ra đường thu hút hết cặp mắt thiên hạ nhưng cũng phải dắt theo chú cún. Để cạnh tranh với chó, cô mặc đồ lót và mang bốt. Dĩ nhiên bước chân cô đi tới đâu cũng đã hớp hồn thiên hạ nhưng họ nhìn cái chi? Cô hay chó? Cái đó cũng tùy. Có người như tôi nhưng cũng có những người như

Trang phục của vũ công người Anh Clare Meardon khi dắt chó đi dạo.

những bà già vồn vã với cún.

Tại đảo Cyprus cũng giới nghiêm. Giới nghiêm là dành cho người, đâu có cấm chó. Nhưng chó không có người dắt

Người mẫu Emily Ratajkowski và chó.

thì không cấm cũng như cấm. Anh Vakis Demetriou đã giải quyết chuyện này bằng *drone*. *Drone* là chiếc máy có chong chóng bay trên trời rất phổ thông hiện nay. Người ta dùng *drone* để chơi như thả diều nhưng phần lớn *drone* ngày nay có gắn máy chụp hình để chụp từ trên cao xuống. Anh Vakis lại khác. Anh dùng *drone* để dắt chó. Anh *post* hình ảnh trên Instagram với lời nhắn: "Ngày phong tỏa thứ 5. Ở nhà an toàn nhưng đừng quên mang lại hạnh phúc cho chó cưng của

Dùng drone dắt chó đi dạo

bạn". Anh cột dây xích chó vào chiếc *drone*, đứng trên ban-công nhà điều khiển. GPS gắn trên *drone* đã đưa chó đi dạo một vòng rồi quay về nhà. Thiệt là…kỹ thuật!

Giới nghiêm là chuyện ít ai ưa nhưng phải chấp nhận vì an ninh chung của mọi người. Không phải ai cũng nghĩ như vậy. Trên đất nước này, lúc nào cũng có những người hậm hực chống đối. Họ viện lẽ tự do cá nhân của họ phải được tôn trọng. Cái chi cấm đoán là chống tuốt. Khoảng vài chục người dân Montreal đã xuống đường trước cửa văn phòng thủ hiến để phản đối. Một người đã bị bắt giữ vì xô xát với cảnh sát, 57 người bị phạt vì vi phạm lệnh giới nghiêm.

Người lớn mỗi trự, bị phạt từ 1 ngàn tới 6 ngàn đô. Vị thành niên từ 14 tuổi trở lên đóng 500 đô.

Dân ta đã thừa mứa giới nghiêm ngày còn trong nước trước 1975. Tiếng còi giới nghiêm vang rền đã từng khiến dân ham vui vắt giò lên cổ chạy về trước khi bị tóm cổ. Tôi đã nhiều lần chạy đua với kim đồng hồ như vậy. Đường xá vắng ngắt, một mình một xe phóng như bay, mắt dáo dác coi có ông cảnh sát nào rà theo không. Về tới nhà, nghe tiếng chó sủa, thở phào nhẹ nhõm. Những ngày kế tiếp, chứng nào tật nấy, lại chạy theo tiếng còi u u giữa màn đêm. Tuổi trẻ có những phiêu lưu nho nhỏ như vậy. Để ngày nay có những lúc nghĩ lại ngồi cười một mình.

Ngày nay, không còn ở cái tuổi thích hồi hộp, tim tiếc đã muốn bình an, tôi đã tự giới nghiêm trước cả giờ giới nghiêm của chính phủ. Chuyện giới trẻ vi phạm giới nghiêm ngày nay tôi coi như chuyện của mình năm xưa. Nhưng chuyện của một cô nàng 24 tuổi ở Sherbrooke khiến tôi bái phục. Theo bà Isabelle Gendron, phát ngôn viên của cảnh sát thành phố, thì cô nàng 24 tuổi này cầm một đầu dây xích chó khi bị bắt gặp ra đường trong giờ giới nghiêm. Bên kia đầu dây là cái cổ của ông chồng 40 tuổi. Bà Isabelle Gendron nói với phóng viên Báo Telegraph: "Bà ta chỉ vào ông chồng và nói bà đang dắt chó đi dạo gần nhà theo đúng quy định giới nghiêm của thành phố". Mắt của một cảnh sát viên không thể lẫn lộn một ông chồng với một con chó nên rút sổ biên phạt mỗi người 1.217 đô liền một khi. Nhận giấy phạt, người đàn bà có chồng…chó này không một chút ân hận. Bà nói rất hân hạnh nhận giấy phạt nhưng "tờ giấy này không thể ngăn cản tôi phạm luật trong tương lai và tôi sẽ cho ông thấy tôi có thể nhận bao nhiêu giấy phạt"!

Thiệt chịu chơi hết mức. Tôi bái phục cả hai vợ chồng. Phục bà vợ biết giở chiêu giỡn mặt cảnh sát. Phục ông chồng biết tôn trọng loài chó. Tây đầm rất yêu chó nhưng làm chó chắc chỉ mình ông chồng 40 tuổi này. Dựa hơi chó thì nhiều vô kể. Nhan nhản trước mắt chúng ta. Trên đường phố hay trong những *mall* mua sắm, tôi đã nhiều lần gặp cảnh người ta xúm xít ôm hôn một chú cún duyên dáng khi được người chủ gật đầu cho phép. Chó cũng như người, có nhiều giống. Có loại trông như một cục bông gòn biết đi, có loại lông xù, có loại trần trụi, có loại dữ dằn. Thứ chi cũng được thiên hạ trầm trồ vuốt ve. Con người thật bất công. Tôi thấy có nhiều chủ chó trẻ đẹp hơn chó nhưng thiên hạ vẫn chỉ chuyên chú vào chó. Rất nhiều lần tôi muốn sửa chữa sự bất công này bằng cách nhìn người hơn nhìn chó. Tôi đi ngược chiều như vậy, nghĩ ra thì tại cái tính mình nó vậy. Trời sinh tính, biết làm sao. Đi dạo với người, nhất là người đẹp, khoái hơn đi dạo với chó chứ.

Cô em tôi ở bên Mỹ, muốn đi bộ ngoài đường để tập thể dục nhưng ngại. Cô nói đi bộ ra đường phải đi với chó, không có chó kỳ lắm. Con mắt dân chúng có phân biệt đàng hoàng. Họ nhìn chó hơn nhìn người. Dù người nổi tiếng. Nổi tiếng ai bằng anh chàng Daniel Radcliffe. Anh đóng vai Harry Potter trong loạt phim chắc ai cũng phải biết. Khi anh dạo phố ở New York người ta ắt phải nhận ra anh. Nhưng mắc mớ chi anh cũng lại dắt chó. Không phải một con mà tới chục con.

Đàn chó và tài tử Daniel Radcliffe trên đường phố New York.

Anh chỉ có hai tay nên muốn dạo chơi với đàn chó, anh phải quấn một chiếc đai có những chiếc móc quanh bụng để móc dây quanh người. Đàn chó của anh rất…hiệp chủng quốc. Có lớn có nhỏ, có đen có trắng, có nâu có xám, có dữ có hiền. Mọi người đều nhận biết anh nhưng chẳng cách nào tới gần. Nhiều người cho rằng bày chó này chính là những *bodyguard* của anh. Chẳng ai có thể tiếp cận được người tài tử mà họ mến mộ muốn xin chữ ký.

Nhìn anh chàng Harry Potter bước đi nghiêng ngả giữa bày chó, tôi liên tưởng tới những người làm nghề dắt chó đi dạo. Nhiều người cũng dắt cả đàn chó như vậy. Montreal chúng tôi là xứ tuyết. Có những buổi sáng lạnh đến buốt xương, hàn thử biểu tụt xuống tới con số hàng chục dưới không, nhìn vào cái bùng binh nhỏ trước nhà, tôi vẫn thấy có những người dắt chó, tay cầm túi nhựa để dọn dẹp thứ chó thải ra. Họ là những tội đồ của chó. Co ro trong cả đống áo lạnh, nhẫn nha đứng cho chó chơi tuyết và đi vệ sinh. Nuôi thú chi mà cực. Nhưng những người này cũng có thể là những người được thuê dắt chó đi dạo. Họ dựa hơi chó để kiếm tiền. Nghề dắt chó đi dạo đầu tiên cũng chỉ là một dịch vụ tầm tầm như thuê người làm *babysit*. Cần người, chủ chó dán bảng trên cột đèn hoặc hỏi vài người quen biết. Nhưng với dịch bệnh, nuôi chó là một nhu cầu tìm hơi ấm trong thời gian phải nằm ép rệp trong nhà thì nghề dắt chó trở thành một thị trường nhộn nhịp. Vậy là những công ty chuyên về dịch vụ nuôi hoặc dắt chó được thành lập, dùng ứng dụng trên mạng để làm thương mại. Hai công ty nổi tiếng nhất là Wag Lab và Rover. Wag Lab được thành lập vào năm 2014 nhận chăm sóc chó, trong đó chủ yếu là dịch vụ dắt chó đi dạo. Giá cả tùy nơi nhưng không rẻ. Tại các thành phố lớn như Austin, Chicago, New York, Seattle là 20 đô cho nửa giờ dắt chó, San Francisco đắt hơn: 25 đô lận. Wag Lab lấy 40% thù lao của người dắt chó.

Nếu tôi nói những người dắt chó của Wag Lab và Rover là chuyên nghiệp, chắc sẽ có nhiều người cười khẩy. Dắt chó có chi là khó mà cần phải chuyên nghiệp. Không khó nhưng cũng có những quy tắc cần tuân theo. Trước hết phải tập cho chó luôn đi bên mình, nhất là những loài chó lớn. Nếu không người dắt chó sẽ khó giữ được chó tại nơi đông người, dễ tuột dây xích và phóng chạy. Kế đó là phải tập cho chúng biết nghe theo khẩu lệnh. Nên dùng những khẩu lệnh đơn giản như: dừng lại, đi tiếp, quay lại. Luôn luôn dùng đúng chữ của từng khẩu lệnh để chó dễ ghi nhớ. Khi chó hành động đúng theo khẩu lệnh, phải thưởng cho chúng để chúng lên tinh thần. Sau khi chó đã thông thuộc cách đi và khẩu lệnh, người dắt chó sẽ cho chúng thực hành theo từng bước. Từ gần tới xa, từ chỗ vắng người đến chỗ đông người, từ sân nhà ra công viên. Ngoài dịch vụ dắt chó, các hãng chuyên nghiệp còn có dịch vụ giữ chó trong một thời gian cho chủ đi nghỉ hè. Nhiều nơi có những khách sạn cho chó, được sắp hạng bằng sao như khách sạn cho người. Người và chó bình đẳng như nhau!

Nói tới dịch vụ nuôi chó phải nhắc tới nhà thơ Bảo Sinh, Ông này có nhiều tài: làm thơ, đánh bốc, nuôi gà, nuôi chó.

Làm thơ, nuôi chó, chọi gà
Ba trò chơi ấy làm ta bơ phờ
Suốt ngày nửa tỉnh nửa mơ
Trông ai cũng thấy nửa thơ nửa gà.

Năm nay đã trên tám chục cái xuân xanh, ông vẫn mê chó. Tại cơ ngơi 167 Trương Định, Hà Nội, ông Bảo Sinh có khách sạn cho chó, chùa cho chó, nhà hỏa táng chó và bàn thờ để bài vị chó. Ông tự hào là người độc nhất biết kiếm tiền từ chó. *Resort* chó của ông đáp ứng đủ tiêu chuẩn 5 sao với đầy đủ các dịch vụ như cắt tỉa lông, làm móng chân, khám chữa bệnh, phòng nghỉ VIP. Đầy đủ từ A tới Z!

Ông dựa vào chó để kiếm tiền, chó khi sống lẫn khi chết. Sống lâu với chó, ông Bảo Sinh, còn có bút danh là Bát Phố, tin là muôn loài đều có linh hồn. Người hay chó đều như nhau, ngang nhau. Ông diễn giải: "Chết đi là hết là quan điểm của phương Tây, cát bụi trở về cát bụi. Châu Á có quan

Nhà thơ Bảo Sinh tức "Sinh Chó".

niệm luân hồi, người ta nghĩ giết đi con chó, con mèo là hóa kiếp cho nó. Bao giờ tôi nuôi con gà, con cá trước khi làm thịt chúng cũng phải làm lễ cầu siêu cho nó". Tin vào luân hồi của các loài, từ con người tới con gà con chó, ông đặt ra quy trình an táng thú cưng như sau: khâm liệm, nhập quan, làm lễ chư Phật, hỏa táng. Tro cốt được mang vào chính điện làm lễ cầu siêu và được rắc ra bình nước cam lồ để linh hồn siêu thoát. Nhiều chủ chó còn để lại bài vị cho đủ 49 ngày. Hàng năm chùa Tế Đồng Vật Ngã của ông còn làm đại lễ cầu siêu cho các thú cưng chưa siêu thoát. Lễ Thanh Minh có lễ cầu an để các thú cưng phù hộ cho gia đình chủ được mọi điều tốt đẹp. Ít có người có những sáng kiến bợ chó như ông này. Mỗi bước như vậy ông đều thu tiền. Trong cơ ngơi chó của ông còn có một nghĩa địa chó. Tới nay đã có trên ngàn ngôi mộ nằm giữa một không gian xanh ngát cỏ cây.

Nhà văn Phạm Xuân Nguyên viết về nhà thơ kiêm nhà… chó Bảo Sinh như sau: *"'Chó nó nuôi!' là câu cửa miệng người đời dùng để mắng những kẻ vô công rồi nghề, vô tích sự, không tự nuôi sống được mình. Hồi nhỏ thấy lão cứ lông bông, lêu lổng, bố lão đã mắng: "Mày không liệu lo thân thì sau có chó nó nuôi!". Ngờ đâu vận vào lão cái câu đó lại đúng ngược lại theo nghĩa đen. Lão lấy nuôi chó làm nghề và nghề nuôi chó đã nuôi sống lão cùng gia đình. Không những thế, từ thân phận con chó, kiếp chó, lão đã nghĩ về kiếp người và phổ những điều đó thành những vần thơ lục bát mộc mạc, dân dã mà thâm thúy, sâu sắc lẽ đời, được mọi người truyền tụng như ca dao".*

Thơ ca dao của ông Bảo Sinh thường chỉ hai hoặc bốn câu. Tôi chọn bốn câu để biết tài làm thơ không giống ai của ông:

Đêm qua anh đi chơi về

Hương tình men rượu bay đi ít nhiều

Vợ con chẳng nói một điều

Chỉ con chó mực vẫy liều cái đuôi

Dựa hơi chó như mấy anh tây chị đầm tôi nhắc ở trên chẳng thấm tháp chi so với ông Bảo Sinh. Họ chỉ dựa hơi chó sống trong khi ông Bảo Sinh dựa hơi cả chó sống lẫn chó chết. Dựa tận tình như vậy nên ông rất khoái chí khi được người ta đặt cho ông cái tên "Sinh Chó"!

01/2022

GÀ TRỐNG THIẾN

Các món ăn chơi ngày tết đã được định hình trong câu đối dân gian: *Thịt mỡ, dưa hành, câu đối đỏ / Cây nêu, tràng pháo, bánh chưng xanh.* Tuyệt không thấy nói tới gà trống thiến. Nhiều người sẽ thắc mắc: gà trống thiến thì ăn nhậu chi tới tết. Có ăn nhậu! Cúng tết nhất định phải có con gà luộc đủ cả đầu đuôi nằm trên bàn thờ. Gà là gà, gà nào chẳng được, chúng ta thường nghĩ vậy. Đó là chúng ta thuộc trường phái "qua-la-rơ-măng". Người chu đáo không nghĩ như vậy. Gà cúng tết phải là gà trống, mà lại là gà trống thiến mới vừa lòng.

Phong tục Việt Nam dùng gà cúng trong đêm giao thừa bởi vì gà là biểu tượng của mặt trời, báo hiệu cho sự bắt đầu của một ngày mới. Giao thừa là khúc chuyển mùa, báo hiệu cho một năm mới, lại càng cần tới gà. Gà được chọn để cúng trong thời khắc tinh khôi bắt đầu một năm với ước mong mang lại an vui, may mắn, thịnh vượng, phát tài phát lộc phải là gà trống choai choai, không khuyết tật, mào đỏ, mỏ vàng, chân vàng và quan trọng nhất là vẫn còn tinh khiết, chưa đạp mái. Gà trống nào mà không đạp mái. Sáng sáng, chàng gân cổ lên gáy. Đàn gà xổ chuồng. Anh gà trống đứng ở cửa chuồng. Gà mái đi qua đều bị ịn một cái. Vậy nên muốn có gà trống tinh khiết để cúng, phải dùng tới gà trống thiến, còn gọi là gà thái giám. Anh này chỉ biết ăn no ngủ kỹ, chuyện trống mái bị lơ đi nên trọng lượng tăng vùn vụt, nặng gấp ba bốn lần gà thường. Thịt gà trống thường dai, không ngon. Nhưng thịt gà trống thiến lại mềm, ngọt, da dày và giòn. Thịt gà trống thiến khi luộc lên sẽ có màu vàng óng rất đẹp, đủ bắt mắt khi ngự trên bàn thờ. Người bị gà trống thiến mê hoặc đầu tiên chính là ông thầy cúng. *Chập chập thôi lại cheng cheng / Con gà trống thiến để riêng cho thầy.*

Thiến gà là cắt bỏ đi hai tinh hoàn của gà. Tinh hoàn của gà khác người. Người thì phô bày thành đùm lồ lộ, gà nằm ẩn trong bụng. Vậy nên thiến gà phải biết hai hòn ngọc nằm ở chỗ nào. Có hai cách thiến gà: thiến móc, còn gọi là thiến bụng và thiến sườn. Để sửa soạn thiến, gà không được cho ăn khoảng từ 6 tới 12 tiếng trước đó. Sau khi thiến, không cho gà ăn no trong 24 tiếng.

Thiến móc hay thiến bụng phổ thông hơn nhưng bất tiện hơn. Gà thường bị chảy máu nhiều và vết thương dễ nhiễm trùng. Người ta sẽ dùng ngón tay trỏ hay giữa chọc thủng màng bụng, lần nhẹ ngón tay theo sống lưng lên phía trước để tìm dịch hoàn nằm hai bên xương sống. Dịch hoàn có hình giống như quả trứng, trơn và nhẵn, kích thước bằng đầu ngón tay. Khi đã chạm vào cái mà chúng ta nghi là dịch hoàn, phải kiểm chứng lại bằng cách chuyển ngón tay sang phía đối xứng bên kia xương sống. Nếu hai bên giống nhau thì đúng là dịch hoàn. Người thiến sẽ lách nhẹ và cong ngón tay như cái móc cho dịch hoàn nằm vào giữa. Miết mạnh ngón tay để bảo đảm dịch hoàn nằm đầy đủ, không sót, rồi lựa thế kéo ra ngoài. Lối thiến bụng này có nhược điểm là gà bị chảy máu nhiều, mất sức. Tỷ lệ sống khỏe mạnh của gà sau đó chỉ đạt khoảng 70%. Ngày nay người ta chuộng lối thiến sườn hơn.

Lối thiến sườn chính xác hơn, thực hiện an toàn hơn và dễ sát trùng hơn. Tuy nhiên nhược điểm của lối thiến này là gà sẽ chịu đau nhiều hơn. Gà đau chứ người đâu có đau nên người ta không *care*. Đất nước ta không có các loại hội bảo vệ thú vật nên gà đau kệ gà, chẳng có ai lên tiếng bênh vực. Thiệt tội!

Muốn thiến sườn, người ta đặt cho gà nằm nghiêng về bên phải, đầu ngả về bên trái. Người phụ thiến, ngồi sau lưng…thiến gia, giữ chặt chú gà trong tiến trình trở thành thái giám. Người thiến sẽ nắn tìm vào giữa đốt xương sườn thứ nhất và thứ hai từ phao câu tính lên. Khi đã xác nhận vị trí, phần lông che sẽ được nhổ đi. Dao, panh, xiên, kim chỉ dùng vào việc mổ và chỗ mổ sẽ được sát trùng kỹ lưỡng bằng cồn 90 độ. Rạch một đường dài từ 3 tới 4 phân xuống phía bụng, cách xương sống khoảng 1 phân giữa sườn thứ nhất và thứ hai. Dùng panh căng vết mổ rộng ra khoảng từ 2 đến 3 phân. Dùng đèn pin soi vào chỗ này sẽ thấy dịch hoàn màu trắng hồng nằm sát xương sống. Dùng chỉ làm thòng lọng cho dịch hoàn chui vào, dùng xiên đâm vào dịch hoàn và kéo thòng lọng cho đứt cuống dịch hoàn rồi kéo ra ngoài. Làm lại y chang với dịch hoàn thứ hai. Khâu vết thương và sát trùng.

Thiến gà cần quen tay và nhanh nhẹn nên người nuôi gà trống thiến thường lọng cọng nếu tự thiến lấy. Bởi vậy mới có nghề thiến gà. Ông Lý A Nhì, ngụ tại Định Quán, là một tay thiến gà có tiếng. Ông phải mất hơn một năm theo học tay nghề mới vững. Chỉ cần khoảng ba phút là ông có thể biến một chú gà trống ngây ngô thành thái giám. Nhưng ngày nay người ta ít cầu kỳ trong chuyện ăn nên chỉ cần gà trống thiến trong các dịp lễ tết và cúng giỗ khiến nghề của ông Nhì không có nhiều khách hàng. Mỗi tháng ông chỉ ra tay hai lần vào ngày mùng 1 và ngày rằm tại chợ Phú Vinh. Mỗi ngày ông xử được từ 30 đến 50 chú gà. Nếu có người

Ông Lý A Nhì thiến gà tại nhà của người dân xã Phú Vinh (H.Định Quán). Ảnh: Đ.PHÚ

mời tới nhà ông cũng lê cái thân 70 tuổi, có năm chục năm hành nghề, tới thiến gà tại gia. Thân chủ chính của ông là các người thiểu số Tày, Nùng và người Hoa tại Đồng Nai.

Cũng tại Định Quán còn có nhiều gia đình chuyên nuôi gà trống thiến để bán ra thị trường. Như gia đình ông Triệu Hóa Xinh. Ông tiết lộ: "Tôi nuôi đàn gà từ 700 đến 1 ngàn con. Mỗi lứa gà tôi chỉ chọn được vài chục gà trống tơ to khỏe để thiến. Giá một con gà trống thiến gấp ba giá một con gà thường nên nuôi gà trống thiến có lợi nhuận cao hơn". Đồng bào thiểu số thường đãi tiệc bằng gà trống thiến. Món gà trống thiến ngon nhất chỉ giản dị là món luộc. Gà thiến luộc vừa chín tới, chặt miếng to, chấm với nước tương và địa liền. Địa liền là một thứ gia vị của núi rừng. Phong tục đãi khách của người Hoa tại địa phương không bao giờ thiếu món gà trống thiến luộc. Đó là giá trị và hương vị của sự thân tình".

Gà trống thiến là đặc sản từ Nam ra Bắc. Trong Nam có gia đình ông Triệu Hóa Xinh thì ngoài Bắc có gia đình ông Triệu Xuân Thức ở Ba Vì. Giống gà ông Thức chọn nuôi là gà mía. Gà được cho nở vào tháng giêng, thiến gà vào tháng tư hay tháng năm âm lịch vào lúc thời tiết ấm áp, có lúa chiêm, khiến gà lớn nhanh và ít bệnh. Nuôi gà mía là thú vui của ông già 72 tuổi này. Ông chỉ cần lấy đủ vốn chứ không sinh sống bằng gà mía thiến. Khi đã thu lại đủ vốn, số gà còn lại ông để ăn hoặc cho con cái, biếu họ hàng, làng xóm. Gà mía thiến lông mượt mà óng ả, mào ngắn vì không còn tính dục, chân vàng có hàng chỉ đỏ ở hai bên. Gà được nuôi thả, chỉ ăn bắp, thóc và rau xanh, nặng từ 3 tới 4 ký. Thịt gà mía thiến rất thơm, da giòn, ít mỡ dưới da, có vị ngọt, đậm đà, dai mềm.

Ông Thức chỉ bán gà đủ một năm tuổi, đạt tiêu chuẩn. Ông giải thích tiêu chuẩn của ông là: mặt gà như gà mái, đầu nhỏ như đầu chim công, lông mao phủ kín thân, lông vũ dài và óng ánh ngũ sắc, cựa nơi chân phải dài đủ từ 3 đến 4 phân. Gà mía trong trang trại của ông Thức thường được mua để biếu tết. Ông Thức chia sẻ kinh nghiệm: "Nuôi gà mía thiến biếu tết phải theo chế độ dinh dưỡng sao cho gà giữ được thể trạng và mào phải đúng chuẩn. Muốn vậy, người chăn nuôi phải chịu khó, cần cù và am hiểu kỹ thuật nuôi. Kỹ thuật này gồm theo dõi thường xuyên biểu hiện của đàn gà, cho ăn uống đủ chất, tiêm phòng theo định kỳ, khử trùng thường xuyên trong chuồng và xung quanh chuồng. Ngoài ra phải cho gà "ăn chín, uống sôi" theo đó những thực phẩm như bắp, thóc phải được đun nấu để loại bỏ các chất tồn dư, giúp gà dễ tiêu hóa, hấp thụ. Nước uống phải nấu sôi, giữ thiệt sạch và để nơi chỗ cao ráo".

Nếu ông Triệu Xuân Thức nuôi gà mía thiến như một thú vui thì ông Nguyễn Quốc Quân, người Đường Lâm, Sơn Tây, nuôi gà mía thiến như một truyền thống gia đình. Ông cho biết: "Tính đến đời con tôi thì nhà tôi đã có truyền thống ba đời nuôi gà trống thiến. Ông cụ thân sinh ra tôi là Trưởng Bạ nhưng cũng là một tay thiến gà và nuôi gà có tiếng trong vùng. Ông cụ có thể thiến được gà khi gà mới hơn một tháng tuổi. Mỗi con gà thiến đều được ông chăm nuôi như chăm trẻ nhỏ.Vì vậy chất lượng và ấn tượng về từng miếng thịt gà trống thiến còn theo tôi đến tận bây giờ. Đó cũng là lý do để

Ông Nguyễn Quốc Quân bên con gà trống thiến. Ảnh: Dương Đình Tường.

tôi tiếp tục nuôi gà trống thiến cũng như truyền lại nghề cho các con tôi. Có thể nói, gia đình tôi nuôi gà trống thiến không chỉ đơn thuần để làm kinh tế mà còn là gìn giữ một nét đẹp văn hóa, một nghề vô cùng đặc biệt của ông cha chúng tôi để lại". Con ông Quân, anh Nguyễn Huy Ba, đã bỏ nghề phóng viên để quay về trang trại của cha hầu có thể để toàn thời gian phát triển thương hiệu "Gà Mía Sơn Tây", một sản vật tiến vua, một niềm tự hào của người dân Đường Lâm.

Gà trống thiến tiến vua? Thời nay đâu còn vua chúa chi mà tiến. Nhưng anh Nguyễn Huy Ba không nói sảng mà chỉ nói không rõ. Vua anh muốn đề cập tới là hai vị vua nguyên quán tại làng Đường Lâm, thăng hà đã lâu, tiến có nghĩa là cúng. Đó là vua Phùng Hưng, qua đời năm 791, và vua Ngô Quyền, qua đời năm 898. Hai ngày giỗ của hai vị vua là mồng 8 tháng giêng giỗ vua Phùng Hưng và 14 tháng 8 giỗ vua Ngô Quyền. Theo lệ làng, gia đình nào năm đó quang quẻ, khỏe mạnh, không có bụi (không có tang trong vòng 3 năm), con cái phương trưởng, gia đình hạnh phúc thì gia chủ được cử ra làm chủ tế ở hội đình. Đó là một vinh dự lớn nên người nào được chỉ định phải thiến gà từ tháng 3 hoặc tháng 4 năm trước để kịp tháng giêng năm sau làm mâm xôi, con gà ra đình làm lễ. Mâm cỗ của chủ tế để ở gian chính, còn cỗ của 9 xóm trong làng bày xung quanh.

Gà trống thiến nhảy lên những mâm cúng uy nghi. Cúng vua, cúng tết. Có khi nào gà thái giám bay xuống chốn dân gian chăng? Có, nơi món phở gà. Nhà báo Phan Nghị cho biết ngay từ đầu những năm 1950, tại Hà Nội đã có xe phở gà ngon nổi tiếng tại đường Huyền Trân Công Chúa. Người bán phở gánh này tên Chí. Phan Nghị viết: "Con đường mang tên vị công chúa nhà Trần bé bằng cái lỗ mũi, với cái vỉa hè rộng hơn một mét, khách ăn kẻ đứng người ngồi húp xì xụp". Năm 1954, nhà văn Nguyễn Tuân theo đoàn quân trở về tiếp quản Hà Nội, vội vàng tới ăn coi phở gà ra làm sao. Ăn xong ông đã khen là "tuyệt phở". Không biết Phan Nghị nhớ đúng không? Nguyễn Tuân là người sành phở. Phở của ông phải là phở bò chín, bò tái ông cũng chê. Trong tùy bút nổi tiếng "Phở", ông viết: *Lại còn phở gà. Muốn đổi cái hương vị chính thống của phở bò, ăn một vài lần phở gà trong đời mình cũng không sao. Nhưng có một hàng bán phở gà ở Hà nội mà nhiều người thủ đô không bằng lòng chút nào. Y bán vào buổi sớm, người xúm lại kêu ăn gạt đi không hết. Cái người bán hàng khinh khỉnh như một quý tộc đó, cũng đã khéo chọn một góc phố mang tên một bà chúa mà dọn hàng! Nói của đáng tội, gà ở đấy trông ngon mắt thật. Đã có những bạn lưu dung khen ông hàng là nhất nghệ tinh nhất thân vinh, và khen tay ông lách vào con gà béo vàng như tay một bác sĩ khoa mổ xẻ thuộc lầu từng khớp xương thớ thịt. Cái đầu gà, cái cẳng giò gầy, cái cổ, xương mỏ ác, ông hàng thản nhiên vứt nó xuống một cái thùng, không phải để vứt đi, nhưng chắc là đã có những bợm rượu khu phố ăn giá sẵn từ trước rồi để chốc nữa đem ra nhấm nháp. Thực ra, khi mà có người ăn bát phở gà không tiếc tiền dám gọi đến cái thứ phở từ một ngàn năm trăm đồng một bát, thì bát phở ấy cũng khó mà không ngon được. Hãy đứng ở đây một buổi sớm mà xem người ta ăn phở gà. Sốt ruột đáo để. Người ăn mề gà, người ăn đùi, ăn thịt đen chứ không ăn thịt trắng nó chua, ăn lá mỡ, phao câu, ăn đầu cánh. Miếng ăn ở đây đích thị là một miếng nhục, nhục theo cái nghĩa một miếng thịt ngon hợp khẩu vị, và cũng đi theo cái nghĩa nhục nhằn túi bụi".*

Tháng 7 năm 1954, phở đã theo bước chân dân di cư vào Sài Gòn và chẳng mấy chốc đã nhập được vào các món ngon miền Nam. Lúc đầu chỉ có phở bò nhưng rồi phở cũng lân la tới gà. Những ngày mới mẻ nơi thành phố đang tập làm quen đó, tôi đạp xe qua đường Hiền Vương, nhìn những chú gà béo ngậy treo lủng lẳng trong những quầy kính cũng quyến rũ như những tảng thịt bò dính nạm về.

Thập niên 1960, Sài Gòn bỗng xuất hiện phở gà trống thiến. Giới thanh niên sinh viên nhộn nhạo. Dân sành điệu rủ nhau về đường Phan Đình Phùng, gần chợ Vườn Chuối, nơi duy nhất có phở gà trống thiến. Nhà báo Phan Nghị ghi lại:

"Phở gà trống thiến xuất hiện ở Saigon vào những năm 60, ở phía chợ Vườn Chuối – tuy chưa được liệt vào loại tuyệt phở, nhưng cũng được khách ẩm thực đặc biệt chiếu cố. Phở ngon là một lẽ: thịt gà trống thiến thơm và mềm như gà mái tơ, nước phở trong hợp với khẩu vị của những người kén ăn, nhưng cũng còn một lẽ khác: người ta vừa ăn, vừa ngắm cái vẻ thướt tha yêu kiều của con gái ông chủ tiệm, thỉnh thoảng đi ra đi vô, mỉm cười với người này, gật đầu chào người kia, giơ tay 'bông rua' người nọ, tự nhiên như một cô đầm non.

Đó là nữ ca sĩ Yến Vỹ, một giọng ca lả lướt của các phòng trà. Ban ngày, nàng giao thiệp với phao câu, đầu cánh, thịt đùi; ban đêm, chìm đắm trong ánh đèn màu".

Nhà văn Hoàng Hải Thủy, vốn dĩ là một thứ công tử, công tử Hà Đông, dĩ nhiên cũng phải là dân sành điệu. Khi đã định cư tại Mỹ vào thập niên 2000, nhớ về Sài Gòn, ông đã cảm thán: *"Tại đường Phan Đình Phùng với quán phở Con Gà Trống thiến cùng hai kiều nữ con chủ quán, nổi danh tài sắc. Yến Vỹ cùng chị, cả hai để mái tóc bồng rối như minh tinh Brigitte Bardot. Bao thực khách đến chẳng phải phở ngon, nhưng vì Yến Vỹ đẹp lại hát hay. Quán café, nhà hàng phở giai nhân cũng khiến một chàng Cử Văn Khoa phải vào nhà thương điên vì tình si. Sài Gòn 1960 có tiệm phở gà trống thiến nổi danh ở đường Phan Đình Phùng, nữ ca sĩ Yến Vĩ là người đẹp ở tiệm phở này, nói rõ hơn tiệm Phở Gà Trống Thiến Phan Đình Phùng Sài Gòn 1960 là nhà riêng của nữ ca sĩ Yến Vĩ. Bốn mươi mùa thu lá bay... Em ơi.. bây giờ em ở đâu? Anh đã già. Nhan sắc anh tàn phai! Nhưng anh vẫn nhớ em trong khi cả và thiên hạ đã quên em. Em và*

Kim Chi, những nữ ca sĩ đẹp, hát hay thời anh ba mươi tuổi. Dù cho vật đổi, sao rời, trời long, đất ngả nghiêng, chắc em và Kim Chi vẫn còn nguyên xuân sắc: Phải chăng từ độ ấy quan san / Trời đất cùng đau nỗi hợp tan / Riêng có mình ta phai áo lục / Kim Chi, Yến Vĩ vẫn hồng nhan?".

Ngày đó, anh sinh viên Văn Khoa là tôi, tuy không bi lụy như anh Cử Văn Khoa được nhắc tới ở trên, cũng đã lai rai tới phở gà trống thiến. Thịt gà trống thiến có thơm và mềm không, tôi phải thú thật là không biết. Cũng như mọi tuổi trẻ thời đó, chúng tôi tới phở gà trống thiến bằng mắt chứ không phải bằng miệng!

01/2022

GIÀ KHÚ ĐẾ

Bạn bè tôi, bỏ rẻ cũng đã tám chục niên kỷ. Người đời bảo già rồi. Bác sĩ Đỗ Hồng Ngọc chơi ác hơn. Ông gọi là "già khú đế". Nhà văn Võ Kỳ Điền giải thích chữ "Già Khú Đế" như sau: *"Già khú đế do thành ngữ "Thâm Căn Cố Đế" (gốc rễ bền sâu) biến âm mà ra. Từ chữ Cố Đế biến thành Khú Đế. Như vậy nó có nghĩa là Già Lắm Rồi"*.

Tám chịch hay hơn nữa có phải là già khú đế không, hình như không ai trong chúng tôi nghĩ như vậy tuy mỗi lần tụ họp với nhau là một kịch bản khác. Gần như toàn thể chúng tôi đều là những vận động viên môn thể dục dụng cụ. Ông thì chơi gậy thường, ông gậy bốn chấu, ông chơi môn đẩy cái *walker*, có ông chơi nguyên chiếc xe lăn. Kềnh càng như vậy nhưng vẫn vui vì còn được nhìn thấy nhau. Già đâu mà già! Tuổi chỉ là những con số!

Theo phép lịch sự đương đại, người ta không nên hỏi tuổi một phụ nữ. Tôi muốn thêm vào một chút: người ta cũng không nên hỏi tuổi một người cao tuổi. Phiền phức cho các bậc quân tử lắm. Ngày xưa ngài Nguyễn Công Trứ khi bị gái nhí hỏi tuổi đã lách: *ngũ thập niên tiền nhị thập tam.* Năm chục năm trước tớ hăm ba!

Bậc con cháu của Uy Viễn Tướng Công ngày nay là ông Hoàng Lộc còn tổ cha hơn tiền nhân:

> *cứ muốn chơi ngon hơn ngài Nguyễn Công Trứ*
> *bảy ba tuổi lập thiếp mà kể vô*
> *ta tám mươi còn lăm le cưới vợ*
> *một đời tròn vẫn ngạo nghễ trượng phu*

Già khú đế mà vẫn em chã bởi vì ta cứ nhất định vẫn còn giơn. Già là chuyện của… tha nhân, ta vẫn không suy xuyển. Cái mặt ta ngày nào không soi gương, có già chi mô. Ông bạn xưa, trong thời *covid* giãn cách, hai ba năm mới nhìn thấy, ôi sao mà ông lại xuống cấp như dzậy? Trong mắt ta, chỉ có người khác già, ta không già, nói chi tới già khú đế. Ông bác sĩ họ Đỗ thiệt thà quá độ. Ông nói huych toẹt: *"Già nó xồng xộc trên trời rơi xuống, dưới đất vọt lên. Không những xồng xộc nó còn gia tốc, tàn bạo như cơn sóng vỗ vào bờ đá, vội vã để mau chóng nhập vào dòng nước cuồn cuộn đuổi theo sau. Nó mạnh mẽ và tàn nhẫn tung tóe, tan tác, lắng chìm, không một chút xót thương. Nó lãnh đạm bởi nhiệm vụ nó phải thế. Nó thú vị bởi nó không phân biệt.Giàu nghèo sang hèn, da trắng da đen...Còn ta, ta chần chờ, chểnh mảng, làm ngơ. Hãy đợi đấy. Đi đâu mà vội. Không đâu! Một hôm già bỗng chuyển hệ sang già...khú, rồi khú đế đột ngột làm đảo lộn mọi tính toán...Già đến đột ngột và tàn bạo. Như một cơn động đất, không cần phải hỏi han, không cần báo trước.*

Như một cơn bão dữ, thổi ào qua, cuốn tất cả không thương tiếc. Khi nó khú đế, nó sẵn sàng làm ta trở nên lố bịch, buồn cười, ngớ ngẩn, đáng thương. Khi nhìn quanh những người già khú đế mà còn khỏe, ta nghĩ ta chắc cũng sẽ như họ. Còn lâu! Số người như vậy rất hiếm!".

Già thời xưa khác thời nay. Tuổi tác nơi các cụ là cái túi kinh nghiệm sống mà người trẻ phải học hỏi để sống với đời. Ngày nay, thế giới thay đổi tàn bạo, cứ vài năm nó lại mang bộ mặt khác, kinh nghiệm là thứ không có chỗ xài, con người phải hối hả chạy theo để thích nghi. Già chỉ còn là mớ tuổi nặng chình chịch đè trên vai. Anh già, nhất là già khú đế, bị đá ra bên lề cuộc sống, chẳng còn là một con ốc trong bộ máy, chẳng còn chút giá trị kinh tế. Đành tiếc nuối tuổi trẻ. Ông Quan Dương vớt vát:

> *Trước khi anh trở thành già*
> *Đương nhiên cũng trẻ như là em thôi*
> *Trước khi bết bát quá trời*
> *Suy ra anh cũng một thời trai tơ*
> *Thế gian biến đổi đâu ngờ*
> *Đang ba hoa bỗng dại khờ không hay*
> *Đang ma giáo cỡ như vầy*
> *Trở thành cục bột trong tay em cầm*
> *Hỏi sao kỳ lạ thế em*
> *Anh mà biết được chết liền một khi.*

Tôi đọc được một câu "danh ngôn", không biết của ai. "Ai cũng có tuổi trẻ nhưng không phải ai cũng có tuổi già". Phải có phúc có phần mới được già. Vậy mà dân già vẫn có mặc cảm là ăn hại đái nát, chẳng ra cái chi chi. Chỉ được cái sản xuất ra hơi là tài. Không biết sao mà anh già nào cũng cứ nổ bôm bốp một cách dễ dàng. Chẳng thua chi bò. Các nhà khoa học đã nghiên cứu và chỉ đích danh loài bò thải khí nhiều gây hại cho môi trường. Họ chữa bệnh…thải bằng cách cho bò ăn những thực phẩm khiến không tạo ra khí. Chưa thấy các nhà khoa học nghiên cứu về sự tum tủm liên tu bất tận của các cụ già khú đế. Tuy cho nổ, khi thì bùm bụp lúc tỉ tê ai oán, nhưng cái sự nổ của anh già rất vô duyên. Chẳng mùi mẽ gì! Có lẽ vì người già, cũng như chai nước hoa, càng để lâu càng phai mùi.

Tôi có trong tay một số sách của nhà…già học Đỗ Hồng Ngọc: *"Gió Heo May Đã Về…"*, *"Già Ơi… Chào Bạn"*, *"Những Người Trẻ Lạ Lùng"*. Tập nào cũng mỏng, mỏng như những ngày còn lại của người già. Nhưng không thấy ông bác sĩ này lý giải về sự tự do tút tít này của mấy anh già (Tôi chỉ nói tới mấy anh già vì phép lịch sự, các chị già chắc cũng tỉ tê như ai). Có lẽ vì ông chuyên ngành nhi khoa! Trước năm 1975 tôi đã từng đưa con tới phòng mạch của ông nhiều lần. Bệnh nhi đông nghẹt, la khóc điếc tai. Ông là một bác sĩ chữa bệnh trẻ em rất mát tay. Có lẽ vì vậy ông làm lơ với sự tưng bừng ồn ào của mấy anh già. Từ đâu mà ông nhảy phóc từ trẻ tới già, ông đổ tội cho tôi và đồng bọn, những người mang con cháu tới phòng mạch của ông. *"Tôi đo tuổi mình qua cách xưng hô của các bà mẹ bế con đến khám bệnh. Trước đây họ gọi tôi bằng anh, sau gọi bằng chú, rồi bằng bác, và rồi mới đây thôi, một chị hãy còn rất trẻ đưa bé đến khám bệnh, lúc bé la khóc, chị dỗ nín đi cho ông ngoại khám con, thì tôi mới biết mình lên đến ông ngoại rồi mà không hay"*. Khi bác sĩ đã thành "ông ngoại", chúng ta mới được đọc những bài viết về tuổi già đặc sắc của ông. Ông gọi là tuổi "hườm hườm". Tôi yêu chữ "hườm hườm" này quá! Nghe như trái còn bám víu trên cành.

Một trong những người hườm hườm là ông Khai Trí, một nhân vật mà người Sài Gòn xưa ai cũng biết. Ông chủ trương quên tuổi, nhất định không có cái gọi là tuổi già. Theo ông chủ nhà sách và nhà xuất bản nằm trên đường Lê Lợi này thì hồi 20 – 30 tuổi người ta còn quá trẻ, 30 – 40 thì đang trẻ, 40 – 50 hãy còn trẻ, 50 – 60 trẻ không ngờ, 60 – 70 trẻ lạ lùng và trên 70 là trẻ vĩnh viễn!

Khỏe re! Nhưng mấy người nghĩ được như vậy. Thường khi chúng ta ở độ tuổi 60 trở lên, độ tuổi theo Liên Hiệp Quốc là già, chúng ta thường quay đầu lại, tiếc cho 60 năm trước đã trôi đi mất. Tuổi hườm hườm là một khúc quanh quan trọng của đời người. Không phải mọi người tới tuổi 60 đều cảm thấy như nhau.

Trước hết, nam nữ cảm thấy khác nhau. Chuyện này ai cũng đoán ra. Đang xí xọn, ăn diện bỗng thấy mình xuống cấp. Da dẻ nhăn nheo, mắt bớt…bồ câu, thân thể hết mượt mà, đời còn chi vui. Đức ông chồng cũng dzậy, ngớ nga ngớ ngẩn, râu tóc bạc trắng, nói năng lỗ mỗ, chẳng còn chút phong lưu rất mực của những năm xưa. Vậy là cãi nhau tía lia. Dưới mắt đức ông chồng, bóng hồng thướt tha năm xưa giờ đã hết hồng, lại thêm chút đanh đá khó ưa khiến gai mắt. Cãi không lại, im đi cho nó lành khiến trầm cảm, bực bội. Nghĩ tới thời trai trẻ huy hoàng, lịch lãm một cây mà ứa nước mắt tiếc nuối. Vậy là *stress* cả hai!

Lại phải tham vấn ông bác sĩ Đỗ Hồng Ngọc. Ông viết: *"Có ít nhất bốn loại* stress *thường gặp ở tuổi chớm già, ấy là* stress *về sinh lý, do những dấu hiệu hiển nhiên của tuổi tác mà dù ta tìm mọi cách để chối bỏ nó vẫn cứ lù lù xuất hiện, như tóc cứ bạc, răng cứ lung lay, lưng cứ nhức mỏi.* Stress *về văn hóa do cách xã hội đánh giá vai trò của người già, bởi vì người già không phải ai cũng đạt nhân như Nguyễn Công Trứ: "gót tiên đeo đủng đỉnh một đôi dì / bụt cũng nực cười ông ngất ngưởng".* Stress *về kinh tế cũng không phải là không đáng kể, đặc biệt ở vào tuổi chớm già mà một số người công ăn việc làm không ổn định hoặc bị thất nghiệp. Và cuối cùng là* stress *về tâm lý, cảm thấy mình bị hẫng, bị mất đi tuổi trẻ, chỉ còn trống vắng, chỉ còn nhàm chán".*

Chúng ta đang ăn nhờ ở đậu nơi xứ người. Khác phong tục tập quán, khác văn hóa, khác lối sống nên chuyện *stress* càng thêm trầm trọng. Thế hệ chúng ta, nửa đời trước sống trong nước, nửa đời sau sống nơi nước người, chúng ta dễ chơi vơi. Chơi vơi dẫn tới chới với. Đang sống trong một xã hội mà câu "kính lão đắc thọ" được mọi người tôn trọng, chúng ta bị bỏ vào một xã hội mà sự bình đẳng là kim chỉ nam của cộng đồng. Cái già của chúng ta mất giá trị trong nền văn hóa mới. Trong nước, tuổi tác được kính trọng, chúng ta tự hào với tuổi tác. Tuổi tác tỷ lệ thuận với sự kính trọng. Chúng ta tự hào khi khoe tuổi với cộng đồng. Có khi còn ăn gian, thêm một tuổi mà ta gọi là tuổi ta.

Người già bản xứ khác hẳn. Đừng hỏi tuổi họ, cả đàn ông lẫn đàn bà. Họ giấu tuổi, thứ chỉ dấu…già. Họ làm mọi cách để níu tuổi trẻ: ăn mặc đúng mốt, nước hoa ngào ngạt, đi đứng thẳng thớm, cười nói lịch lãm. Họ làm trẻ trong khi chúng ta cố làm cho già hơn. Già rồi, ăn mặc sao cũng được nhưng nói năng phải giữ ý tứ, điệu bộ phải đường bệ, thỉnh thoảng ho lên một tiếng cho oai.

Giới già chúng ta bị ném vào một môi trường sống khác biệt với môi trường đáng lẽ chúng ta phải sống. Chênh vênh thiệt chênh vênh. Chuyện nhức nhối nhất trong mỗi gia đình người Việt chúng ta nơi nước người là chuyện đưa cha mẹ vào nhà già. Người già bản xứ coi chuyện vào nhà già là chuyện dĩ nhiên. Tiện cho cả cha mẹ lẫn con cháu. Nhưng phần lớn các ông bà già người Việt lại khác. Họ thất vọng tràn trề khi con cái đề nghị đưa vào nhà già. Họ có cảm tưởng bị bỏ bê. Họ nghĩ con cái bất hiếu khi vứt các đấng sinh thành vào nơi lạ hoắc, không ai thân thuộc, không ai sáng tối vấn an. Chỗ sống của họ phải là trong gia đình, giữa con cháu, cơm bưng nước rót, được hầu hạ tới bến. Họ không cần biết tới hoàn cảnh của con cái: vợ chồng đi làm từ sáng tới tối, cháu chít đi học suốt ngày không có thời giờ hầu hạ ông bà cha mẹ như cuộc sống trong nước.

Có người cố chấp, không chịu hiểu cho con cháu. Nhưng cũng có người hiểu và chấp nhận. Trong bài "Câu Chuyện Của Một Người Già Nhưng Dành Cho Những Người Chưa Già", tác giả Tuệ Tâm đã chấp nhận. *"Ngày mai, tôi phải đi viện dưỡng lão...Không phải bất đắc dĩ, thì tôi cũng không muốn đi viện dưỡng lão đâu. Nhưng mà từ khi sinh hoạt hàng ngày không còn có thể tự xoay xở, mà con gái vừa làm việc bận rộn vừa phải chăm sóc cháu trai, không rảnh để quan tâm mình, đây dường như là sự lựa chọn duy nhất đối với tôi. Điều kiện sống ở viện dưỡng lão không tệ: một mình một gian phòng sạch sẽ, được lắp các đồ điện đơn giản thực dụng, đầy đủ các loại phương tiện giải trí; đồ ăn cũng ngon miệng; phục vụ rất chu đáo, bày trí xung quanh cũng rất đẹp. Sống trong nhà, kim chỉ cái gì cũng không thiếu, rương hòm, ngăn tủ, ngăn kéo đều đầy ắp các loại đồ dùng. Quần áo bốn mùa, đồ dùng bốn mùa, chồng chất như núi; tôi thích sưu tầm, tem sưu tầm đã thành từng chồng lớn, ấm tử sa cũng đã hơn mười cái. Còn có rất nhiều vật linh tinh cất giấu, nào là ngọc bích, hạt óc chó, vật trang sức. Đặc biệt là sách, cả một mặt tường là giá sách, chật kín đầy ắp; rượu ngon thì Mao Đài, Ngũ Lương, rượu Tây cũng phải mấy bình. Viện dưỡng lão chỉ có một gian phòng, một cái tủ, một cái bàn, một giường, một ghế sô pha, một tủ lạnh, một máy giặt, một TV, một bếp điện từ, một lò vi ba, căn bản không có chỗ để lưu giữ của cải mà mình tích lũy. Trong chớp mắt, tôi đột nhiên cảm giác được: những của cải này đều là dư thừa, chúng cũng không thuộc về mình".*

Tác giả đã cắn răng bỏ lại tất cả nhưng không tiếc nuối. Của cải trần gian là của trần gian, khi cần buông thì phải buông. Một đời tích lũy, tưởng những thứ đó là ruột thịt không bao giờ rời được nay bỗng ngộ ra những gì tưởng là của mình đều không phải là của mình. Khi sống với chúng, mình quấn quít với chúng, nhưng khi phải rời chúng, mình cũng phải chấp nhận buông.

Buông là một hành động không dễ gì thực hiện nhưng là một hành động phải làm của người biết lẽ vô thường, biết sống thuận theo lẽ trời.

Thế hệ chúng tôi, như đã nói ở trên, bỏ rẻ ra cũng tám chịch có hơn, kể như đã hưởng đủ lộc trời. Con số đó nằm trên cáo phó có thể được coi là con số đã trọn vẹn. Chúng tôi chừ như những mục tiêu bắn tỉa của anh thần cầm lưỡi hái. Nay anh tỉa người này, mai anh tỉa người khác. Trước sau cũng một ngày nào đó. Ừ thì một ngày nào đó!

05/2022

GIẢ

Theo cơ quan nghiên cứu chống hàng giả *The Counter-feit Report* thì Trung Quốc là nước sản xuất tới 80% hàng giả trên thế giới. Báo cáo của Phòng Thương Mại Hoa Kỳ *(United States Chamber of Commerce)* cho biết tỷ lệ hàng nhái của Trung Quốc lên tới 86%. Hai con số, tuy có chênh lệch nhau chút đỉnh, nhưng đều nói tới tài giả mạo của các chú Ba. Hàng giả hay hàng nhái thường được hiểu là cùng một thứ. Nhưng tôi nghĩ có khác. Hàng giả là lấy của người làm của mình, bắt chước y chang và giữ nguyên nhãn hiệu của người khác, cốt để đánh lừa người tiêu thụ, làm hại tới quyền lợi của nhãn hiệu chính cũng như người tiêu thụ. Còn hàng nhái là bắt chước mẫu mã của người khác rồi gắn một cái mác trài trại để đánh lừa người tiêu thụ. Cả hai đều là gian xảo.

Cảnh giác như vậy nên khi du lịch ba tuần tại Trung Quốc vào năm 2007, tôi luôn luôn đề phòng. Khi tới thăm Hàn San

Tự, nhìn thấy vẻ bóng bẩy của ngôi chùa, thấy sự tấp nập ồn ào của con rạch nhỏ xíu trước chùa, tôi tự hỏi đây là Hàn San Tự thiệt hay giả. Cảnh này, không khí này làm sao mà Trương Kế sáng tác được bài thơ "Phong Kiều Dạ Bạc" chỉ có bốn câu nhưng nổi tiếng xuyên bao thế kỷ.

Cảnh giác đến như vậy nhưng tôi vẫn ngạc nhiên khi hai lần đụng vào hàng giả hàng nhái ở đất nước đã có một nền văn hóa huy hoàng đáng ngưỡng mộ.

Lần thứ nhất ở Thượng Hải, hướng dẫn viên đưa du khách tới một tòa nhà nhiều tầng nguy nga, sáng choang ánh đèn. Khách chuộng hàng có "mác" mặc sức bơi. Đồng hồ Longines, Rolex, Omega, ví Coach, Louis Vuiton, Prada, Fendi, Tod's. Giá rẻ mạt. Chỉ vài chục đô là có thể sáng chói trên cổ tay hoặc toòng teng nơi cánh tay. Rồi bút máy, va-ly, thắt lưng, không còn thiếu thứ chi, toàn giả các nhãn hiệu nổi tiếng. Cô hướng dẫn viên cho biết đây là hàng giả nhưng hợp pháp tại Trung Quốc. Cứ thoải mái mua sắm, chẳng ai bắt bớ chi.

Lần thứ hai, từ khách sạn, tôi ra đường Nanking ở *downtown* Thượng Hải mua sắm. Đây là con đường đi bộ, xe cộ không được bén mảng tới. Tôi thấy một cửa tiệm có vẽ hình con cá sấu đặc trưng của nhãn hiệu Lacoste. Nhìn sang phía bên kia đường, cũng thấy một cửa hàng có vẽ con cá sấu. Lạ thật, hai bên đường có xa xôi chi mà có tới hai cửa tiệm cũng một nhãn hiệu. Vậy là có một anh hàng giả. Tôi không nhìn kỹ nhưng biết chắc là hai con cá sấu không giống y chang nhau. Phải có điểm khác biệt. Có khi chỉ giản dị là con cá sấu này có hình ngược với con cá sấu kia. Con bơi qua đông, con

Cửa hàng Lacoste nhái tại Trung Quốc.

bơi qua tây! Tôi cố ngước mắt nhìn kỹ: bên chính gốc có chữ Crocodile. Bên giả nhái chữ thành Coddle. Chẳng cần nghĩa lý chi, chỉ na ná đánh lừa được khách hàng là OK.

Theo "trường phái" chửi cha chữ nghĩa này thì Adidas bị nhái thành Adadis, Odidos, Didasa hoặc Adibas; Nike thành Nkie, Niek, Mike hay Hike; KFC thành OFC, FCK, KLC, FBC, MFC hay KFG; McDonald's thành Mcdnoald's; Starbucks thành Starfucks hay Starbocks; Cartier thành Cairter; Hermes thành Herwes; Chanel thành Cnanel; Zara thành Zabe; Boss thành Bgss; H&M thành H&N; Calvin Klein thành Calvim Klain; Nokia thành Nokla; Puma thành Punh, Fuma hay Foum; Converse thành Cnovesr; Esprit thành Erspte. Nhiều từ miệng uốn trẹo họng mà vẫn không ra chữ chi!

Làm hàng giả, hàng nhái đã trơ tráo trở thành chuyện

bình thường tại Trung Quốc. Họ không hề biết đỏ mặt. Cả một dân tộc nhếch nhác giỏ chiêu lừa lọc không biết ngượng. Tác giả Hồ Đắc Vũ, trong bài "Thủ Đô Giả của Chệt Đỏ", viết vào này 11/2/2022 vừa qua, có đoạn: *"Người tài xế đưa tôi tới trung tâm mua bán điện tử, một khu cao ốc rất lớn, nhiều tầng. Phụ tùng điện tử, hàng điện tử chất đống như khu bán rau chợ Cầu Ông Lãnh, hằng hà sa số. Từ dây sạc phone đủ loại (50 xu Mỹ/bộ 6 loại) cho tới iPhone, iPad (50 đô tới 80 đô một cái), TV thì khỏi nói, nằm xếp đống như bảng đen. Không có bảo hành, thử tại chỗ, về nhà hư ráng chịu. Tôi vòng ra phía sau cao ốc, trong các hành lang dài thấy bày bán các loại đồng hồ, ví xách tay nổi tiếng thế giới như Cartier, Piguet, Vacheron, Rolex, LV, Hermes, Prada, loại phone nạm vàng, đính kim cương nằm đầy trong các hộp gỗ chạm khắc"*.

Giá cả thì thầy chạy. Một cái đồng hồ Cartier tự động, dây da cá sấu, có hộp và chứng nhận như thật, giá 500 đô hoặc 700 đô. Giá chính hiệu là 12 ngàn đô. Chưa hết. Hàng hạng ba chỉ có 300 đô, hạng bèo bọt không hộp còn có 100 đô.

Trong bài "Ma Trận Hàng Giả ở Trung Quốc: Thứ Gì Cũng Làm Được", tác giả khuyết danh, một người từ Việt Nam qua Trung Quốc, viết về thiên đường hàng giả tại Quảng Châu. *"Ở đây, người ta làm giả từ quần áo, túi xách, mỹ phẩm, đồng hồ, máy tính xách tay, máy tính bảng, điện thoại di động cho đến linh kiện xe gắn máy, linh kiện ôtô, máy quay phim, máy chụp hình, pin điện thoại, phần mềm máy tính, trò chơi điện tử, kể cả thuốc chữa bệnh với giá bán "không thể rẻ hơn được nữa". Chả thế mà khi thấy tôi đưa chiếc điện thoại Lumia 730, vừa mới được Hãng Nokia tung ra thị trường thì Wang cười: "Thứ này khoảng nửa tháng là xong. Mà anh cần số lượng bao nhiêu? Sao không mua iPhone 6, chúng tôi đang có sẵn". Rồi Wang vào trong quầy, kéo học tủ lấy ra một chiếc cặp, bên trong chứa đầy những chiếc điện thoại "trái táo". Quả thật nếu chỉ nhìn hình dáng bên ngoài, tôi không thể biết nó là hàng nhái bởi lẽ từ màn hình đến các khe cắm, thậm chí cả lớp hợp kim bọc quanh thân máy cũng y như thật! Mở máy lên, cảm ứng chạm, vuốt rất mượt, vào mạng internet nhanh như chớp".*

Wang, một thanh niên Trung Quốc, khoảng 30 tuổi, nói tiếng Việt lơ lớ, là một tay chuyên bán sỉ hàng giả. Anh tự hào nói: "Nếu anh đưa sang đây một chiếc máy bay, chúng tôi cũng làm được luôn, bay được luôn!". Không biết anh chàng ma mãnh này có nói dóc không chứ hàng nhái Trung Quốc đã có mặt trong máy bay quân sự của Mỹ. Vào năm 2012, một báo cáo của Thượng Viện Mỹ cho biết là có hơn một triệu linh kiện điện tử nhái của Trung Quốc đã bị sử dụng cho các máy bay quân sự Mỹ gây lo ngại nghiêm trọng cho sự an toàn và an ninh của Mỹ. Bản báo cáo dài 112 trang, hoàn tất sau một năm điều tra, cho biết đã phát hiện 1800 trường hợp linh kiện giả trong máy bay chở hàng lớn nhất C-17 Globemaster III của Không Quân Mỹ, trực thăng hoạt động trong các tình huống đặc biệt và máy bay do thám của Hải Quân.

Năm 2019, Bộ Quốc Phòng Mỹ đã bị lừa khi mua một lô áo tàng hình trị giá tới 20 triệu đô trong thời gian từ 2013 đến 2018. Nhà thầu, thay vì phải mua hàng sản xuất tại Mỹ, đã ham lợi mua hàng nhái của Trung Quốc. Một nhân viên Bộ Quốc Phòng giấu tên cho biết: "Loại áo khoác nguyên gốc sử dụng vải chuyên dụng, có khả năng hấp thụ bức xạ cận hồng ngoại khiến người mặc gần như tàng hình trước các loại kính hồng ngoại tuyến nhìn vào ban đêm. Áo nhái không có khả năng này. Các binh sĩ được phát áo cũng không biết đang mặc hàng nhái. Điều này gây nguy hiểm tới tính mạng của họ". Nghi phạm Ramin Kohanbash đã gửi quân phục chính thống tới nhà sản xuất Trung Quốc để sao chép. Số hàng nhái sau đó được Ramin Kohanbash nhận và bán cho các hãng buôn tại Mỹ trước khi chúng được chuyển giao cho quân đội Mỹ dưới danh nghĩa là hàng sản xuất tại Mỹ.

Nhái xe hơi, Trung Quốc cũng đã làm. Đó là chiếc SUV X7 của hãng xe Trung Quốc Landwind. Chiếc này nhái chiếc Range Rover Evoque. Đây là một xe thuộc hạng xịn của Anh. Từ đèn pha, cản phía trước, cửa xe, hình dáng tới phía trong xe đều y chang như xe của Anh. Chỉ có giá xe thì khác. Xe thiệt của Anh giá 69 ngàn đô trong khi xe nhái của Trung Quốc giá chỉ có 19 ngàn rưởi!

Hàng nhái được chia thành nhiều loại. Loại AA là xịn nhất, y như hàng thiệt. Loại A giống tới 95%, loại B khoảng từ 85% đến 94%, loại C thấp nhất. Họ làm hàng giả rất nghề. Để làm một chiếc xách tay giả chẳng hạn, họ mua một chiếc thật về, tháo tung từng chút một rất kỹ lưỡng, quan sát các đường chỉ khâu ở các nếp gấp và các mối nối vì những nơi này dễ phát hiện hàng nhái nhất. Họ cũng phải chú ý tới những ký hiệu đặc biệt được in chìm tại một vị trí bí mật

Xe Landwind X7 giống hệt xe Range Rover Evoque.

nào đó để chống làm giả. Một chuyên gia sẽ nghiên cứu coi chỉ được làm bằng chất liệu gì, bao nhiêu phần trăm ni-lông, bao nhiêu phần trăm *cotton*, màu sắc, độ bền ra sao. Chuyên gia về da sẽ ghi nhận độ dày, độ mềm, màu sắc, hoa văn in trên da và đặt các cơ sở thuộc da tạo ra y như thật. Chuyên gia về dây kéo, về nhãn mác nghiên cứu và đặt làm y hệt. Muốn làm giả một loại ví xách tay phải cần tới ít nhất ba ông chuyên viên…thiệt!

Tôi đã từng săm soi những dây thắt lưng làm giả tại Thượng Hải nhãn hiệu Boss. Lật qua lật lại, thấy y chang như thật. Từ lớp da bên ngoài tới lớp da nhám bên trong, rồi chiếc khóa phía trước, hoàn toàn như thật. Đã lòng bảo lòng không chơi đồ giả của anh Ba nhưng cuối cùng cũng mua vì giá chỉ có 20 đô! Nghiêm chỉnh như tôi, nhất định không chơi với anh hàng xóm to xác xấu bụng, vậy mà cũng sa chân. Nói ra thiệt mắc cỡ nhưng như vậy mới biết sức hấp dẫn của hàng nhái.

Có bốn loại người tiêu thụ hàng nhái của Trung Quốc. Thứ nhất là những người trẻ ưa hàng hiệu nhưng túi ít tiền. Họ muốn bằng anh bằng chị mà chỉ bỏ ra một số tiền cỡ một phần mười khi mua hàng thiệt. Hạng người này thường mua hàng nhái loại kém chất lượng để có thể thay đổi hoài hoài. Thứ nhì là những người muốn giữ thể diện với người chung quanh. Họ thường nghĩ hàng hiệu chỉ là để đánh bóng hình thức còn về chất lượng thì hàng giả cũng OK rồi. Thứ ba là những người thường dùng hàng thiệt nhưng đôi khi chen vào hàng giả vì nghĩ rằng những người khác không ngờ họ dùng hàng giả. Hàng giả họ mua thuộc loại AA, nhìn qua không thể nào biết được. Cuối cùng là hạng người giầu, nhiều tiền nhưng ngại xài tiền. Họ nghĩ không ai dám nghĩ họ dùng đồ nhái vì địa vị của họ trong xã hội. Tôi biết có nhiều bà nhà giầu toàn đeo kim cương giả nhưng chẳng ai dám nghi ngờ họ xài đồ giả.

Hàng giả được tiêu thụ mạnh trên toàn thế giới. Chuyện các nhân viên quan thuế tại các hải cảng hay phi trường bắt được và tịch thu, tiêu hủy nhiều lô hàng giả chúng ta vẫn thường nghe thấy nhưng hàng lọt qua các mạng lưới kiểm soát vẫn còn là số lượng lớn. Người ta ước tính mỗi năm trị giá hàng giả bán ra lên tới 500 tỷ đô Mỹ. Riêng Trung Quốc, thủ phạm của 86% hàng giả hàng nhái, đã thu lợi mỗi năm khoảng 400 tỷ. Theo hãng thông tấn AFP, chính xác con số này là 396 tỷ rưỡi. Giá trị hàng giả xuất khẩu của Trung Quốc trong năm 2016 chiếm 12,5% hàng xuất khẩu của nước này. Ngoài việc chuyên chở hàng giả bằng tầu và máy

Trung tâm thương mại chuyên bán đồ giả Luohu.

bay, các trang mạng mua bán là nơi Trung Quốc tung hàng nhái ra khắp thế giới. Tháng 2/2022, Văn Phòng Đại Diện Thương Mại Mỹ đã liệt các trang mạng AliExpress, WeChat, Baidu Wangpan, DHGate, Pinduoduo và Taobao vào danh sách kinh doanh hàng giả lớn nhất thế giới. Nạn hàng giả đã gây thiệt hại cho nền kinh tế Mỹ khoảng 29,2 tỷ đô mỗi năm. Bà Katherine Tai, Đại Diện Thương Mại Mỹ, cho biết: "Hoạt động buôn bán hàng giả và hàng nhái trên toàn cầu làm suy yếu sự đổi mới và sáng tạo quan trọng của Mỹ và gây hại cho người lao động của đất nước này".

Trong những thứ Trung Quốc làm giả có một thứ thiệt ác ôn. Đó là thuốc giả. Theo FBI của Mỹ dược phẩm giả chiếm khoảng 600 tỷ đô trong thương mại toàn cầu và được coi là "tội ác của thế kỷ 21". Tổ chức Y Tế Quốc Tế WHO ước tính hơn 30% dược phẩm ở các nước đang phát triển là giả mạo.

Cửa hàng Apple giả tại Côn Minh.

"Bất cứ ai, bất cứ nơi nào trên thế giới đều có thể thấy thuốc dường như được đóng gói đúng cách nhưng không chứa các thành phần chính xác, trong trường hợp xấu nhất có thể chứa đầy các chất độc hại cao". Trên thị trường, hơn một nửa số dược phẩm giả được bán là các loại thuốc quan trọng cho mạng sống như thuốc chống sốt rét, lao, AIDS và ung thư. WHO ước tính mỗi năm có khoảng một triệu người tử vong vì dùng thuốc giả. Thiệt bất nhân! Thuốc giả thường được bán qua các trang mạng. Tháng 9/2017, sau 10 năm điều tra, cảnh sát quốc tế Interpol đã phá 3548 trang mạng tại nhiều quốc gia khác nhau, bắt giữ 400 người.

Cũng cần phải kể thêm một thứ "nhạy cảm" mà các anh ba cũng nỡ làm giả. Đó là thứ các ông tin cậy để hành hiệp. Năm 2017, cảnh sát thành phố Vận Thành, tỉnh Sơn Tây bên Tàu đã tịch thu được 1,2 triệu hộp bao cao su giả, 460 ngàn bao cao su rời giả mạo và 100 ngàn vỏ hộp nhái ghi nhãn hiệu Durex. Thứ có chức năng bảo vệ mà bị làm giả khiến không còn hữu hiệu quả thực là ác ôn. Đây là một trong những bửu bối được sử dụng nhiều nhất để kế hoạch hóa gia đình. Khi đụng tới thứ giả này, kế hoạch vỡ tan hoang, hậu quả thiệt khôn lường. Bửu bối này còn có nhiệm vụ phòng tránh lây lan những bệnh khó nói. Đụng thứ giả, phòng tuyến toang hoác ra, phòng tránh nỗi chi. Thứ "nhạy cảm" thứ hai là những viên thuốc Viagra. Thuốc giả được làm y chang như thứ thiệt. Nhưng chúng chỉ giống phía bên ngoài. Nội dung…yếu xìu. Người tiêu dùng có chờ cả ngày thì vẫn chẳng cờ bay cờ bay!

Làm hàng giả là tự xếp hàng vào phía tà đạo. Nhất là làm thuốc giả. Đó là hành động thiếu lương tâm, vô đạo đức. Văn hóa Trung Hoa thường xưng tụng những chính nhân quân tử sao nay lại tha hóa, chiếm tới 86% những trò bịp bợm làm mọi người có lương tâm khinh rẻ? Hỏi tức là trả lời!

03/2022

GỎI ĐU ĐỦ

Tôi bị gỏi đu đủ bò khô nắm cẳng, cho tới bây giờ. Đĩa đu đủ bò khô đầu tiên tôi ăn là ở cổng trường Dũng Lạc, bên hông Nhà Thờ Lớn Hà Nội, khoảng đầu thập niên 1950. Ngày đó trước cửa trường có nhiều hàng quà vặt, điểm đặc biệt là hầu hết người bán là đàn ông. Ừ thì là trường con trai nhưng sao người bán lại cùng dòng giống, chuyện cho tới nay tôi vẫn cứ thắc mắc. Ông nào cũng có tên không phải do cha mẹ các ông ấy đặt. Bánh mì giò chả có ông Lý Toét, ông Đại Quấy bán cái chi chi tôi quên béng mất. Nhưng ông được tôi mến mộ nhất, ngày nào cũng dúi cho ông ấy ít tiền là ông bán món đu đủ bò khô thì lại không có tên. Tay ông cầm cái kéo cắt thịt bò dập tanh tách không ngừng, như một cách rao hàng. Khi có khách, hai tay đó cầm hai chai, một nước tương đen đen, một dấm trắng có pha chút ớt hồng hồng xịt lia lịa xuống chiếc đĩa nhôm đu đủ bò khô có vương chút rau thơm rau răm xanh xanh trên mặt. Chỉ nhìn hai cánh

Gỏi đu đủ bò khô.

tay khua khua đã thấy nước bọt túa ra đầy miệng.

Tôi đã chết mệt với món đu đủ bò khô từ những ngày non dại đó. Cho tới ngày nay tôi vẫn…non dại. Vẫn mê món đu đủ bò khô. Vào nhà hàng nào có bán là tôi ít khi bỏ qua. "Bệnh" này bắt nguồn từ những ngày Hà Nội nhưng nặng thêm từ khi di cư vào Sài Gòn, khi nếm mùi gỏi đu đủ của ông già áo đen trước cửa tiệm nước mía Viễn Đông nơi góc đường Lê Lợi và Pasteur. Thời sinh viên, đậu chiếc xe Goebel hai màu vàng và cam bên lề, anh chàng tuổi trẻ ngày đó nhào vào hàng ông già áo đen, bưng chiếc đĩa nhôm ra ngồi trên yên xe đắm đuối với cái vị mằn mặn, chua chua, cay cay, nồng nồng không thể có trong các món ăn khác. Đĩa gọi đĩa, thường phải ít nhất hai đĩa mới dứt áo ra đi được. Có những ngày nặng túi, hai đĩa còn chưa ra đâu vào đâu, hai đĩa tiếp nữa mới…đủ. Còn tiếc rẻ húp hết nước trong đĩa. Báo hại bữa cơm chiều đó sao thờ ơ uể oải khiến bà già đưa mắt dò hỏi.

Anh bạn trẻ tuổi Phạm Công Luận, quen trên giấy bút nhưng chưa bao giờ giáp mặt, nhắc nhớ tới ông già áo đen của thời đó. *"Những anh chị tôi, lứa tuổi nay đã bước vào tuổi 60, 70 rất quen thuộc với hàng bò khô, nay gọi là gỏi khô bò của ông già áo đen bán trên đường Pasteur. Họ vẫn nhớ những buổi chiều chưa tắt nắng của Sài Gòn nửa thế kỷ trước, tan trường Sư Phạm, trường Luật là phóng xe ra ngay góc ngã tư Lê Lợi – Pasteur, ngồi trên xe gọi mấy đĩa khô bò đu đủ cùng một lúc. Từ xa đã thấy bóng ông chủ xe khô bò, luôn luôn bận áo đen nên chết tên. Phải canh làm sao để ăn được gỏi khô bò của "ông già chemise noire" hay "ông già áo đen" này dù khu đó có tới bốn người bán gỏi khô bò đu đủ bào. Không mấy ai biết tên gì, chỉ gọi biệt danh như vậy".*

Món khô bò đu đủ bào ngon như thế nào phải nghe ông tổ sư ẩm thực Vũ Bằng tán. *"Có ai một chiều nào nhàn tản trên con đường Pasteur, ở ngã ba Lê Lợi, có thấy hàng toán người tề tựu ở trước chùa Chà như dự một cuộc mết tinh vĩ đại? Không, họ không phản đối gì hết mà cũng chẳng yêu cầu gì hết. Khẩu hiệu của họ căng lên ở trong lòng: họ ăn, họ uống, và uống và ăn để làm thỏa mãn cái dạ dầy nhiều đòi hỏi. Có người đứng ăn; có người ngồi ghế ăn; có người ngồi ở xe máy dầu gác chân lên hè để ăn; có người ngồi xổm trên hè để ăn; lại có người hãm xe hơi lại, thò đầu ra ngoài kêu ăn. Họ ăn gì vậy? Ăn bánh tôm; ăn bì bún; ăn bánh mì phá lấu; ăn ốc; ăn bánh canh giò heo; nhưng muốn gì thì gì, món được người ta thưởng thức nhiều nhất, nồng nhiệt nhất và thành tín nhất vẫn là món đu đủ bào, rưới rất nhiều giấm ớt lên trên. Ở cái đất quanh năm nắng chói như đây, tạng người ta nhiệt lắm, lòng lúc nào cũng cứ xót như cào: ăn cái món ấy vào mát ruột. Các ông ưa quá, mà các bà các cô lại ưa hơn; ăn một đĩa rồi lại muốn ăn đĩa thứ hai, thứ ba...thứ sáu. Chính tôi đã thấy có một bà ăn chơi sơ sơ một lúc sáu đĩa như thế rồi xuýt xuýt xoa xoa, chảy cả nước mắt nước mũi mà có vẻ như vẫn còn thèm ăn nữa. Ờ, cái món đu đủ bào trộn giấm ớt đó là gì vậy? Thưa, đó là khô bò. Đu đủ bào, trên đặt mấy miếng khô bò, tưới giấm ớt rồi rắc mấy lá ngò lên trên đó, chỉ giản dị có thế thôi, vậy mà ăn vào...phải biết! Ngon chết người đi được!”.*

Cái món ngon chết người đi được này là món ta hay món tầu, nhiều người cắc cớ đặt câu hỏi. Tác giả Lưu Khâm Hưng có vợ người Tàu cũng thắc mắc. Ông nghĩ đây không phải là món của người Hoa nên hỏi vợ cho chắc ăn. Ai ngờ bà vợ trả lời tỉnh queo: “Hồi đó đi học ăn hoài, dường như món này của người Tàu. Mấy xe bán gỏi đu đủ khô bò ở Chợ Lớn đều do mấy ông Tiều bán. Bởi vậy ăn gỏi khô bò đâu có chan nước mắm mà là chan nước tương pha giấm ớt”. Thiệt hôn? Cái món làm say đắm nhiều người Việt này là một món ngoại lai sao? Tác giả Minh Lê trong bài “Gỏi Khô Bò” đã cất công tìm kiếm. Theo ông, thành phần chính của món ăn hớp hồn này là đu đủ và bò. Đu đủ có gốc ở châu Mỹ, được mang sang trồng tại châu Á từ đầu thế kỷ 19. Trong từ điển Việt-Bồ-La của Alexandre de Rhode, xuất bản năm 1651, chưa có từ đu đủ. Nhưng trong cuốn *Đại Nam Quấc Âm Tự Vị* của Huỳnh Tịnh Của, xuất bản năm 1895, từ “đu đủ” đã có ở trang 327, chứng tỏ khi đó đu đủ đã khá phổ biến ở Việt Nam. Về thịt bò, dân Việt chuộng nuôi trâu hơn nuôi bò.

Nhưng tới năm 1915, cụ Phan Kế Bính đã liệt kê trong cuốn "Việt Nam Phong Tục": "Về thứ đồ ăn thì nhất là hay dùng những thịt trâu, bò, dê, lợn, gà ,vịt, chim, ếch, tôm, cá, cua, ốc..v..v..mà thịt lợn là thứ cần dùng hơn hết". Tác giả Minh Lê viết: *"Vậy vào thời điểm cuối thế kỷ 19 sang đầu thế kỷ 20, điều kiện "cần và đủ" cho gỏi khô bò đã có, chuyện còn lại là khoảng năm nào và có ở đâu trước?Nói về miền Bắc, tôi "chộp" được câu này: "Hà Nội 1953 đã thay đổi khác đi nhiều rồi…bây giờ phố xá Hà Nội có những món ngon mới, như món thịt bò khô gồm đu đủ thái nhỏ, rau mùi và giấm, "lạp chín chương", ăn vào thấy đủ vị cay chua mặn chát. Tác giả Nguyễn Duy Hảo, bút hiệu Ba Lăng, ăn gỏi khô bò từ 1948: "Thú thật là tôi không được biết rõ món đu đủ bò khô có từ bao giờ và nguồn gốc của nó cũng như do ai sáng chế ra món ăn đáng nhớ này. Riêng cá nhân tôi đã được thưởng thức món quà đặc biệt này từ năm 1948 tại cổng trường tiểu học Hàng Than Hà-Nội".*

Khô bò có cách chế biến giống với món phá lấu chiên của người Tiều nhưng người Tiều ăn phá lấu với cơm chứ không làm gỏi đu đủ. Ngoài khô bò, xì dầu là dấu ấn của người Hoa. Nhưng đu đủ bào và đậu phộng lại tương tự như món *tam maak hung* của người Lào và món *som tam* của người Thái. Không biết có nên kết luận là một người Việt nào đó đã kết hợp hài hòa các món trên để chế ra món gỏi đu đủ khô bò thần sầu mà tôi là một đệ tử không.

Tôi đã một phen thất vọng với món *som tam* của Thái Lan. Trong một lần tới Bangkok vào cuối năm 2019, trước khi có dịch *covid*, tôi đã háo hức thử món gỏi đu đủ phố

Cối giã som tam Thái Lan.

biến của Thái Lan. Tới Thái Lan mà không thưởng thức *som tam*, một di sản văn hóa ẩm thực của đất nước hiền hòa này, là một thiếu sót to lớn. Món này được bán khắp các nhà hàng và xe bán rong tại Bangkok. Tôi *order* và thích thú chờ đợi. Cô hàng khá xinh bắt đầu chế biến. Nhìn mà chóng mặt với cái tay thoăn thoắt vứt nguyên liệu vào một chiếc cối. Đu đủ xanh, đậu đũa, xoài xanh, cóc Thái, cà chua, chanh, nước mắm, đậu phộng, tỏi, tôm khô, đường thốt nốt và ớt. Hình như có cả ba khía nữa. Đĩa gỏi được tôi khới khới cố ăn vài miếng rồi chịu thua. Cay xé lưỡi, cũng chua chua, chát chát, mặn mặn, ngọt ngọt nhưng đó là một thứ hầm bà làng giã nát trong cối. Nhìn đĩa gỏi dở dang mà không dám nói năng chi. Lỗi tại tôi không biết tiếng Thái. Nếu biết *som* có nghĩa là chua và *tum* có nghĩa là giã thì tôi đã không tốn vài chục *baht*!

Som tum là một hóa thân tồi của gỏi đu đủ khô bò của ta. Cái miệng đã nếm qua gỏi khô bò sẽ không bao giờ rời được cái vị chua chua, cay, ngọt, mằn mặn bùi bùi của món ăn đường phố hấp dẫn này. Vét hết những sợi đu đủ, nhai xong những miếng khô bò nho nhỏ, người sành điệu phải húp cho bằng hết phần nước còn sót lại. Đây là một hậu vị, kết thúc hoàn chỉnh một thức ăn làm mê mệt những cái miệng sành sỏi. Tôi bao giờ cũng dành miếng gan nướng sém cạnh bùi, béo, cho những miếng cuối cùng. Chính miếng gan này đã gọi đĩa thứ hai, rồi thứ ba, thứ n. Hình như đã lậm món ăn dân dã nhưng ngon chết người này thì chẳng bao giờ có thể rời xa được. Không lẽ lại ví cái nghiện gỏi đu đủ khô bò này với mấy ông hít tô phe ôm ấp nàng tiên nâu nhưng tôi e rằng cả hai đều chung một quyến rũ.

Phạm Công Luận, người tương đối trẻ, sống thời nay nhưng miệt mài đi tìm những dấu vết xưa của Sài Gòn đã có duyên gặp được anh Nguyễn văn Tuynh, con trai của ông già áo đen. Anh Tuynh, người phụ cha bán đu đủ bò khô suốt 9 năm trước khi đi quân dịch, nhớ lại: Sài Gòn thời ấy không có nhiều hàng quán cầu kỳ như bây giờ. Không chỉ giới bình dân, giới có học không câu nệ phải ăn hàng quán sang trọng mắc tiền. Do đó các xe bán hàng ăn trên lề đường rất đông khách, có đủ cả sinh viên, thầy cô giáo, tiểu thương, công tư chức và quân nhân. Anh Tuynh tiết lộ cách làm khô bò của ông già áo đen: "Nhà tôi làm khô bằng lá lách bò, thịt thì bằng thịt ở má bò vì má bò có gân nên vừa mềm vừa dai, khi chín tới ăn rất thơm ngon. Lá lách bò dài như miếng gan heo, luộc chín, khứa từng khứa để khi xào nấu thì gia vị thấm vào bên trong mới ngon. Xong đem xào với sả, ngũ vị hương, muối, đường, gừng (để khử mùi nồng của lá lách bò) rồi đổ nước vào cho ngập mặt, đun hơn một giờ cho sệt lại. Sau đó vớt ra cho vào chảo chiên. Qua ba công đoạn luộc, xào rồi lại chiên nên mới có miếng sém cạnh, vừa bùi vừa giòn, ngon vô cùng".

Khu nước mía Viễn Đông thời của chúng tôi là một khu ăn hàng số một ở Sài Gòn. Ngày đó chúng tôi tấp vào ăn, thấy có đủ các…bộ môn: gỏi khô bò, hủ tiếu, bò viên, bánh cuốn, bò bía, phá lấu. Người bán tấp nập, người ăn cũng tấp nập. Thấy khu bán hàng quà vặt này đông vui, chẳng ai trong chúng tôi thắc mắc. Nhưng nay anh Tuynh cho biết chính cha anh, ông già áo đen bán gỏi bò khô là người đứng ra tổ chức khu ăn uống nhộn nhịp được đặt tên không chính thức là "bến nước mía Viễn Đông". Bến nằm trên đường Pasteur, khúc từ đường Tôn Thất Đạm đến Lê Lợi. Cha anh Tuynh đã từng dừng xe bán ở trường Chu văn An, góc đường Lê Thánh Tôn và Tạ Thu Thâu quanh chợ Bến Thành và đều bị đuổi chạy trối chết. Khi ông tới bán ở góc đường Pasteur và Lê Lợi, xế cửa hàng nước mía Viễn Đông, cảnh sát ở bót Lê văn Ken cũng đuổi. Sau khi bàn bạc với các bạn hàng cùng bán tại địa điểm này, ông đến bót Lê văn Ken xin thành lập một "bến" tập trung buôn bán, đóng thuế đàng hoàng. Ông sẽ là người thu thuế nộp lại cho cảnh sát. Vậy là khu ăn hàng của Sài Gòn thành hình. Có bốn người bán gỏi bò khô, tất cả đều là dân di cư. Ngoài ông già áo đen, còn có các ông Thung, ông Chiếu và ông Dần. Tôi luôn luôn là khách trung thành của ông già áo đen, chưa bao giờ biết các ông khác. Ông bác sĩ Lê văn Lân ngày đó có một bài thơ về "bến" Viễn Đông mang tên "Quà Rong" được nhiều người biết.

Nước mía Viễn Đông.

Người đi trăm nhớ ngàn mong
Người về còn nhớ quà rong năm nào
Đầu đường nghe thoáng lời rao
Là tha hồ biết quà nào rẻ ngon
Dăm bông, thịt nguội, mì giòn
Hai đồng một ổ bà con mua giùm
Anh ơi, nước mía Viễn Đông
Hai ly chưa đã, mát lòng em luôn
Thêm đĩa bò bía chấm tương
Ăn kèm phá lấu, em thương anh nhiều
Ốc sò, muối ớt, chanh tiêu
La ve, củ kiệu càng nghèo càng ham
Cóc chua, tầm ruột, ổi dầm
Thua gì xoài tượng, mới dầm đã chua.

Bài thơ đã ghi lại một thời Sài Gòn nhộn nhịp ăn uống xôn xao. Có điều tại Bến Viễn Đông có tới bốn ông bán gỏi bò khô mà ông bác sĩ không nhắc tới món này. Thiệt là một người đãng trí!

Tôi phải nói thêm là, những ngày hoa mộng đó, chúng tôi thường không bỏ về sau khi vét hết vài đĩa gỏi bò khô mà còn một chuyện luôn luôn chẳng bao giờ đãng trí. Đó là phải xếp hàng uống bằng được một ly nước mía Viễn Đông. Ly nước mía mát lạnh, vắt thêm trái tắc, uống vào tới đâu biết tới đó. Đó là một kết thúc hoàn hảo cho một buổi rong chơi với quà rong.

Tôi muốn kết thúc bằng một tiết lộ nho nhỏ. Bà chủ nước mía Viễn Đông hiện sống ở thành phố Montréal chúng tôi. Tôi có gặp bà một lần, chưa tiện hỏi về cửa hàng nước mía huyền thoại ngày đó thì mất liên lạc với bà. Thiệt đáng tiếc! Tiếc như gan ruột cồn cào khi nhớ lại những ngày hoa mộng đẹp đẽ đó.

05/20212

HÁT CÔ ĐẦU

Cũng lại tên Khánh Giang! Những ngày của thập niên 1960-1970, Thư Ký Tòa Soạn bán nguyệt san Thời Nay luôn luôn là tên đầu têu chuyện ăn nhậu của chúng tôi. Hồi đó, gần khu hồ bơi Đại Đồng bên Bình Thạnh có một nhà hát cô đầu nhỏ. Sau một cuộc rượu, Khánh Giang bỗng nảy ra ý đi hát cô đầu. Thời chúng tôi chuyện hát cô đầu là chuyện xưa quá là xưa, chúng tôi không nghĩ là còn nhà hát. Khoảng chục tên làm báo đổ bộ vào nhà hát nhỏ. Khi họ đưa cho chiếc trống cầm chầu thì các "quan viên" ngó quanh. Có tên nào biết chi đâu. Khánh Giang nói tôi cầm chầu vì tôi là dân Bắc Kỳ. Rượu đã có trong máu, tôi gật đầu. Khi cô đầu hát, tôi chẳng biết trống triếc ra sao mà từ cô đầu tới các nhạc công mở to mắt nhìn. Tôi gõ lung tung, chẳng biết tại sao mình gõ.

Chầu hát cô đầu hôm đó, lần đầu và là lần cuối, tôi thất bại nặng. Coi như một kỷ niệm không đáng nhớ. Nhưng cho tới nay, khi định viết về hát cô đầu, tôi đọc một số tài liệu mới thấy mình điếc không sợ súng. Tác giả Bùi Trọng Hiền luận về cầm chầu như sau: *"Trong quan hệ cung cầu, giá trị quan viên cầm chầu chính là một trong những yếu tố hấp dẫn, thu hút khán giả. Nó như một sự thách đố, kích thích tầng lớp thức giả cô đầu phố thị. Bởi đi nghe hát mà không biết cầm chầu thì sẽ bị coi là chưa biết thưởng thức ả đào. Nên ai cũng có tâm lý phải tập, phải đi nghe nhiều để học hỏi chúng bạn, những mong nâng tầm nhận thức nghệ thuật. Thưởng thức các thể cách, khách chơi - quan viên được coi là sành điệu tất phải am hiểu lề luật âm nhạc, thơ ca để có thể khen thưởng hay điểm chầu khớp với các khổ phách/ khổ đàn. Những quan viên sành điệu bao giờ cũng được giới đào kép nhất mực nể trọng. Ở Hà Nội thời đầu thế kỷ 20, lịch sử đã ghi nhận những cuộc thi lớn được tổ chức thường niên giữa các nhà hát cô đầu. Bên cạnh giải thưởng cho đào kép, cũng có cả giải thưởng dành riêng cho giới quan viên cầm chầu. Nó chứng tỏ một mối quan hệ cung cầu, một đời sống nghệ thuật phát triển sôi động của thể loại. Nhu cầu làm quan viên của khán giả đô thị thể hiện rõ qua việc Tân Dân Thư Quán xuất bản cuốn "Sách Dạy Đánh Chầu" ở Hà Nội vào năm 1927. Cuốn sách bán chạy tới mức nó đã được tái bản ngay 2 năm sau đó (1929)"*.

Tái mặt với nhận xét của tác giả Bùi Trọng Hiền, tôi còn bị một cú ca dao giữa cho te tua. *"Quan viên ba bảy quan viên / Chém cha cái loại lấy tiền vung văng / Cầm chầu roi trống vụt xằng / Say tình nhập nhằng rờ mó hơn ma!"*.

Bị hai cú *knock down* tôi toát mồ hôi hột. Cái thứ "quan

viên" như tôi thiệt xấu hổ. Thực ra tôi cũng có chút hiểu biết về hát cô đầu từ những giờ Việt Văn lớp Đệ Nhị tại trường Chu văn An. Ngày đó, nhân giảng về bài hát nói "Gặp Cô Đào Cũ" của Dương Khuê, Giáo sư Vũ Hoàng Chương đã bắt qua kể chuyện đi hát cô đầu. Nghe đó nhưng tôi chẳng bao giờ nghĩ có ngày mình sẽ là "quan viên" cầm chầu nên nghe qua rồi bỏ. Nếu nhớ lời giảng của thầy chắc tôi chẳng dám cầm cái dùi trống. Có điều tôi nhớ bài hát đầu tiên của đêm đó chính là bài "Gặp Cô Đào Cũ".

> *Hồng Hồng, Tuyết Tuyết*
> *Mới ngày nào chửa biết cái chi chi,*
> *Mười lăm năm thấm thoắt có xa gì*
> *Ngoảnh mặt lại đã đến kỳ tơ liễu.*
> *Ngã lãng du thời quân thượng thiếu,*
> *Quân kim hứa giá ngã thành ông.*
> *Cười cười, nói nói thẹn thùng*
> *Mà bạch phát với hồng nhan chừng ái ngại.*
> *Riêng một thú thanh sơn đi lại*
> *Khéo ngây ngây, dại dại với tình.*
> *Đàn ai một tiếng dương tranh!*

Đây là bài hát phổ biến nhất mà các ả đào thường hát khi mở đầu chầu hát. Nội dung kể lại chuyện gặp lại cô đầu cũ, nàng đã già, con nàng khi xưa bé chút xíu giờ đã tới kỳ tơ liễu khiến tác giả mê mẩn tiếc nuối.

> *Ngày xưa Tuyết muốn lấy ông,*
> *Ông chê Tuyết bé, Tuyết không biết gì.*
> *Bây giờ Tuyết đã đến thì,*
> *Ông muốn lấy Tuyết, Tuyết chê ông già.*

Tâm trạng tiếc nuối trong bốn câu mưỡu của bài hát nói này rất hợp với những quan viên muốn yêu xuyên suốt hai thế hệ. Chẳng cứ các quan viên hát ả đào, anh đàn ông nào cũng thấy có mình trong tâm trạng tiếc của trời đó.

Không biết do đâu mà cô đầu bị mang tiếng là những người không đứng đắn. Có lẽ do cái không khí buông thả trong nhà hát. Thế hệ trên lũ chúng tôi, có tí máu văn nghệ, hầu như đều đã lê la nơi nhà hát. Tới thế hệ chúng tôi, phòng trà là nơi chúng tôi lui tới thường xuyên. Tới phòng trà là để nghe hát. Một bên là ca sĩ, một bên là khán giả. Người hát người nghe, người nghe ngồi dưới, người hát đứng trên sân khấu cao, khi phòng trà đóng cửa, mọi người ra về. Nhưng hát cô đầu có khác. Đó là nơi tụ tập, lui tới của giới sĩ, nhiều người biết làm thơ. Họ không chỉ thụ động làm khán giả mà đem thơ của mình tới cho ca nhi hát, hoặc có khi họ ứng tác thơ ngay khi đang ngồi trong nhà hát để bạn bè bình thơ hoặc ca nhi tùy hứng nhập vào hồn thơ hát cho mọi người nghe.

Mối giao tình giữa người hát và người nghe thêm phần sinh động. Có lẽ vì vậy mà giao tình giữa cô đầu và quan viên khăng khít hơn. Nhiều nhà thơ, nhà văn đã sáng tác ngay tại các nhà hát cô đầu.

Phải kể ngay tới nhà thơ Tú Xương. Các bài thơ của ông đã được ca theo cung đàn nhịp phách có thể kể: ĐánhTổ Tôm, Hát Cô Đầu, Thi Hỏng, Câu Đối Ngày Tết, Cảnh Tết Nhà Cô Đầu.

Cái thú cô đầu nghĩ cũng hay
Cùng nhau dan díu mấy đêm ngày
Năm canh to nhỏ tình dơi chuột
Sáu khắc mơ màng chuyện nước mây
Êm ái cung đàn chen tiếng hát
La đà kẻ tỉnh dắt người say
Thú vui chơi mãi mà không chán
Vô tận kho trời hết lại vay.

Một ông tú khác là Tú Mỡ cũng mô tả sự đổ bộ xuống xóm cô đầu của các văn nhân.

Họ kéo từng đàn xuống xóm hát
Lu bù ngày ấy sang đêm khác
Phen này ông quyết xuống Khâm Thiên
Mở tiệm cô đầu có lẽ phát.

Khâm Thiên là nơi mỗi lần đi qua, tôi phải quay mặt đi. Thuở ấu thơ, trước khi tản cư khỏi Hà Nội vào năm 1946, nhà tôi ở Giáp Bát, lúc đó còn là ngoại thành Hà Nội. Từ nhà tôi lên Hà Nội phải qua phố Khâm Thiên. Chuyện lên Hà Nội của một đứa bé sáu bảy tuổi là chuyện hiếm hoi. Năm thì mười họa mới được ngồi trên *porte-bagage* của chiếc xe đạp màu đen của cậu tôi. Thường là đi bệnh viện Phủ Doãn. Nhưng cũng có những lần được đi chơi ăn kem Bờ Hồ. Mỗi lần đi qua Khâm Thiên, tôi thấy những cô gái son phấn đậm đà, quần áo đẹp đẽ lượn lờ trước cửa những căn nhà nhỏ. Cậu tôi bắt quay mặt đi không cho nhìn. Dĩ nhiên tôi phải thi hành theo lệnh, nếu không thì nhịn ăn kem! Các cô đầu là những người ăn mặc tân thời hơn các phụ nữ của các tầng lớp khác. Họ là những tiên phong trong việc lăng-xê-mốt. Khi họa sĩ Cát Tường tung ra mẫu áo dài Le Mur với quần sa tanh trắng, thân áo bó sát phô trương phần ngực, giới tiểu thư con nhà lành cũng thích ăn diện nhưng vẫn không dám tròng vào người chiếc áo cải cách. Ông nghĩ ra cách dụ các bà chủ nhà hát cô đầu ở Khâm Thiên cho các cô đầu mặc áo Le Mur đi ra ngoài phố. Các tiểu thư con nhà lành thấy đẹp nên mặc theo. Chiếc áo dài Le Mur lên ngôi, đánh bạt các kiểu áo dài cũ. Cũng vào thời đó, phụ nữ thường mang hài có phía trước cong lên như cái mỏ vịt. Đôi hài này không hài hòa với áo dài cải cách bằng đôi guốc cao gót. Cũng chính các cô đầu đuổi đôi hài mỏ vịt chạy có cờ.

Cái giống văn nhân thường thích những cái mới. Cô đầu là tầng lớp cầm…đầu trong việc trình diễn những cái mới khiến các nhà văn nhà báo mê mẩn sự đời. Cô đầu có hai loại: cô đầu hát và cô đầu rượu. Cô đầu hát ngồi giữa các nhạc công chỉ có hát, nghiêm trang và đứng đắn. Cô đầu rượu ngồi bên các quan viên để hầu trà hầu rượu. Kề cận bên nhau nên tình thân nhiều khi đi tới… vô tận. Ca dao bình dân ngày đó đã than thở: *Cô đầu, cô đít, cô đuôi / Bố tôi sạt nghiệp ai nuôi cô đầu.* Nhà thơ Anh Thơ cũng đã cay đắng tâm sự: "Tôi mất lòng tin vào đàn ông một thời gian dài. Từ bỏ cuộc đính hôn với ông Cẩm Văn, chủ nhà xuất bản Nguyễn Du, vì mỗi lý do ông ấy mê cô đầu. Khi thấy Cẩm Văn nhìn cô đầu rất say đắm, tôi đã ngất đi vì nhục nhã. Tôi nhất quyết đoạn tình, ông ấy chạy theo thanh minh: "Anh chỉ yêu cái bản sắc văn hóa dân tộc thể hiện qua cái áo tứ thân của cô ấy chứ không yêu gì cô ta. Anh chỉ yêu em thôi". Sau này nghĩ lại tôi cũng thấy thương ông ấy một chút nhưng rồi nghe tin tôi đã bỏ đi, cô đầu ấy dọn luôn đến nhà Cẩm Văn ở, thế là tan một nhà xuất bản danh tiếng".

Năm 1973, nhà văn Vũ Bằng nhớ lại: "Thực tình đến bây giờ, cố moi trí nhớ, tôi chưa thấy nhà văn nhà báo đất Bắc nào mà lại không ra vào nhà hát cô đầu... Các văn nghệ sĩ hội họp uống rượu, ngâm thơ, đánh một khẩu trống để thưởng một câu văn hay, một tiếng đàn khéo bấm, hay một giọng ca buông bắt thật tài tình. Đôi khi tức cảnh, họ tạo nên những câu mưỡu, bài hát nói hay những vần thơ bát cú hoặc lục bát thật hay". Vũ Bằng còn tôn xưng xóm cô đầu Khâm Thiên là "cái nôi văn nghệ của Hà Nội". Từng thế hệ văn nghệ sĩ đã ăn dầm nằm dề nơi nhà hát cô đầu. Thế hệ của Phạm Quỳnh, Hoàng Tăng Bí, Dương Bá Trạc, Nguyễn văn Vĩnh, Nguyễn Đỗ Mục. Rồi thế hệ Vũ Bằng, Dương Phượng Dực, Doãn Kế Thiện, Hoàng Tích Chu, Phùng Tất Đắc, Phùng Bảo Thạch, Tạ Đình Bính, Đái Đức Tuấn, Trần Quang Trân, Hoàng Ngọc Thạch, Trần Tuấn Khải. Tha thiết hơn nữa, Vũ Bằng đã ví các cô đầu như "những vú nuôi" của giới văn nghệ sĩ Hà Thành.

Thậm chí ông còn viết: "Một người không văn nghệ mà sống trong không khí ở Khâm Thiên dần dần cũng hóa ra thành văn nghệ sĩ lúc nào không biết!". Vũ Bằng còn tiết lộ các nhà văn nhà báo như Phùng Bảo Thạch, Vũ Đình Chí, Lưu văn Phụng, Vũ Liên, Nguyễn Triệu Luật, Ngô Tất Tố mỗi khi bàn về nội dung của số báo sắp ra đều làm tại nhà hát cô đầu vào lúc khuya khoắt. Hoặc Vũ Trọng Phụng, Lưu Trọng Lư, Nam Cao, Nguyễn Tuân, Trần Huyền Trân, Nguyễn Công Hoan, Lê văn Trương, Thâm Tâm, Ngọc Giao cũng thường lấy nhà hát cô đầu làm nơi cảm hứng sáng tác, đàm đạo văn chương.

Trong tiểu luận "Ca Trù Thăng Long-Hà Nội", nhà nghiên cứu Trần Thị Kim Anh viết: *"Những bài viết sâu sắc với những từ ngữ đẹp đẽ nhất dùng để ngợi ca nghệ thuật ca trù của Phạm Quỳnh, Nguyễn Xuân Khoát, Ngô Linh*

Ngọc đều bắt nguồn từ đây. Nhạc của Nguyễn văn Thương, thơ của Vũ Hoàng Chương, Trần Huyền Trân lấy cảm hứng từ đây. Bản dịch Tương Tiến Tửu của Đái Đức Tuấn, tác phẩm "Con Voi Già của Vua Hàm Nghi" của Lưu Trọng Lư đều bắt đầu viết ở đây trong những cơn cao hứng. Đặc biệt Nguyễn Tuân yêu quý và trân trọng ca trù tới mức, dường như với ông, ca trù là một ngôi đền linh thiêng để hóa giải những nỗi đau tục lụy. Ca trù trong ông luôn như một nỗi ám ảnh, và nỗi ám ảnh đó từng được thể hiện sâu sắc, đau đớn trong những truyện ngắn như "Chiếc Lư Đồng Mắt Cua", "Chùa Đàn", những truyện ngắn đánh dấu một giai đoạn tuyệt diệu trong cuộc đời sáng tác của ông".

Nguyễn Tuân là dân hát ả đào thứ thiệt. Sau tháng 4/1975, Nguyễn Tuân có viết cho Vũ Hoàng Chương một bức thư vỏn vẹn có mấy chữ: "Mấy lời hỏi thăm cố nhân. Thư bất tận ngôn". Vũ Hoàng Chương cười nói với Mai Thảo: "Thằng Tuân ngày xưa với tao thân lắm. Khâm Thiên, bàn đèn, tao đâu nó đó, mà nó sợ. Chỉ dám dùng bốn chữ 'thư bất tận ngôn'". Thỏ đế như vậy nhưng khi máu hát ả đào nổi lên, Nguyễn Tuân, khi đó theo Việt Minh lên an toàn khu, cũng dám anh hùng tổ chức một chầu hát chui đãi ông Trần Đức Thảo ở bên Tây về, chưa bao giờ biết chuyện tom chát ra sao. Địa điểm là một căn nhà chòi có cót che kín mít, dùng để chứa nông cụ, thúng mẹt, cày bừa nằm giữa cánh đồng vừa gặt xong. Nghe xong, ông Thảo khen: "Sao thứ dân ca này có thể nghệ thuật đến thế. Trong đời tôi, tuy đã từng thưởng thức những tiếng đàn, lời ca cổ điển vô cùng nghệ thuật của lối hát *opera* phương Tây, nhưng đây là lần đầu tiên tôi khám phá ra một lối ca nghệ thuật tuyệt kỹ, vừa trữ tình, vừa huyền bí, thiêng liêng như của một tôn giáo, nghe mà rợn cả người, cứ y như bỗng mình được lạc vào cõi thiên thai".

Năm 1971, tại Sài Gòn, nhân kỷ niệm 10 năm báo Văn Học, Phạm Kim Thịnh tổ chức một buổi hát cô đầu. Thịnh trên tôi vài tuổi, coi như cùng thế hệ với tôi, chẳng biết cô đầu cô đuôi ra làm sao mà nổi hứng mời hai bậc trưởng thượng Vũ Bằng và Vũ Hoàng Chương tới gõ trống chầu. Thi hào Vũ Hoàng Chương cầm chầu lối buông xuôi trong khi Vũ Bằng đánh trống lối bóc. Vũ Bằng giải thích: "Tiếng trống buông xuôi không kêu to nhưng kiểu cách nhẹ nhàng. Còn tiếng trống bóc nghe to, nghĩa là một tay bịt nửa trống, lúc dùi trống giáng xuống mặt trống nghe nó to và giòn. Đa số các cụ xưa thích đánh trống buông xuôi, còn thanh niên thích lối đánh bóc".

Chúa mẹ ơi, nghe tới kỹ thuật đánh trống cầm chầu mà tôi tá hỏa. Tiếng trống tôi đánh tại Đại Đồng năm xưa chắc chẳng buông xuôi mà cũng chẳng bóc. Không chừng nó giống tiếng trống múa lân!

04/2022

HÊN XUI MAY RỦI

Ba chục năm trước, tôi ghi tên tham gia vào một chương trình hợp tác xã địa ốc tại Montreal. Hợp tác xã sẽ lập hồ sơ vay tiền chính phủ để xây một nhà loại chung cư gồm 32 đơn vị. Khi tôi tham gia thì đã có khoảng hai chục người ghi tên trước tôi. Toàn là người bản xứ. Họ có một ban tuyển chọn để phỏng vấn những người muốn tham gia hầu biết tình trạng, lối sống và suy nghĩ của người muốn tham gia. Mục đích của họ là tìm những người tử tế, biết hòa đồng vào một cộng đồng chung sống an bình và hạnh phúc. Năm người trong ban phỏng vấn đặt cho tôi rất nhiều câu hỏi trong đó có nhiều câu tôi nghĩ rất vu vơ, chẳng ăn nhằm chi tới chuyện tôi xin làm thành viên của hợp tác xã. Một trong những câu hỏi mà tôi cho là lảng xẹt nhất như sau: "Trong trường hợp có hai gia đình hoàn cảnh y như nhau về mọi mặt, hoàn toàn y hệt như nhau, bạn sẽ chọn gia đình nào?". Tôi khựng lại. Biết trả lời sao! Tôi nói đại: *"Tirer au sort!"*. Bắt thăm! Họ gật đầu cười ngất và nhận tôi. Có lẽ họ thấy tôi suy nghĩ bình thường như họ. Khi gặp một trường hợp khó giải quyết, chúng ta đành nhường quyền quyết định cho cái gọi là hên xui may rủi. Đó là cách giải quyết công bằng nhất tuy thực ra rất không công bằng. Một bên được hết, một bên trắng túi, sao mà công bằng được. Nếu vật tranh chấp có thể bẻ đôi ra chia cho mỗi người một nửa mới thực là công bằng. Trong trường hợp không chia được thì được ăn cả ngã về không là công bằng!

Trong cuộc sống chúng ta chấp nhận sự công bằng mà không công bằng này như một thứ số phận an bài. Bên thua không bao giờ kỳ kèo so đo.

Tôi vốn thích thể thao, nhỏ thì còn đá banh, khi hết xí quách thì dựa ngửa ra xa-lông coi người ta đổ mồ hôi. Thường để bắt đầu một trận đấu, người ta dựa vào may rủi. Trong môn quần vợt, trọng tài dùng một đồng tiền xu, mỗi đấu thủ chọn một mặt của đồng tiền. Đồng tiền được tung lên, rơi xuống, mặt nào ngửa lên, đấu thủ chọn mặt đó sẽ được chọn bên sân. Các môn khác cũng đều dùng cách hên xui may rủi này để chọn sân bắt đầu cuộc chơi.

Khi tổ chức một giải thi đấu, như giải đá banh World Cup sắp diễn ra tại Qatar chẳng hạn, người ta cũng dùng cách bắt thăm để chọn các đấu thủ vào đứng chung một bảng. May nhờ rủi chịu. Nhưng để cho công bằng, người ta thường chọn những đội được xếp hạng cao, chia đều ra cho từng bảng gọi là đội hạt nhân. Những đội làng nhàng khác được bắt thăm xếp vào bảng sau đó.

Tôi rất khoái coi chương trình du lịch *"Cash ou Sans*

Cash", Có tiền hay Không Có Tiền, của truyền hình tỉnh bang Québec chúng tôi. Thực ra phải gọi là ít tiền hay nhiều tiền mới danh chính ngôn thuận. Chương trình đi du lịch này có hai cô gái trẻ đẹp đóng vai chính. Họ cùng tới du lịch tại một địa điểm nào đó. Một người sẽ được phát 100 đô, người kia 1000 đô, gấp chục lần. Người có trăm đô hoặc ngàn đô sẽ ăn ở ra sao để có thể gói gọn đầy đủ trong một ngày. Dĩ nhiên người có trăm đô phải thuê nhà trọ rẻ tiền, đi coi những địa điểm miễn phí, dùng phương tiện công cộng như xe buýt hoặc *métro*, ăn bờ ở bụi. Người có ngàn đô ở những khách sạn sang trọng, thăm viếng những nơi thuộc hạng xịn có bán vé vô của, di chuyển bằng *taxi* hoặc *limousine*, ăn uống tại những nhà hàng đắt tiền. Hai thái cực như vậy, cô nào chẳng thích có một ngàn đô ăn tiêu thả cửa. Để phân chia công bằng, họ tung đồng xu sau khi mỗi cô chọn lựa một mặt. Mặt nào ngửa lên, cô đó có quyền vung vít!

Hên xui may rủi rõ nhất trong các trò chơi bài bạc sấp ngửa hoặc xổ số. Ngày tết, ngoài đường phố, những bàn cờ bạc bày ra cho người ta đi tìm hên xui đầu năm. Nhưng chẳng cứ đầu năm, dân Á châu nói chung đều thích mang tiền ra mua may bán rủi. Tại các nước Tây Âu mà dân ta ngụ cư ngày nay đều có những *casino* mặc sức mà hên xui. Dân "đầu đen" hầu như chiếm thế thượng phong trong các *casino* này. Tiến sĩ Tâm Lý Tim Fong của Đại học UCLA cho biết người Mỹ gốc châu Á là dân chơi cờ bạc cao nhất. Ông cho biết: "Mặc dù người Mỹ gốc châu Á tại California chỉ chiếm tỷ lệ 13% dân số nhưng mỗi khi chúng tôi tiến hành một cuộc điều tra trong các sòng bài đều bắt gặp số lượng người gốc châu Á chiếm tới 35% số lượng khách tới chơi". Theo báo *Casino Times City* thì trong các sòng bài của bộ lạc người da đỏ gần Riverside và San Diego, khách gốc châu Á tới chơi chiếm trên 50%. Tại Silicon Valley tỷ lệ này là từ 50% đến 80%!

Mỗi dân tộc thích chọn loại cờ bạc khác nhau. Người gốc Việt, Đại Hàn và Trung Hoa thích các môn *black jack, roulette, baccarat* và *pai gow poker*. Có lẽ vì những môn này giống các trò cờ bạc cổ truyền tại nước họ như xóc đĩa, đổ xí ngầu, hay xì dách.

Canada chúng tôi cũng cờ bịch như ai. Tại tỉnh bang Ontario, thủ phủ là Toronto, nơi có số người gốc Việt nhiều nhất Canada, có 30 *casinos* với 22 ngàn rưởi máy kéo. Tại Montreal chúng tôi, nơi chỉ có một *casino,* mỗi lần tôi tới đều đụng đầu nhiều bạn bè hoặc người quen tên biết mặt. Nói vậy không phải tôi cũng là dân ham mê hên xui may rủi. Năm thì mười họa, khi có bạn bè qua chơi tôi mới dẫn vào đánh bài. Những lần hiếm hoi đó, tôi chỉ chơi có mỗi môn kéo máy cho khỏe tay! Trước sau như một, tôi chỉ bỏ ra 20 đô, kéo hết là nghỉ. *Ra đi vợ đã dặn thầm / Cúng xong hai chục chớ lần khân thêm!* Thường là cúng, chỉ khác có thời gian mau hay chậm thôi. Số hên không bao giờ tới tôi.

Chơi xổ số cũng là một thứ hên xui may rủi nhiều người vấp phải. Chuyện này có tôi. Trước đây tôi nuôi số 6/49 mỗi tuần xổ hai lần. Nuôi hoài mà số chẳng ra chi. Thỉnh thoảng vớt vát trúng được vài chục làm tinh thần chiến sĩ lên cao. Cao tới đâu tính ra cũng lỗ chỏng gọng. Bèn ngộ, không chơi dại nữa. Tôi sớm ngộ thiệt! Mới đây, tôi đọc được một bài phân tích khá chi tiết về xác suất trúng số. Lấy số Mega 6/45 làm ví dụ. Khi chọn 6 con số trong tổng số 45 con thì nếu ta chỉ mua một vé số, xác xuất trúng sẽ là 1/8.145.060. Làm sao có thể vượt qua trên 8 triệu vé khác để lượm được tiền độc đắc. Con số gần như phi lý, chẳng bao giờ đạt được. Giả dụ ta nổi điên lên mua một ngàn vé thì tỷ lệ hên xui từ 1/8.145.060 sẽ xuống còn 1/8.145. Điên hơn nữa mua 2 ngàn vé, tỷ lệ hên xui sẽ xuống còn 1/4.000, vẫn còn há miệng chờ sung rụng. Lại giả dụ một ông tỷ phú bỏ tiền ra mua toàn bộ 8.145.060 vé, chắc chắn sẽ trúng vì không còn yếu tố hên xui nữa. Nhưng số tiền bỏ ra sẽ nhiều hơn số tiền trúng. Vậy thì mua làm chi khi biết chắc sẽ lỗ. Cái hên của trúng số như hạt cát trên bờ biển. Cát thì mịt mùng, biết hạt cát nào sẽ gặp hên. Vậy nên mới có ông thần tài được người ta nặn ra để giải thích cái hên ngàn năm một thuở đó.

Nói tới ông thần tài là nói tới chuyện tâm linh. Trong bài "Hên Xui, May Rủi, Phước Họa", tác giả Huỳnh Christian Timothy đã viết: *Trong tiếng Việt, các từ "hên" và "xui" hoặc "may" và "rủi" được dùng để nói đến "dịp tốt" và "dịp xấu," có nghĩa tương đương với "good luck" và "bad luck" trong tiếng Anh. Có người tin rằng, hên xui hoặc may rủi là những dịp tình cờ xảy đến trong cuộc sống. Nhưng nhiều người tin rằng, hên xui hoặc may rủi là do ý muốn của các thần thánh (các tà thần của ngoại giáo). Họ tin rằng, họ có thể cầu xin các thần thánh để được có nhiều dịp may, vận hên và được tránh khỏi các dịp rủi, vận xấu. Từ đó, mỗi người tùy theo tín ngưỡng của mình mà van xin, cầu khẩn, làm ra các việc lễ nghi cúng kiến; điển hình là việc *"đốt bùa," "đeo bùa," "uống bùa," và việc "cúng sao giải hạn".*

Huỳnh Christian Timothy là một tín đồ Tin Lành. Trong Thánh Kinh không bao giờ nhắc tới hên xui hoặc may rủi mà chỉ có "họa" và "phước". Thánh Kinh ghi rõ: "Loài người không thể vì dâng hiến lễ vật lên Chúa hay nhờ thành khẩn cầu xin mà được phước và thoát họa. Phước hay họa là hậu quả đương nhiên của sự vâng phục ý Chúa hay chống nghịch ý Chúa". Nếu bữa nay tôi tránh được một tai nạn xe cộ chẳng hạn thì không phải là may mắn mà vì Chúa đã giữ cho tôi thoát khỏi tai nạn này. Không có hên xui mà chỉ có bàn tay Chúa quan phòng tất cả. Phật giáo cũng không chấp nhận hên xui. Mọi sự đều là nhân duyên. Tạo nhân nào sẽ gặp quả đó.

Cô Violet Jessop là một nữ tiếp viên trên con tàu định mệnh Titanic. Khi con tàu gặp nạn và chìm xuống biển vào năm 1912, cô đã may mắn sống sót. Bốn năm sau, cô làm y tá trên tàu Britannic, tàu bị chìm tại biển Aegean, cô lại may mắn sống sót lần nữa. Ai cũng bảo cô gặp hên, hai lần thoát khỏi tay tử thần. Ngược lại, cặp vợ chồng Jason và Jenny Cairns-Lawrence lại xui tận mạng. Họ tới thăm New York vào đúng ngày 11/9/2001 khi thành phố này bị không tặc tấn công tòa Tháp Đôi. Bốn năm sau, năm 2005, họ tới London vào đúng lúc hệ thống giao thông của thành phố bị khủng bố tấn công. Chưa hết, tháng 10 năm 2008, họ du lịch tới Mumbai, Ấn Độ, khi nơi đây xảy ra một cuộc khủng bố!

Hên xui may rủi xảy ra thiệt quá quắt. Quá quắt tới nỗi đi vào nhạc. Từ năm 1967, ca sĩ Albert King đã có bài hát *"Born*

Under a Bad Sign". Sinh ra dưới một điềm xấu! Nhưng các nhà khoa học nghĩ sao về hên xui?

Theo các nhà khoa học thì trong cuộc sống của chúng ta có người gặp may, có người gặp rủi liên tiếp trong cuộc đời. Có nhiều yếu tố ảnh hưởng tới sự kiện này. Có thể là do ngẫu nhiên như hành động của người khác hoặc môi trường xung quanh. Có thể là chủ quan như năng lực bản thân, học vấn, kinh nghiệm của chính mình. Giáo sư Rami Zwick của Đại học U.C. Riverside cho rằng các yếu tố chủ quan ảnh hưởng lớn tới chuyện may rủi. Chính những quyết định sai lầm của con người đã khiến người đó gặp nhiều bất hạnh. Tâm lý gia người Anh Peter Bentley cho rằng may mắn hay xui xẻo phần lớn phụ thuộc vào cách nhìn vào sự việc. Ông viết: "Một số người học được từ điều không may xảy tới với họ. Họ nhìn thấy mặt tích cực nên không cảm thấy buồn phiền. Trong khi người khác chỉ nhìn thấy mặt tiêu cực nên cảm thấy sự việc xảy ra thật tồi tệ". Ông cho một ví dụ cụ thể: khi bị lỡ một chuyến xe buýt chẳng hạn, người tích cực sẽ thấy mình có cơ hội đi bộ ngắm cảnh, người tiêu cực thì cảm thấy buồn bực khó chịu vì mọi sự không diễn ra đúng theo ý của mình. Chấp nhận rủi ro có lợi hơn lầm bầm bất mãn vì nó làm con người sẵn sàng chấp nhận những rủi ro họ sẽ gặp phải trong tương lai hơn.

Tôi vốn có tính xà và, chấp nhận và bỏ qua những điều không ưng ý nên cảm thấy cuộc sống nhẹ nhàng hơn. Hơi đâu cứ bo bo ôm cái bất mãn vào người. Chắc chúng ta còn nhớ một danh ngôn đại khái như sau: thà thắp lên một ngọn nến còn hơn ngồi nguyền rủa bóng tối. May rủi là một trò luôn tiếp diễn trong cuộc đời của mỗi chúng ta. Nhiều người ví cuộc đời như một canh bạc, hên xui lúc nào cũng nằm đó. Tôi là người ít gặp hên. Chưa bao giờ tôi thắng trong các cuộc rút thăm may rủi. Thường trong các cuộc họp mặt lớn hay nhỏ, người ta hay tổ chức rút thăm tặng quà. Có lúc họ tặng mỗi người khách một vé số. Như trong các tiệc cưới. Cô dâu chú rể muốn tạo may rủi một chút cho khách dự tiệc vui. Có lúc chúng ta phải mua vé để nhà tổ chức gây quỹ làm một việc thiện nào đó. Tôi chẳng bao giờ bỏ lỡ những trò vui nho nhỏ này. Coi như gia vị của cuộc sống. Nhưng trúng thì tôi chưa hề. Đúng hơn thì có một lần. Trong một tiệc cưới của một người cháu, họ tổ chức rút thăm với giải thưởng là chiếc khung hình cô dâu chú rể đặt tại mỗi bàn. Như vậy số người tham dự chỉ có mười người ngồi cùng bàn. Ơn trời, bữa đó tôi thắng. Có lẽ vì số người rút thăm chỉ có chục người nên sao may mắn mới rơi vào tay tôi. Đó là lần duy nhất. Không, có thêm một lần nữa. Lần này "oai" hơn nhiều. Đó là một buổi văn nghệ ngoài trời có cả ngàn người tham dự tại Toronto. Họ cũng bán vé xổ số. Có nhiều số trúng. Số độc đắc là một chiếc nhẫn hột xoàn. Tôi không trúng chiếc nhẫn hột xoàn nhưng trúng một cặp kính mát Adidas. Lên sân khấu lãnh giải, bi bô vài câu. Ai cũng mừng cho tôi nhưng đâu có biết bà xã tôi trúng chứ không phải tôi, nhưng bả đẩy tôi lên lãnh!

Hên xui may rủi chuyện trúng số là chuyện có cho vui. Dĩ nhiên nếu trúng số độc đắc vài triệu là chuyện khác. Có khi đứng tim đi luôn. Tiền đôi khi có sức nặng ngàn cân, đụng vào chết chắc. Nhưng có thứ trúng số nặng hơn tiền nhiều. Trúng mạng sống!

Tôi vừa được đọc bài *"Lottery Rolled the Dice of Life for Draft-Age Men"* trên báo Los Angeles Times ngày 22/4/2000 của ký giả Elaine Woo. Bài báo mở đầu như sau: *"Vào tối ngày 1 tháng 12 năm 1969, một dân biểu New York tên là Alexander Pirnie đứng bên một chiếc bát thủy tinh trong một khán phòng nhỏ ở Washington, D.C.. Đúng 8 giờ tối, ông ta nhận được tín hiệu để nhúng tay vào chiếc bát hình trụ chứa đầy 366 viên nang nhựa màu xanh. Mỗi viên có một tờ giấy ghi ngày tháng trong năm. Pirnie chọn ngẫu nhiên một viên và đưa cho một quan chức khác. "Ngày 14 tháng 9" ai đó gọi. Ngày tháng này được ghi số 1 gắn trên một tấm bảng lớn"*. Đó là cuộc xổ số chọn người phải đi quân dịch trong thời kỳ chiến tranh Việt Nam đang sôi động. Cuộc bắt thăm hên xui may rủi được trực tiếp truyền hình trên toàn nước Mỹ. Tuổi quân dịch lúc đó là những thanh niên từ 19 đến 26 tuổi, tất cả có 850 ngàn người. Thể thức xổ số như sau: mỗi viên nang nhựa màu xanh ghi một ngày trong năm. Có tất cả 366 ngày, kể cả ngày 29 tháng 2 của năm nhuần. Người ta bỏ 366 viên nang vào thùng phiếu và bốc ra theo thứ tự. Ngày bốc ra đầu tiên được đánh số 1. Đó là ngày 14/9. Ai có ngày sanh trúng vào ngày này sẽ … bị ưu tiên gọi đi vác ba lô nhập quân trường. Theo ước tính thì 100 ngày được rút ra đầu tiên có nhiều nguy cơ nhập ngũ, 100 ngày sau năm ăn năm thua, 166 ngày sau nữa được coi là an toàn. Tổng Thống tương lai Bill Clinton trúng vào số 311 coi như hên, David Eisenhower rơi vào số 10 coi như trúng… đạn, Phó Tổng Thống tương lai Dan Quayle số 210 còn hồi hộp. Từ 1969 đến 1973, có tất cả 4 cuộc xổ số định mệnh như vậy. Xui có khả năng lãnh đạn, hên yên tâm ăn nhậu thỏa thích.

Hên xui may rủi tưởng chỉ là chuyện nhẹ nhàng trong cuộc sống nhưng tới cuộc xổ số quân dịch này, chuyện hên xui trở thành chuyện sống chết. Bài báo của Los Angeles Times ghi nhận phản ứng của những thanh niên thời đó. Một trong những phản ứng này là của một thanh niên 21 tuổi. *"Cách Washington D.C. ba ngàn dặm, Denny Freiderich, 21 tuổi, sanh ngày 14 tháng 9 năm 1948, đã chết lặng trước máy truyền hình tại nhà. Tôi vừa trúng số, anh nghĩ. Nhưng nó không phải là dịp để ăn mừng!"*.

Trúng số trong trường hợp này có thể là…tới số!

06/2022

HÓA VÀNG

Thanh minh đã vừa qua, Tết còn qua trước hơn nữa, rằm tháng bảy còn xa mới tới, vậy tại sao tôi lại nói chuyện hóa vàng? Bởi vì tôi vừa coi được một tấm hình trên mạng. Hình chụp một ngôi mộ chung quanh xếp ngổn ngang đồ mã trông rối mắt như vào một nhà kho. Chót vót trên cùng là một hàng xe hơi dễ chừng tới cả chục chiếc. Tiền bạc xếp lớp như vào phòng trữ tiền của một nhà băng. Rồi nhà lầu, bàn ghế, giày dép và linh tinh nhiều thứ không biết là những thứ chi. Ngôi mộ như oằn xuống dưới sức nặng của xe cộ đồ vật. Trông vậy thôi chứ ngôi mộ xây bằng đá thừa sức đội cả đống đồ bằng giấy như vậy. Đúng là mộ của một đại gia âm phủ.

Tín ngưỡng dân gian cho là cuộc sống dưới cõi âm cũng hệt như cõi trần. Dương sao âm vậy. Thương người thân đã chuyển địa chỉ từ cõi trần xuống cõi âm, người ta gửi theo tá lả đủ thứ vật dụng và tiền bạc để người thân dưới cõi kia xài giống như trên cõi trần. Ngày xưa cuộc sống trên cõi trần còn giản dị, đồ đạc gửi xuống thường chỉ có tiền giấy, vàng thỏi, quần áo, sang lắm chỉ thêm một hình nhân xuống làm ô-sin kiêm người tình lo cơm nước và giải trí cho hồn nơi cõi âm. Người gửi hình nhân thường là bà vợ của hồn khi còn trên trần thế. Thông thường bà nào cũng có tính ghen. Gửi hình nhân xuống, các bà còn chọc cho mù mắt để kém phần nhan sắc. Chuyện này tôi nghe mấy ông làm đồ mã ở trước nhà nói khi tôi còn bé tí teo ở Hà Nội. Chuyện ghen tương xuyên hai cõi làm tôi có hai thắc mắc. Thứ nhất: chọc mù mắt vậy làm sao cơm nước hầu hạ ông nhà ở dưới đó được. Thứ hai: hình nhân nào cũng da trắng, mắt phượng, mày ngài, tay chân thon thả, tại sao không làm hình nhân xấu khỏi mất công ghen. Đem thắc mắc hỏi mấy ông thợ làm đồ mã quen biết, các ông ấy chỉ cười trừ.

Chuyện tôi ngày còn con nít tới bây giờ quá xưa rồi. Cuộc sống trên trần thế của chúng ta ngày nay phức tạp hơn nhiều. Chúng ta có nhiều nhu cầu hơn. Cuộc sống nơi cõi âm cũng vậy. Hóa vàng cho người cõi âm cũng phức tạp hơn. Tôi mới đọc được một mẩu chuyện khá lý thú trên mạng. Tác giả đi mua ít vàng mã về đốt gửi cho các cụ. Anh định chỉ mua ít hàng thông thường như từ trước tới nay. Anh hỏi mua ít vàng và con ngựa. Chị bán hàng mã cười khẩy: "Em ơi, giờ còn cụ nào cưỡi ngựa nữa. Em mua xe hơi cho các cụ đi". Chị chỉ vào một hàng xe bày trên kệ. Đủ kiểu của đủ mác xe. Chị chỉ vào một chiếc có chữ CRV: "Em mua cho các cụ con CRV đời mới này đi. Mua 7 chỗ bản *full* nhé. Có cửa sổ trời, cảm biến xung quanh xe, 6 túi khí, đèn LED mà tiết kiệm nhiên liệu". Tác giả ngẩn ngơ nghĩ chắc chị

Chuyển xe hơi xuống âm phủ.

này trước đây làm *dealer* bán xe, bị phá sản nên chuyển qua bán xe hơi hàng mã! Anh dễ dãi: "Được, chị để cho tôi một chiếc đi". Mừng rỡ, chị hỏi thêm: "Em xem cụ mệnh gì để lấy màu xe cho hợp". Tới *dealer* mua xe là một trong những chuyện rắc rối nhất trên trần đời. Mua xe hàng mã cho cõi âm cũng rắc rối y như vậy. Anh chắc lưỡi: "Các cụ mất từ đời tám hoánh nào làm sao em biết mệnh gì hả chị!". Đúng theo máu con buôn, vớ được khách là phải bán càng nhanh càng tốt, chị xuề xòa: "Vậy em lấy màu trắng đi. Màu này trung hòa, mệnh nào cũng hợp hết". Anh gật đầu: "Vậy chị cho em chiếc màu trắng đi. Với lại cho em mua thêm ít tiền vàng nữa". Chị lắc đầu: "Sao em không mua đô la đi. Giờ có cụ nào xài tiền vàng nữa đâu!". Anh lo ngại: "Em sợ các cụ nhà em gốc Việt Nam không biết tiêu ngoại tệ". Chị xua tay: "Lo chi chuyện đó. Các cụ tự biết ra ngân hàng đổi mà". Chị chỉ tay vào một góc toàn iPhone mời chào: "Em nên mua cho các cụ chiếc iPhone để các cụ xài cho tiện. Mua con iPhone 13 này, đời mới nhất đấy!". Anh dẫy nẩy: "Trời iPhone 13 này không có nút *Home*, em còn chưa biết xài, làm sao các cụ biết được?". Chị cười cho sự thiếu hiểu biết của anh khách hàng dễ dụ: "Trời! Sao em lo xa thế! Steve Jobs ở dưới đó rồi. Có chi các cụ hỏi là biết liền chứ khó khăn chi. Ổng sẽ khởi động cho các cụ hết. Mà em lấy cái có dung lượng 256 GB nhé. Tha hồ cho các cụ xeo-phi rồi muốn *download* bao nhiêu cũng không lo đầy". Anh gật đầu, chị tán thêm: "Em nên mua thêm cái sạc dự phòng. Nhỡ mất điện còn dùng tiếp được. Không vào được Facebook buồn chết!". Tiếp theo chị mời mua thêm giấy kiếng bảo vệ màn hình, miếng ốp cho khỏi trầy xước và tai nghe *Bluetooth*. Anh lại gật đầu. Chị đưa thêm tờ giấy và dặn: "Đây là *e-mail* của Steve Jobs. Em đốt xuống để các cụ có thắc mắc gì tự gửi thư hỏi nhé!". Trả tiền xong, anh nói với chị bán hàng: "Chị cho em cái *carte visite* của chị để em đốt luôn xuống cho các cụ. Nhỡ máy có hỏng hóc chi, các cụ còn liên lạc với chị để bảo hành chứ!".

Không hiểu anh khách hàng có hiểu với các cụ phải móc hầu bao chi bao nhiêu tiền cho chị chủ cửa hàng mã. Dĩ nhiên tiền thiệt chứ không phải tiền âm phủ. Còn đại gia kinh doanh cát Nguyễn Trọng T. ở quận Long Biên, Hà Nội, đã chi ra 400 triệu cho một cuộc cúng vàng mã vào dịp rằm tháng 7. Tính ra khoảng 17 ngàn rưởi đô Mỹ. Ông này dáng bệ vệ, xâm trổ đầy người, tướng dữ dằn. Coi ngầu vậy nhưng mê tín không ai bằng. Ông thuộc dạng giang hồ, xuôi ngược Nam Bắc, làm đủ nghề mạt hạng, có lúc đâm thuê chém

Phần mộ của đại gia.

đầu lên được". Ông T. đã thuê cả chục thợ làm hàng mã ngay ở bãi cát trong cả tháng trời để hoàn thành một ngàn người và ngựa nhiều kích cỡ trong đó có 250 người và ngựa lớn cỡ như thật. Ngoài ngàn người và ngựa được hoàn thành ngay

Bày ngựa giấy bên bờ sông Hồng của đại gia Nguyễn Trọng T.

tại bãi cát, còn có nhiều xe tải chật kín máy bay, thuyền rồng, xe lửa, đĩnh vàng, ngai bạc, voi chiến và nguyên một xe chở khoảng chục tỷ đô la tiền âm phủ tới. Khi phóng hỏa đốt lửa rực đỏ khắp trời trong nhiều giờ.

Nhưng vụ đốt vàng mã lớn nhất được ghi vào lịch sử xảy ra vào ngày an táng vua Khải Định, ngày 31/1/1926. Ngoài nhiều đồ dùng xa hoa được làm bằng giấy, nguyên một mô hình điện Kiến Trung đồ mã cũng đã được đốt theo tiễn nhà vua. Vua Khải Định được lịch sử đánh giá là một vị vua nhu nhược trước Pháp, ham chơi bời, cờ bạc, ăn tiêu xa xỉ, chuộng trang điểm, ăn mặc lòe loẹt. Ông bị báo chí và các nhà trí thức đả kích. Năm 1924, ông đi dự hội chợ tại Pháp, sau đó tổ chức lễ tứ tuần đại khánh làm hao hụt công quỹ. Ông cho tăng thuế điền địa lên 30%. Nhà nho Ngô Đức Kế đã làm bài thơ đả kích nặng nề sau:

Điện Kiến Trung làm bằng giấy được đốt theo đám tang vua Khải Định.

> *Ai về địa phủ hỏi Gia Long*
> *Khải Định thằng này phải cháu ông?*
> *Một lễ tứ tuần vui lũ trẻ*
> *Trăm gia ba chục khổ nhà nông*
> *Mới rồi ngoài Bắc tai liền đến*
> *Năm ngoái sang Tây ỉa vãi cùng*
> *Bảo hộ trau dồi nên tượng gỗ*
> *Vua thời còn đó, nước thời không!*

Hóa vàng cho người chết là mê tín dị đoan. Ngọn lửa không thể nào đóng vai hãng giao hàng UPS hay Amazon xuống âm phủ được. Thứ mê tín này xuất phát từ đâu?

Dĩ nhiên là từ bên Tàu rồi lan qua nước ta. Theo Hòa Thượng Tố Liên, trong kinh Dịch nhà nho có viết về tục chôn người chết của người Trung Hoa thời thượng cổ. Người chết được chôn thẳng xuống đất, không bao bọc, không quan tài, không có phần mộ chi cả. Sau đó, người ta cho cách chôn cất như vậy là cẩu thả, không tôn trọng và thiếu bổn phận với các bậc sinh thành. Vậy là họ chế ra quan tài. Khi chôn cất, họ còn cẩn thận hơn khi cho chôn cùng các vật dụng quý giá và cả người hầu cùng thê thiếp còn sống. Sau này, thấy cách chôn người sống quá bất nhân nên họ lấy cỏ bện thành người để chôn thế người sống. Khi người ta làm được giấy bằng vỏ cây và giẻ rách, các thứ chôn theo người chết được làm bằng giấy. Người ta đốt những thứ làm bằng giấy này theo lễ chôn cất, các dịp giỗ chạp và lễ lạy khác.

Tục hóa vàng ngày càng bành trướng mạnh. Không những trong nước mà ngay tại các cộng đồng người Việt tại quốc ngoại. Chị Anna Nguyễn, sinh sống tại Tây Đức, đã tâm sự: " *"Bên này người Việt Nam hầu hết vẫn đốt vàng mã vào những ngày rằm, mồng 1, giỗ, tôi thấy nhiều gia đình ở đây bỏ ra tới vài nghìn đô để mua vàng mã đốt khi có người thân qua đời... Đúng là chúng tôi đang sống ở một nước văn minh nhưng việc đốt vàng mã như ăn sâu vào ý thức. Bên này có những người Việt Nam đã mở hẳn một tiệm để sản xuất buôn bán vàng mã, thu nhập cũng không phải nhỏ"*.

Chúng ta, dù định cư tại quốc gia nào, vẫn hàng ngày nhìn thấy những đồ mã gọn nhẹ trong các chợ của người Việt. Trên *Youtube* đã có những cảnh nhiều người Việt tại Mỹ và các quốc gia khác vẫn lén đốt vàng mã. Họ biết là nếu bị phát hiện sẽ có thể bị phạt nên đã cẩn thận đốt ti tỉ từng thứ nho nhỏ trong những thùng sắt. Tôi đã thấy *video* người đốt mắt trước mắt sau canh chừng cảnh sát. Vậy mà họ vẫn đốt. Các cụ dưới suối vàng, nếu dùng iPhone liên lạc được với con cái, chắc cũng a-lô bảo chúng ngưng đốt vì thương hại con cháu vất vả!

Dựa vào chữ hiếu, người ta cung phụng người chết đủ thứ. Y như nơi mù mịt kia cũng có đời sống y chang như cuộc sống trần thế của chúng ta. Hóa vàng trở nên một tục lệ tai hại. Tai hại cho nền kinh tế khi bao nhiêu tiền bạc được thiêu đốt thành tro. Tai hại cho môi trường khi tạo ra nhiều hơi nóng và khói tỏa. Cứ tưởng tượng đống vàng mã tốn phí tới bốn trăm triệu của đại gia Nguyễn Trọng T. bên bờ sông Hồng tạo ra bao nhiêu ô nhiễm cho môi trường. Vậy nên những thức giả mới hô hào bài trừ hủ tục này. Chẳng phải tới bây giờ mới có chuyện hô hào bài trừ. Chín chục năm trước, năm 1932, nhà khoa học Nguyễn Công Tiễu đã từng mạnh mẽ hô hào bài trừ hủ tục hóa vàng này. Cụ sanh năm 1892, mất năm 1976, tốt nghiệp trường Cao Đẳng Nông Lâm năm 1912. Từ khi ra trường cụ bỏ nhiều công sức ra nghiên cứu về nông nghiệp và phổ biến kiến thức khoa học tới mọi tầng lớp dân chúng. Cụ lập ra báo "Khoa Học Tạp Chí" vào năm 1931, ra được 232 số báo. Số cuối cùng ra vào tháng 8 năm 1941. Bài báo đả kích tục đốt vàng mã của cụ có tên: *"Đồ Mã, Đã Bỏ"*. Giáo sư Nguyễn Lân Dũng đã tìm được bài này trong một số báo còn được gia đình cụ Nguyễn Công Tiễu lưu giữ. Cụ viết như sau: *"Hôm nay là mười tám tháng chạp rồi. Chỉ mười hai ngày nữa thì đã Tết. Tết nhất đã sau lưng, ông vải thì mừng con cháu thì lo. Lo gì? Lo tiền để may quần áo mới, đóng góp họ hàng, làng nước để sắm thịt mỡ, dưa hành, câu đối đỏ, để mua tranh, pháo và nhất là để thửa mũ Thổ công, vàng hoa, nón giấy, tức là các đồ mã thờ Tết. Hẳn những người đã biết rằng xe ô tô chạy bằng máy, máy chuyển nhờ dầu xăng, xy lanh, pít tông... Không thể nào tin được việc dùng ô tô giấy. Những người dùng đèn điện cũng vậy, đã biết rằng cái bóng đèn phải hợp vào với sức điện thì mới cháy, không thể tin anh thợ mã có tài gì mà làm cho giấy hoá pha lê. Đã không tin mà phải cưỡng bách dùng, thiết tưởng thật có hại cho việc thờ cúng tổ tiên, là một việc ta chẳng muốn cho hạng thiếu niên lãnh đạm. Hại vì rằng họ đã biết đồ mã là đồ giả, dùng đồ mã là một việc tin nhảm, thờ cúng tổ tiên là ở lòng thành thực muốn giả ơn người trước. Nếu đem đồ giả dùng vào việc thực thì sao khỏi có hại. Dùng đồ mã đã hại về đường tinh thần lại còn về đường vật chất. Vì nó mà nhiều người phải chạy ngược chạy xuôi, cơm không có đủ ăn, áo không có đủ mặc. Thế mà phải lo tiền sắm đồ giấy thì có ngược đời không?"*

Cụ Tiểu lý luận đanh thép nhưng từ ngày cụ hạ bút viết tới nay, đã 90 năm trôi qua, khoa học đã đi đôi hia tiến bộ vượt bậc, người ta vẫn cứ đốt. Mà ngày càng đốt bạo là đằng khác. Cụ dùng khoa học bài trừ hủ tục nhưng trong thâm tâm những người thích gửi đồ xuống âm phủ, họ tin đó là vấn đề tâm linh. Họ đồng hóa việc đốt vàng mã với tín ngưỡng Phật giáo. Đây là một sai lầm tai hại. Đạo Phật không hề có chuyện hóa vàng. Các bậc tu hành đã nhiều lần lên tiếng giải thích chuyện này. Ngay từ năm 1952, Hòa Thượng Tố Liên (1903-1977) đã đặt câu hỏi: "Xin hỏi trí thức Việt Nam hiện tại tìm thấy Phật giáo hoặc Nho giáo dạy về thuyết đốt vàng mã ở kinh sách nào?". Thượng Tọa Thích Thanh Nhã, trụ trì chùa Trấn Quốc, cũng khẳng định kinh Phật không hề dạy đốt vàng mã cho người quá cố. Ngài khuyên nên dùng tiền mua vàng mã để làm việc thiện cho đời sẽ tốt hơn nhiều.

Bìa báo "Khoa Học Tạp Chí".

Thành ngữ Việt Nam có câu: "Nói phải củ cải cũng nghe". Vậy sao lời nói phải ít nhất cũng đã được 90 năm kể từ ngày cụ Nguyễn Công Tiễu viết trên "Khoa Học Tạp Chí" mà vẫn chưa được lắng nghe. Phải chăng tai của củ cải cũng đã bị…đốt!

04/2022

KÝ ỨC

Trong cuốn hồi ký *"A Change of Heart"* (Một Cuộc Thay Tim), tác giả Claire Sylvia đã viết về vụ thay tim của bà. Bà là một vũ công chuyên nghiệp. Năm 1988, khi được 47 tuổi, sức khỏe của bà dần dần sa sút. Bệnh viện Yale ở New Haven đã phải thay tim và phổi cho bà. Người hiến nội tạng là một thanh niên 18 tuổi bị chết vì tai nạn xe hơi. Cuộc giải phẫu thành công mỹ mãn. Nhưng sau đó, bà có nhiều thay đổi. Là một vũ công chuyên nghiệp, bà phải ăn kiêng để giữ dáng. Nhưng sau khi được thay tim và phổi, bà bỗng thèm những thứ trước đây không bao giờ dám ngó ngàng tới như *chocolate*, gà chiên Kentucky, ớt xanh. Năm tháng sau cuộc ghép tim và phổi, bà thường nằm mơ thấy một thiếu niên tóc đỏ, cao và gầy kèm theo cái tên Tim L. khi tỏ khi mờ. Bà suy nghĩ và đoán đó chính là ân nhân của bà. Bà muốn tìm cho ra lẽ. Bà tìm tới bệnh viện và biết được cậu thiếu niên tóc đỏ này trước đây ở tiểu bang Maine. Trong hai năm trời, bà

Bìa cuốn "A Change of Heart" của Claire Sylvia.

săn lùng người đã tặng bà một cuộc sống mới. Năm 1990, lục các cáo phó trên các báo địa phương, bà bắt gặp một cái cáo phó có tên Timothy Lamirande chết vì tai nạn xe hơi. Bà nhớ tới cái tên Tim L. xuất hiện trong các giấc mơ của bà. Ra đây là tên tắt của Timothy Lamirande. Bà lần ra địa chỉ và tới thăm gia đình của cậu thanh niên này. Gia đình cho biết Timothy khi còn sống là một thiếu niên năng động, thích uống bia, ăn gà chiên, ớt xanh và *chocolate*. Vậy là y chang! Năm 1997, bà cho xuất bản cuốn hồi ký viết về câu chuyện hy hữu này. Hollywood đã không bỏ lỡ dịp để dựa vào cuốn hồi ký, cho ra lò cuốn phim *"Heart of a Stranger"* (Trái Tim Người Lạ). Bà mất vào năm 2009, 21 năm sau khi được thay tim phổi.

Câu chuyện của bà Claire Sylvia làm nảy sanh ra một nghi vấn. Tại sao thay tim mà bà Sylvia thay đổi cái miệng? Bộ tim có ký ức lưu giữ lại những thói quen của mỗi người sao? Từ xưa tới nay, chúng ta vẫn đinh ninh là chỉ có bộ óc của con người mới lưu giữ ký ức. Nhớ hay quên là chuyện của cái đầu, còn trái tim chỉ được gán cho chuyện tình cảm. Cứ nói tới chuyện yêu đương là vẽ ra trái tim đỏ chót. Nếu căn cứ vào cuốn sách tự thuật của bà Sylvia thì từ nay muốn vẽ trái tim để diễn tả tình yêu phải vẽ kèm thêm… gà Kentucky.

Chuyện của bà Claire Sylvia không phải là chuyện duy nhất. Rất nhiều nhân chứng khác, sau khi được ghép tim đã có những thay đổi, kể cả chuyện xảy ra ở Việt Nam. Ca ghép tim đầu tiên tại Việt Nam diễn ra tại bệnh viện 103 ở Hà Nội vào ngày 17/6/ 2010. Bệnh nhân tên B.V. Nam, dân xã Trực

Ninh, tỉnh Nam Định, là một người chuyên đi tìm vàng, tay có nhiều vết xâm, dân bụi đời chính cống. Khi nhận trái tim mới ông này đã 50 tuổi. Vốn là dân giang hồ, chuyện cơm hàng cháo chợ là chuyện thường ngày của ông. Nhưng từ ngày có tim mới, ông tuyệt đối không lê la nơi quán xá, chê mất vệ sinh, rượu bia cũng không màng tới. Không chỉ thay đổi bề ngoài, ông còn có những thay đổi bên trong. Ông thú nhận với bác sĩ: "Từ khi nhận được quả tim mới của ân nhân cứu mạng, rất lạ là tôi hay nằm mơ. Tôi mơ thấy trò yêu đương, nghịch ngợm, thậm chí "linh tinh" không hay ho gì. Ở tuổi tôi, sức khỏe tồi tệ, nhưng cứ nhắm mắt là tôi mơ chuyện đó!".

Ông D.V.N. ở Vĩnh Phúc cũng được thay tim tại bệnh viện Việt Đức vào năm 2012. Sau khi nhận tim mới, ông kể lại: " Bác sĩ bảo tôi phải thận trọng, đừng có vác bao gạo chạy băng băng như thế…Tôi đêm nào cũng mơ, mơ liên tục về một mái ấm nào đó. Vợ tôi biết chuyện, bảo "anh bây giờ không phải của một mình em nữa rồi". Biết là vợ trách, mà tôi cũng không muốn mơ như vậy, nhưng cứ nhắm mắt là những hình ảnh kia lại hiện về. Đó là một ngôi nhà tranh giản dị, thấp lè tè. Đó là vợ, các con của người đã cho tôi trái tim. Anh là lao động nghèo làm thợ xây cất, chết khi bị ngã giàn giáo".

Chuyện thay đổi tính nết hay thói quen ăn uống sau khi thay tim là chuyện nhiều bệnh nhân đã trải qua. Có chuyện khá tình nghĩa. Ông Sonny Graham, cư dân ở tiểu bang Georgia, Mỹ, được thay tim vào năm 1995. Ông cũng đổi cách ăn uống, thích nhậu bia với xúc xích. Sau 2 năm có tim mới, ông liên lạc với cơ quan phụ trách việc hiến nội tạng để tỏ ý muốn gặp cảm ơn gia đình ân nhân của ông. Người cho ông trái tim là Terry Cottle, đã dùng súng tự sát khi mới 33 tuổi. Người ông Sonny Graham gặp khi tới cám ơn là bà Cheryl Sweat, 28 tuổi, vợ của Terry Cottle. Khi vừa nhìn thấy bà Cheryl, ông Sonny cảm thấy dường như đã quen biết trước đây và cảm thấy yêu thương quyến luyến người đàn bà này. Từ đó, ông không ngớt theo đuổi tán tỉnh. Cuối cùng họ đã nên vợ nên chồng vào năm 2004, bảy năm sau cuộc gặp gỡ đầu tiên. Trái tim của ông Terry nằm trong ngực ông Sonny Graham vẫn chưa ngủ yên. Bảy năm sau ngày cưới bà Cheryl, ông Sonny, 69 tuổi, cũng tự kết liễu đời mình bằng súng, y hệt như ông Terry trước đây!

Trái tim không ngủ yên càng rõ nét hơn trong câu chuyện của một cặp vợ chồng gặp tai nạn xe hơi. Trời bên ngoài đổ mưa, họ đang ngồi trong xe chạy trên xa lộ. Hai người im

Cô Cheryl và Terry Cottle, người chồng hiến tặng (trái); Cô Cheryl và Sonny Graham, người nhận tặng (phải).

lặng như hai bức tượng. Họ vừa cãi nhau. Tiếng chiếc gạt nước chạy qua chạy lại nghe rõ mồn một. Bỗng xe họ gặp nạn. Người chồng không qua khỏi. Người vợ may mắn hơn chỉ bị gãy xương. Tại bệnh viện, người vợ bằng lòng hiến tim của chồng. Sáu tháng sau, người vợ bình phục nhưng trong lòng vẫn canh cánh nỗi buồn khi chưa nói được lời xin lỗi trước khi anh mất. Cô muốn tìm người nhận tim của chồng. Tại Mỹ, luật cấm tiết lộ tên người cho cũng như nhận nội tạng. Cô vợ năn nỉ nhân viên xã hội tại bệnh viện. Không đành lòng trước nỗi đau của người vợ, họ thử hỏi người nhận tim có bằng lòng cho gặp không. Đó là một cậu học sinh trung học. Ngay lần gặp đầu tiên, cả hai đã có cảm giác thân thiết khác thường. Họ vui vẻ chuyện trò như đã biết nhau từ… tiền kiếp. Người vợ xin cậu học sinh cho một đặc ân: được chạm tay vào lồng ngực trái, nơi có trái tim của người chồng. Cậu học sinh đồng ý. Người vợ đặt tay lên ngực cậu học sinh và nói: "Anh yêu, em xin lỗi. Bữa đó em đã không nói lời xin lỗi và tạm biệt anh". Cậu học sinh bỗng cảm thấy rất hạnh phúc. Như trút được gánh nặng. Từ nửa năm qua, cậu luôn luôn cảm thấy lồng ngực bị một áp lực vô hình nặng trĩu. Cậu đã trình bày tình trạng này với các bác sĩ. Họ kiểm tra và thấy trái tim vẫn hoạt động bình thường. Khi hai người chia tay, cậu kể với người vợ kẻ cho cậu trái tim là cậu luôn luôn nghe thấy tiếng loẹt xoẹt của cây gạt nước xe hơi. Nghe vậy, nhớ lại khung cảnh xưa lúc người chồng mất, bà không ngăn được giọt lệ.

Không những giữ lại những cảm xúc, trái tim được ghép còn lưu giữ được sở thích nghệ thuật của chủ nhân đầu tiên.

Một ông thợ đúc người Mỹ, 47 tuổi, bị hẹp van động mạch chủ, đang chờ đợi được ghép tim. Ông may mắn được ghép tim của một cậu học sinh da đen 17 tuổi bị thiệt mạng trong một vụ xả súng khi đang trên đường tới lớp học đàn vĩ cầm. Từ khi nhận trái tim của cậu học sinh da đen, ông này bỗng thích những đồng nghiệp da đen, thân mật với họ và nhiều lần mời họ về nhà chơi. Nhưng đặc biệt là từ một người thợ đúc chẳng có tí máu văn nghệ nào trong người, ông trở chứng biến thành một người nghe nhạc cổ điển không biết chán. Vợ ông cho biết: "Trước đây anh ấy không biết được tên bản nhạc cổ điển nào. Vậy mà bây giờ anh ấy có thể say mê ngồi nghe nhạc cổ điển hàng giờ, du dương theo những nốt nhạc không biết chán. Tôi không biết tại sao anh ấy bỗng thay đổi như vậy".

Một chuyện khác. Ông người Mỹ Jim Clark, một tài xế xe tải 40 tuổi, bỏ học từ năm 14 tuổi, là một người quê mùa chẳng có tí máu văn chương nào trong người. Ông được ghép tim của một người ưa văn học, thích thơ phú. Từ khi có trái tim mới, ông Jim Clark bỗng thích viết lách, làm thơ liên miên tặng vợ. Bà vợ sửng sốt trước tài múa bút nên thơ của ông chồng cục mịch. Chính ông cũng không hiểu tại sao lại bỗng nhiên văn chương chữ nghĩa như vậy. Ông nói với vợ: "Hình như có ai đó đang mượn tay mình để viết vậy!".

Chuyện trái tim đổi chỗ từ ngực người này qua ngực người khác mà vẫn lưu luyến chốn cũ xảy ra nhiều lần khiến các nhà nghiên cứu phải dí mũi vào. Các chuyên gia Paul Peasall của đại học Hawaii và Gary Schwartz của Đại học Arizona đã nghiên cứu mười trường hợp ghép tim mang tới sự thay đổi về khẩu vị hoặc tâm tính đã cho biết: "Những bệnh nhân ghép tim hoặc ghép tim phổi này không chỉ thể hiện tính cách, sở thích và đặc điểm hành vi của người hiến nội tạng sau ca mổ mà còn nhắc lại quá trình cảm tính của người đã khuất trước khi qua đời". Các nhà nghiên cứu cũng nhận ra là ít nhất có khoảng 10% trường hợp bệnh nhân ghép tạng thừa hưởng tính cách của người cho. Như vậy khả năng ghi nhớ của tế bào thực sự có thể tồn tại mà không cần não.

Tiến sĩ Lili Phong của Đại học Y Dược Baylor, Texas, cho rằng khoa học đã chứng thực được sức ép tâm lý có thể gây ra biến động về ADN. Do đó nội tạng của những người chịu sức ép lớn về tâm lý như các tử tù chẳng hạn, được coi là không tốt cho việc ghép nội tạng. Sau khi nhận được nội tạng mới, trong thời gian ngắn bệnh nhân có thể cảm thấy tiến bộ về sức khỏe nhưng về lâu về dài sẽ nảy sinh ra vấn đề. Tuy nhiên khoa học vẫn chưa kiểm chứng được chuyện ảnh hưởng lên ADN của bệnh nhân ghép nội tạng.

Những bệnh nhân chờ được ghép nội tạng ngày một nhiều. Số cung không thấm vào đâu với số cầu. Theo trang Frontline, mỗi năm có khoảng 150 ngàn người trên thế giới được điền thêm vào danh sách chờ được ghép tim, thận và gan. Khoảng một nửa số này chết trước khi có được cơ hội… trúng số. Sự thiếu hụt trầm trọng nội tạng đã khiến các nhà khoa học phải nghiên cứu để tìm một hướng khác. Họ hướng về các chuồng heo. Kể từ năm 2006, Giáo sư David Sachs, Giám Đốc Trung Tâm Nghiên Cứu Cấy Ghép Sinh Học của bệnh viện Tổng Hợp Massachusetts, đã bắt đầu nghiên cứu cách thức cấy ghép nội tạng của heo vào cơ thể động vật linh

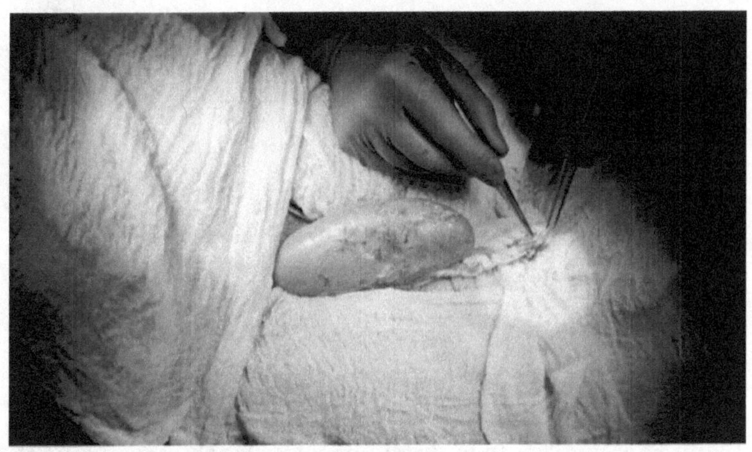

Trái thận heo được ghép vào bên ngoài cơ thể của một nạn nhân bị chết não

trưởng. Cho đến nay chỉ mới có da và van tim heo được sử dụng để ghép vào cơ thể con người.

Làm sao nội tạng của heo lại có thể ghép vào cho người, chuyện không giản dị. Không phải bắt bất cứ con heo nào trong chuồng, mổ bụng, lấy nội tạng là có thể ghép cho người được. Phải là heo đã biến đổi *gene*. Ví dụ trường hợp chúng ta cần lấy thận heo chẳng hạn. Ngay từ khi heo mới chỉ là phôi thai, nếu muốn lấy thận, chúng ta phải làm cho thận trong phôi thai heo không phát triển. Nếu phôi thai này ra đời thành một chú heo con, chú heo sẽ không có thận. Nhưng chẳng một con heo nào có thể sống được nếu không có thận. Vậy nên trong quá trình tạo phôi, người ta cấy tế bào gốc của người sẽ được ghép trái thận heo này vào. Tế bào gốc là những tế bào toàn năng, chúng có thể "biến" thành bất cứ loại tế bào nào. Chúng có tác dụng "điền vào chỗ trống", tức là phát triển thành trái thận mang *gene* người, thay vì quả thận mang *gene* heo bình thường. Các nhà khoa học sẽ đợi chú heo này lớn lên, tới khi trái thận đã đủ lớn để dùng được, mổ lấy thận và cấy sang cho người.

Ngày 19 tháng 10 năm 2021 vừa qua, hãng Reuter đưa tin các nhà khoa học ở Mỹ đã cấy ghép thành công thận heo cho người tại trung tâm y tế Langone Health, thuộc Đại học New York. Người được ghép thận heo là một bệnh nhân đã bị chết não, có dấu hiệu suy thận. Dĩ nhiên gia đình của bệnh nhân phải chấp thuận cho tiến hành cuộc ghép thận này. Trong ba ngày, trái thận được ghép vào mạch máu của bệnh nhân và được để ở bên ngoài cơ thể cho dễ theo dõi. Tiến sĩ Robert Montgomery, người dẫn đầu cuộc nghiên cứu, cho biết "nó hoạt động khá bình thường, tạo ra một lượng nước tiểu theo kỳ vọng" như từ một quả thận của người khi được cấy ghép. Tuy thành công nhưng đây chỉ là một thử nghiệm gồm một lần ghép và quả thận chỉ giữ một chỗ trong ba ngày. Người ta cần làm những thí nghiệm tiếp theo với những bệnh

Tiến sĩ Robert Montgomery.

Bà Martine Rothblatt, chủ công ty United Therapeutics. Hình: GETTY IMAGES

nhân còn sống chờ nhận thận chứ không phải với bệnh nhân chết não. Tại Mỹ, theo số liệu của *United Network for Organ Sharing,* hiện có 107 ngàn bệnh nhân chờ được ghép nội tạng trong đó có tới 90 ngàn người chờ được ghép thận. Thời gian chờ đợi trung bình từ 3 đến 5 năm.

Với kết quả của cuộc ghép thận heo cho người vừa được thực hiện, những bệnh nhân này sẽ có nhiều cơ hội được ghép thận sớm hơn. Tại thị trấn Blacksburg, tiểu bang Virginia, công ty United Therapeutics đã và đang nuôi những con heo đột biến *gene* từ 4 năm nay. Bà Martine Rothblatt, chủ nhân của công ty, hy vọng tạo được "một nguồn cung cấp nội tạng cấy ghép vô hạn". Bà cho biết: "Chúng tôi muốn sản xuất nội tạng hàng loạt, đạt mức hàng chục đơn vị mỗi ngày".

Vậy là nội tạng sẽ ê hề, muốn ghép lúc nào cũng có. Người ta bắt đầu bằng thận heo nhưng chắc sẽ không dừng ở thận. Tim gan phèo phổi chi cũng sẽ theo gót. Lúc đó chúng ta sẽ có những con người mang nội tạng heo. Chuyện sẽ ra sao, hồi sau mới biết. Nhưng nay đã có nhiều người lên tiếng phản đối. Các nhà đạo đức không đồng ý sự nhập nhằng giữa con vật và con người. Các nhà khoa học lo lắng các nguồn bệnh của súc vật sẽ có dịp leo qua con người, lúc đó sẽ khá nguy hiểm cho nhân loại.

Tôi cũng có sự lo lắng. Nếu một mai khi con người mang tim heo, liệu ký ức tế bào của heo có truyền qua người như từ người hiến tới người nhận tim hiện nay không. Nếu có thì lúc đó ký ức nào của heo sẽ lưu lại nơi người? Chẳng lẽ là chuyện…con heo!

12/2021

LẤY HAY KHÔNG LẤY?

Phải nói ngay, lấy đây là thứ không phải có sẵn trong túi lôi ra. Thứ này rắc rối hơn nhiều. Đó là món hàng, đầy ra đó, nhưng phải là loại cần chọn lựa kỹ càng. Lấy chồng!

Đời một người con gái muốn vẹn toàn phải có thứ này. Không có, lôi thôi lắm. Các thế hệ xưa coi đây là một lập trình định sẵn. Tới tuổi cập kê phải lấy chồng, sanh con đẻ cái. Cứ thế mà thi hành. Không thi hành được, đương sự, cha mẹ, họ hàng và có khi cả làng xóm lắc đầu ái ngại. *Chòng chành như nón không quai / Như thuyền không lái, như ai không chồng.*

Không chồng là nỗi khổ tâm, cho phận thuyền quyên đêm đêm vò võ, cho cha mẹ sườn sượt than vắn than dài, cho họ hàng liếc mắt hỏi han, cho làng xóm bụm miệng chê cười. Đó là một cái tội từ trời rơi xuống nên cứ nắm áo trời mà trách.

Đi đâu mà chẳng lấy chồng,

Người ta lấy hết chồng mông mà gào.
Gào rằng: "Đất hỡi, Trời ơi!
Sao không thí bỏ cho tôi chút chồng."
Ông Trời ngoảnh lại liền trông:
"Mày hay kén chọn, ông không cho mày!"

Trời xa lại chỉ có mây, chẳng có tóc, làm sao nắm. Phải kiếm cho được thủ phạm có cái búi tó trên đầu mà kéo. Vậy nên Nguyệt Lão bị bắt làm con tin. Trăm tội cứ đổ vào đầu lão già tay cầm sợi xích đỏ này. Tới nữ sĩ Hồ Xuân Hương, người nữ phản kháng nổi tiếng mà văn thơ còn lưu truyền tới ngày nay, cũng trách cứ.

Chi chi chuyện ấy đã đành lòng,
Vó ký phen này quyết thắng rong.
Non nước chơi hoài non nước đó,
Gió trăng nào phải gió trăng không.
Mặt càng đối mặt tình ngao ngán,
Tay chẳng rời tay bước ngại ngùng.
Lão Nguyệt lẽ nào trêu quải mãi,
Chén đồng xin hẹn khắc đêm đông.

Lấy chồng là một trò lựa chọn phụ thuộc vào nhiều yếu tố. Các cụ đã có tiêu chuẩn. *Chẳng tham ruộng cả ao liền / Tham vì cái bút cái nghiên anh đồ.* Vậy là cái anh "dài lưng tốn vải ăn no lại nằm" được liệt vào *numero uno.* Anh đồ như con sâu, có thành bướm hay không là chuyện của tương lai. Chọn anh đồ như mua xổ số. Có thể trúng, có thể trớt quớt. Trúng độc đắc thì trạng nguyên tiến sĩ một đời sung sướng. Trớt quớt thì, như bà Tú Xương, *"quanh năm buôn bán ở mom sông".*

Lấy chồng ngày xưa, kể ra cũng chẳng xưa lắm, chỉ một hai thế hệ trên thế hệ chúng tôi, là chuyện của các ông bà thân sinh và bà mối. Đương sự chỉ biết răm rắp tuân theo. Như người mù đi đường. Chẳng nhìn thấy chi, may nhờ rủi chịu. Có lẽ vì vậy mà cô dâu trên xe hoa về nhà chồng bị che mặt kín mít chăng.

Ngày nay khác. Chuyện lấy chồng là chuyện của chính đương sự. Tương lai nằm trong bàn tay của chị em. Tự tìm, tự chọn, tự làm...giám khảo. Muốn đương sự bảng vàng đề danh hay trượt cái rầm, chị em tự quyết định lấy. Có nhiều chị em chọn kỹ hơn, sống thử một thời gian, có khi con bồng con bế, mới phát bằng cho đương sự.

Tương lai nằm trong tầm tay nên lấy hay không lấy không thành vấn đề. Hăm cho đủ chục năm, băm tiếp cho hết chục năm nữa, cũng vẫn lắc đầu em chã. Trào lưu không thèm lấy gông đeo cổ trở thành mốt trên khắp thế giới. Chị em nước ta không ngoài trào lưu này. Lý do nào khiến chị em muốn nằm một mình cho...phẻ? Xã hội ngày nay đã thay đổi. Chị em phụ nữ không còn phụ thuộc vào người chồng về kinh tế, địa vị, đời sống xã hội. Nam nữ chi cũng ngang bằng như nhau. Ngay tại Nhật Bản, nơi có truyền thống văn hóa nặng nề nhất, phụ nữ cũng nhất định giữ vững thành trì. Đàn ông Nhật Bản, vốn có tiếng là gia trưởng, bị chị em chê. Một phong trào lấy chồng ngoại quốc làm các ông *samurai* tức hộc máu mũi! Đàn ông Việt thuộc nằm lòng câu: ở nhà tây, ăn cơm Tàu, lấy vợ Nhật. Nhà tây giờ tiện nghi thua nhà Mỹ xa chừng, cơm Tàu đặc sệt *cholesterol*, tôi chẳng ưa. Còn vợ Nhật có ưa cũng chẳng còn cơ hội, thôi thì lơ đi cho nó lành.

Ông nhà văn Đào Hiếu cũng không ưa lấy vợ Nhật. Không biết không ưa thật hay ưa cũng chẳng ăn cái giải rút gì. Ông biện giải như thế này: *"Cơm Tàu thì tôi ăn nhiều, nhà Pháp, nhà Mỹ tôi cũng từng ở, còn vợ Nhật? Chà! Ế vợ gần bốn mươi năm nay, tìm một cô vợ Việt còn bị chê, đào đâu ra vợ Nhật? Nghe ông bà kể lấy vợ Nhật sướng lắm. Mình đi làm về, ngồi phè cho nó cởi giày, xong nó đi pha nước cho mình tắm. Mình ăn cơm nó quỳ một bên, nó hầu, có miếng ngon vật lạ nó gắp bỏ vô chén, mình uống trà, nó dâng cả hai tay mời. Cứ cho những lời đồn đại này là có thực đi, thì lấy một cô vợ như thế đã sướng chưa? Đi ăn cỗ, tôi rất sợ phải gắp thức ăn bỏ vô chén người khác, nhưng bị người ta gắp thức ăn bỏ vô chén mình còn đáng sợ hơn. Heo quay chẳng hạn, tôi rất ớn, nhưng vị phu nhân kia lại vừa gắp một miếng to tổ bố đặt vào chén của tôi. Ăn thì không nổi, mà bỏ đi thì mất lịch sự. Nếu cô vợ người Nhật mà thường xuyên làm như thế thì có gì là hay? Còn chuyện vợ quỳ trước mặt dâng trà cho chồng nghe cũng lạ, nhưng – nếu có vợ – tôi lại thích làm ngược lại. Trên đời này không có gì thú vị bằng quỳ lạy một mỹ nhân, lúc ấy lòng ta bồi hồi xúc động, nước mắt ta trào ra như suối, toàn thân ta tỏa hào quang như được "Phật độ". Như vậy xem ra tôi không thích lấy vợ Nhật rồi"*.

Tôi đã qua Nhật vài lần. Thấy phụ nữ Nhật rất dễ mến. Cách họ cúi gập người chào hỏi đã thấy thương. Họ rất năng động và vui vẻ, nhìn vào thấy dễ mến. Nhưng đó là những phụ nữ ngoài đường phố. Trong nhà họ ra sao? Phải nhờ tới ông Đỗ Thông Minh, một người Việt định cư lâu năm ở Nhật. Trả lời đài VOA về câu "thần chú" trên, ông cho biết: *"Câu mà chị vừa nói có lẽ đã xuất hiện ở Việt Nam của chúng ta vào khoảng thập niên 1930, 1940 khi mà Nhật đã vươn lên và có những chiến thắng lẫy lừng đối với nhà Thanh và nhất là nước Nga. Sau đó các cụ như Phan Bội Châu, Phan Chu Trinh đưa khoảng 200 du học sinh qua, thành ra ảnh hưởng của Nhật đến với chúng ta nhiều. Ở Việt Nam chúng ta có những câu của Nhật tuyên truyền, như là: «Minh Trị một đấng anh vương ai bì» và ca ngợi phụ nữ Nhật, có lẽ từ cái thời đó. Thế nhưng sau thế chiến thứ Hai, nước Nhật thay đổi rất nhiều, từ tâm tính, người Nhật bớt tinh thần yêu nước cực đoan, đồng thời phụ nữ không còn ở trong nhà nữa. Họ được học hành, họ đi ra ngoài xã hội, họ làm việc, nắm giữ chức vụ trong xã hội. Với những chuyện như vậy thì xã hội thay đổi từ nền tảng. Họ không còn khép nép trong nhà nữa. Nếu họ đi làm rồi lại lo con cái thì họ không thể nào lo tất cả mọi việc cho ông chồng giống như câu chuyện truyền thuyết là chồng đi về thì vợ ra cởi áo vét, cởi cà vạt, thậm chí còn cởi giày cho chồng. Cái hình ảnh đó thực ra không phải là không có; nó có, nhưng mà đôi khi bị truyền thông đồng hóa với sự phổ cập chung của nước Nhật. Câu chuyện về Geisha chẳng hạn, nó có thể là hình ảnh của một nhân vật nào đó nhưng người ta cứ nghĩ là cả nước Nhật như thế. Không phải tất cả người Nhật đều như vậy đâu, nhất là sau Thế Chiến thì phụ nữ Nhật ra ngoài xã hội, họ có tinh thần độc lập, tự lập hơn, và cũng chính vì vậy mà đôi khi phụ nữ cũng dễ dàng ly dị chồng hơn, không lệ thuộc nữa. Chính vì vậy mà ông Thủ Tướng Naoto Kan cũng nói rằng: «bà vợ tôi là đối lập tại gia», có lẽ hai vợ chồng từ xưa tới giờ cũng có nhiều trục trặc lắm ông mới nói như vậy"*.

Quên chuyện lấy vợ Nhật đi vì các phụ nữ Nhật bây giờ cố thủ, không để cho thành trì bị xâm lấn như xưa. Chỉ ít năm trước đây, phụ nữ Nhật tới 25 tuổi mà còn đơn chiếc được gọi là "bánh Giáng Sinh". Đây không phải là câu khen ngọt ngào mà là câu mỉa mai, ví các cô như bánh ngọt bị ế sau ngày 25/12. Câu này ngày nay đã không còn tồn tại vì hết ý nghĩa. Phụ nữ Nhật bi chừ tập trung vào công việc và quyền tự do của họ. Theo kết quả điều tra dân số của chính phủ Nhật thì vào thập niên 1990, chỉ có 1 trên 20 phụ nữ dưới 50 tuổi chưa kết hôn. Nhưng vào năm 2015, con số này là 1 trên 7 người. Trong độ tuổi từ 35 đến 39, hai thập niên trước chỉ có 10% chưa kết hôn nhưng vào năm 2015, tỷ lệ này là 25%. Năm 2020, tại Tokyo, cô Sanae Hanaoka, 31 tuổi, đã tổ chức một đám cưới không có chú rể. Cô mặc chiếc áo cưới lộng lẫy nói trước khoảng ba chục người bạn: "Tôi muốn tự tìm cách sống cho riêng mình. Tôi muốn hoàn toàn dựa vào sức mạnh của chính mình".

Nhất định không chơi trò cưới hỏi là xu hướng ngày càng phát triển tại các nước Á châu. Nữ bác sĩ Lizzy Ran, 29 tuổi, hiện cư ngụ tại tỉnh Hồ Bắc, Trung Quốc, cũng nói không với hôn nhân. Thu nhập khá, cuộc sống ổn định, cô vui với việc tụ tập bạn bè, lướt *internet*. Cuộc sống chẳng cần tới một người đàn ông. Mẹ cô lại nghĩ khác. Cô cho biết: "Mẹ tôi khá lo cho tôi. Bà tin rằng kết hôn và sinh con là những điều mà ai cũng phải làm trong đời. Nhưng tôi không nghĩ như vậy. Hôn nhân không cần thiết đối với tôi". Xã hội cũng có cái nhìn khắt khe với những cô nàng nhởn nhơ ngoài vòng

Cô Sanae Hanaoka.

cương tỏa này. Họ mỉa mai khi gọi những cô nàng này là *sheng nu*. Các báo tiếng Anh dịch chữ *"sheng nu"* này là *"leftover women"*. Những phụ nữ bị bỏ lại. Thực ra không phải vậy. Chính họ không muốn có một người đàn ông cho thêm vướng bận. Trên mạng xã hội Weibo, một thứ Facebook của Trung Quốc, các cô gái này có một hội mang tên "Những Người Sanh Sau Năm 1990 Không Muốn Kết Hôn". Một thành viên viết: "Hôn nhân là một gánh nặng và tôi không muốn gánh lấy nó. Có thể tôi là người vô trách nhiệm". Một người khác tham gia: "Tôi đã tranh luận với mẹ tôi về vấn đề này. Bà chỉ trích tôi không trưởng thành và không có cái nhìn đứng đắn về cuộc sống. Còn tôi thì cho rằng giữa hai mẹ con có khoảng cách thế hệ rất lớn". Theo Cục Thống Kê Trung Quốc thì vào năm 2013, tỷ lệ kết hôn là 9,9 phần ngàn, năm

2018 tỷ lệ này xuống còn có 7,2 phần ngàn. Lý giải chuyện này, nhà nghiên cứu Wang Jufen của Đại Học Phục Đán, Thượng Hải, nói: "Ở nhiều trường đại học, chúng tôi thấy số lượng nữ đông hơn nam. Ngày càng có nhiều phụ nữ lấy bằng thạc sĩ hoặc tiến sĩ. Vì vậy họ không cần phụ thuộc vào đàn ông về mặt kinh tế như các thế hệ phụ nữ trước đây".

Đại Hàn, nơi có các ông thích dùng bạo lực với vợ, phụ nữ cũng vùng lên. Theo hãng tin Yonhap thì hiện có 3 triệu 90 ngàn phụ nữ sống độc thân. Viện Thống Kê Hàn quốc *Statistics Korea* cho biết hiện có 6 triệu 140 ngàn người độc thân trong đó phụ nữ chiếm 50,3%. Phụ nữ ngày nay có một phong trào mang tên "thế hệ *sampo*". Phương châm của họ là "ba không": không hẹn hò, không kết hôn, không sanh con.

Sanh con thường được ca tụng như một thiên chức của phụ nữ. Ngày nay, tuy không muốn kết hôn, vẫn có nhiều phụ nữ muốn có con. Họ là những người mẹ đơn thân. *Không chồng mà chửa mới ngoan / Có chồng mà chửa thế gian sự thường.* Hai câu thơ này có từ lâu lắm, có ý mỉa mai những cô gái chửa hoang. Ngày nay không chồng mà có bầu là chuyện nhiều phụ nữ đã làm. Họ không có quan hệ thể xác với nam giới mà chỉ quan hệ với… máy móc. Cái bầu họ mang là cái bầu… khoa học. Muốn xin tinh trùng để thụ thai ngày nay rất đơn giản. Sau khi hoàn thành thủ tục pháp lý, các bác sĩ sẽ khám sức khỏe tổng quát của người phụ nữ muốn thụ thai nhân tạo. Nếu tình trạng sức khỏe tốt, bệnh viện sẽ chích thuốc rụng trứng. Tinh trùng lấy từ ngân hàng sẽ được rã đông để tạo phôi. Mẫu tinh trùng đã được sàng lọc các mầm bệnh. Tại Việt Nam, số người hiến tinh trùng rất hiếm nên phần lớn tinh trùng là do sinh viên y khoa tự nguyện cho. Mỗi sinh viên chỉ được hiến một lần. Mẫu tinh trùng đảm bảo nguyên tắc vô danh. Không bao giờ ngân hàng tiết lộ danh tính chủ nhân tinh trùng để ngừa những rắc rối pháp lý về sau.

Thông thường người xin thụ thai là người đã ly dị, chưa có con, hoặc người không muốn lấy chồng nhưng muốn có con. Chuyện không chồng mà chửa ngày nay không còn là chuyện xã hội quan tâm tới. Nếu có quan tâm là trường hợp đặc biệt. Tôi muốn nói tới chuyện con cái của một người mẹ đơn thân nổi tiếng: Á Hậu Diễm Châu. Cô là á hậu áo dài Việt Nam năm 2006 và lọt vào *top* 10 cuộc thi hoa hậu Việt Nam năm 2008. Ngoài ra cô còn là tài tử màn ảnh đã đóng các phim Cô Gái Xấu Xí, Ngõ Vắng, Dấn Thân Vào Nước Mắt và nhiều phim khác. Diễm Châu là một người nổi tiếng "ghiền" con. Cô là mẹ đơn thân có một con trai và nuôi thêm một bé trai khác, con của em ruột. Hai con trai vẫn chưa đủ. Cô muốn có thêm hai con gái bằng thụ thai nhân tạo. Cô muốn hai con gái lai Tây phương nên cất công sang Thái Lan để mua tinh trùng… tây! Người ta có ghi rõ quốc tịch, nghề nghiệp, trọng lượng, màu mắt, màu da màu tóc và chỉ số IQ của người hiến. Chi phí hết khoảng 60 ngàn đô Mỹ. Thụ tinh nhân tạo vào đúng mùa đại dịch nên hành trình của Diễm Châu khá vất vả. Chuẩn bị mọi chuyện ở Việt Nam xong xuôi, cô mới sang Thái Lan để làm phôi rồi về nước đợi phôi. Dịch bệnh đã làm chậm chương trình thụ thai một năm. Khi mở cửa, Diễm Châu vội bay sang Thái Lan, cách

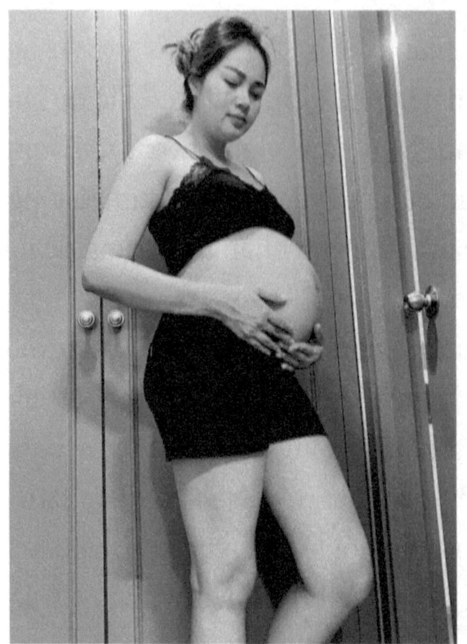

Á Hậu Diễm Châu với cái bụng bầu.

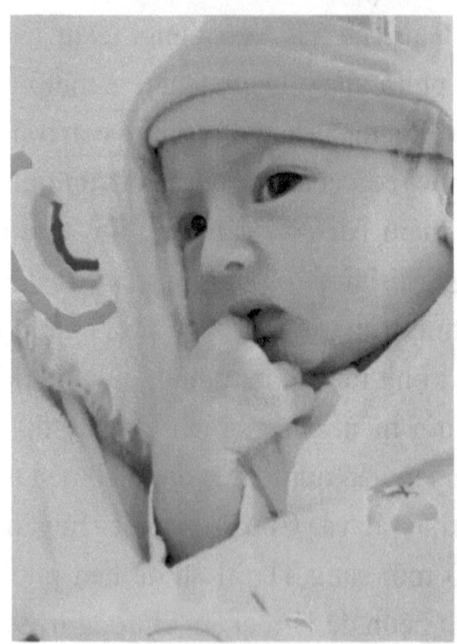

Bé gái lai Clara do thụ tinh nhân tạo của á hậu Diễm Châu.

ly 14 ngày, lưu lại một tháng. Về nước, tiếp tục cách ly ở Đà Nẵng, rồi mới được về lại Sài Gòn. Hai bé gái được đặt tên là Clara và Jolie.

Viết tới đây tôi thấy ngậm ngùi. Nam nhi đã bị cho đi chỗ khác chơi. Thời buổi này, người ta không cần một bờ vai. Ông bạn tôi không nghĩ như vậy. Ông bảo dù có đơn thân sanh con, các bà cũng còn cần tới thứ nguyên liệu mà chỉ có đàn ông chúng tôi mới sản xuất ra được. Đâu có dễ cắt một nhịp cầu!

02/2022

NGÀY CỦA PHỞ

Tính ra tôi đã viết về phở nhiều lần. Chắc chẳng còn chi để viết thêm. Vậy mà lại…phở. Ngày 12/12/2021, vào *internet*, tìm vào *Google* bỗng thấy hoa mắt. Chuyện thật sao ta! Cái *doodle* thường ngày bỗng thay đổi. Hình vẽ cách điệu tô phở nằm giữa chanh ớt, hành ngò, quế hồi đinh. Bộ tây cũng là đệ tử của phở như mình sao? Tây đầm ăn phở là chuyện thông thường. Cứ vào tiệm phở là thấy liền. Nhưng tôn vinh phở bằng cái *doodle* rất phở của *Google* quả là chuyện lạ. Đọc hàng chữ phía dưới thấy lý do tại sao *Google* bỗng tôn vinh phở. "Việt Nam tuyên bố ngày 12/12 là ngày truyền thống của món ăn dân tộc. Đây là một món súp thơm tho với nước dùng đầy mùi vị, hành ngò tươi, thịt thái mỏng, thường là bò hay gà. Cái làm cho món phở nổi bật là một quá trình nấu phở công phu để đạt được nhiều hương vị trong nước phở rất trong. Các thành phần như gừng nướng, hạt thì là, hồi, quế được cho vào nước dùng để tạo thành hương vị cho

Doodle "Ngày của Phở" của Google.

từng tô phở".

Doodle này xuất hiện, ngoài phiên bản Việt Nam, còn nơi các phiên bản của 16 nước khác gồm: Áo, Bulgaria, Canada, Tiệp Khắc, Phần Lan, Pháp, Đức, Hy Lạp, Hung, Iceland, Do Thái, Lithuania, Ba Lan, Thái Lan, Anh và Mỹ. Nhìn kỹ danh sách thấy chỉ có một nước Á châu là Thái Lan, kể cũng lạ. Nhất là không có Nhật Bản.

Ẩm thực Nhật được thế giới biết đến nhiều, nhất là món *sushi*. Vậy mà Nhật đã có riêng "Ngày của Phở". Đó là ngày 4/4 hàng năm. Tại sao lại vào ngày tháng này? Vì số 4 phát âm theo tiếng Anh là *"Four"*, có âm giống "phở", khiến người ta dễ ghi nhớ. Năm 2016, Công ty Acecook của Nhật Bản đã đề nghị "Hiệp Hội Những Ngày Kỷ Niệm" của Nhật công nhận ngày 4/4 là ngày của Phở. Ngày 2/4 cùng năm, hiệp hội này đã trao giấy chứng nhận "Ngày của Phở" tại thành phố Suita, tỉnh Osaka. Nữ diễn viên nổi tiếng Ayaka Miyoshi, người dẫn chương trình Ai Matsu, tài tử hài Yasue Michi và Ai Sakai đã tới dự lễ. Tháng 4 là tháng hoa anh đào tại Nhật, du khách tới Nhật rất đông khiến cho ngày của phở được nhiều người biết tới. Ngay sau buổi lễ, công ty Acecook đã đưa món phở ăn liền vào bán tại hệ thống các cửa hàng tiện lợi ở Nhật. Tuy là phở ăn liền nhưng công ty cũng đã rất thận trọng trong quá trình sản xuất để có được món phở giống với phở tại Việt Nam. Bánh phở được làm từ gạo Việt Nam, nước phở được nghiên cứu, thử nghiệm và sản xuất theo hương vị của những tiệm phở ngon nổi tiếng tại Việt Nam.

Phở ăn liền chẳng bao giờ bằng phở tại tiệm. Phở lạc loài

Chủ tịch Hiệp hội Những ngày kỷ niệm của Nhật Bản (trái) trao giấy chứng nhận "Ngày của Phở". Hình: Isenpai

ra ngoại quốc, trừ những nơi có đông người Việt, thường là phở lai căng. Phở Việt tại Nhật không là ngoại lệ. Nhưng vào tháng 3 năm 2019, gần ga Ikebukuro ở thủ đô Tokyo, tiệm phở Thìn được khai trương, lôi kéo được thực khách sành ăn. Chủ nhân là anh Kenji Sumi. Anh này đã sang Việt Nam nhiều lần và rất mê phở. Lần đầu vào năm 2015, phở đã nắm chân cẳng anh. Anh tự nhủ: "Một ngày nào đó, hương vị này sẽ có mặt tại Nhật Bản". Ba năm sau, anh trở lại Hà Nội, lưu lại một thời gian để học nấu phở. Sư phụ phở của anh là ông chủ phở Thìn, thứ phở có tiếng tại Hà Nội. Lòng ái mộ phở của anh đã làm ông Nguyễn Trọng Thìn cảm động. Ông bằng lòng qua Nhật để hỗ trợ anh trong bước đầu mở tiệm phở. Hai người đi khắp nơi để tìm những nguyên liệu khả dĩ nấu được tô phở không thua kém phở Thìn tại Hà Nội. Từ ngọn rau thơm rau mùi tới những loại thịt bò có tại địa phương. Ngày 9/3/2019 phở Thìn Lò Đúc tại Tokyo khai trương. Quán nằm dưới tầng hầm của một tòa nhà gần ga xe điện, chỉ tiếp được 20 khách một lúc, được trang trí kiểu Việt Nam với những bức hình lớn chụp quang cảnh Hà Nội treo trên tường và đặc biệt nhất là mở nhạc Việt Nam. Trên bàn có bày hũ tương ớt, lọ tiêu, dấm ớt như ở Hà Nội. Ăn được tô phở Thìn Tokyo không phải dễ. Khách xếp hàng dài chờ. Có người được húp phở, có người phải ra về mà bụng vẫn vắng hương vị phở. Vì nhà hàng thường hết nước phở trước giờ đóng cửa. Những ngày đầu anh chủ quán lọng cọng chỉ nấu được khoảng trăm tô. Những ngày sau lên tới 150 tô. Chẳng ngày nào tiệm trụ được tới giờ đóng cửa. Toàn phẹc-mê-bu-tích trước. Thực khách có tới 80% là người Nhật. Chỉ

Lối xuống quán Phở Thìn Tokyo - Hình: NGỌC ANH

khoảng 20% là người Việt. Giá của một món ăn Nhật như *ramen, sushi*, cơm lươn hay *sashimi* khoảng một ngàn *yen*. Một tô phở thường ở Thìn Tokyo chỉ bán với giá 840 *yen*, tô lớn 940 *yen*. Nếu khách muốn thêm rau mùi phải chi thêm 150 *yen*, trứng 60 *yen*. Thành công ngay từ khi khai trương đã khiến anh Kenji hứng chí tính đường đi trong tương lai. Anh nói với báo chí: "Ở Việt Nam, mọi người thường ăn sáng với món phở và có thể đến một lúc nào đó phở cũng sẽ xuất hiện trong bữa ăn sáng ở Nhật". Người Việt ở Nhật dĩ nhiên phải tìm đến phở Thìn để hy vọng thưởng thức được tô phở giống ở Việt Nam. Một thực khách tên Nhi nhận xét: "Sau khi xếp hàng dài và đành phải về vì quán hết phở sớm, tôi trở lại quán vào bữa sau và may mắn hơn được ăn phở. Bát phở ở đây có vị phở hơn những vị phở khác ở Nhật, đặc biệt nhất là bánh phở. Sợi phở mềm, thơm mùi gạo chứ không cứng như tại những quán khác".

Ông Nhật Kenji Sumi cẩn trọng với phở như thế nào thì ông Tầu Đới Vỹ Cường cũng y như vậy. Đọc được hai cuốn sách "Gia Vị" và "Khải Nguyên Đường" viết về ẩm thực Việt Nam, ông kết với món phở. Ông qua Sài Gòn và yêu mến ngay thành phố này vì nơi đây có những nét giống với Thượng Hải: sầm uất, đông đúc và không ngừng phát triển. Nhưng nghe nói phở Việt đã theo chân những người di tản qua Mỹ, ông theo chân phở tới các tiệm phở Việt Nam bên ngoài Việt Nam. Không chỉ những người Việt xa quê hương mới tìm tới phở mà nhiều người ngoại quốc cũng ghiền phở. Sức quyến rũ của phở đã khiến ông không ngần ngại quyết định mở tiệm phở tại Trung Hoa lục địa. Ông muốn phở của ông không quá xa với phở chính gốc của Việt Nam nên ông thuê một người Hong Kong gốc Việt làm bếp trưởng. Ông đắn đo khi chọn tên tiệm. Tiếng Trung Hoa không có âm nào phát âm như chữ "Phở" của Việt Nam nên ông đặt tên theo ý riêng của ông: Saigon Funyo. Ông nghĩ chữ *Funyo* gần với Phở nhất. Tiệm phở khởi nghiệp của ông được khai trương tại Vô Tích, quê hương ông. Chuyện đầu tiên ông chú ý là nguyên liệu. Cái chi có thể nhập cảng từ Việt Nam, ông không ngần ngại mua. Thứ tới là trang trí tiệm với những tấm hình chụp tại Việt Nam và nhân viên được mặc áo dài, đội nón lá. Ông hãnh diện cho biết: "Tôi cùng với sáu nhân viên thiết kế qua tận Hà Nội để khảo sát, vào các thôn trang để coi những làng truyền thống nấu phở như thế nào". Ông Cường cho biết: "Phở Việt Nam rất khác với các món mì của

Ông Đới Vỹ Cường.

Trung Hoa. Thứ nhất bánh phở được làm bằng bột gạo trong khi sợi mì được làm bằng lúa mạch. Thứ hai, mùi vị phở Việt thanh đạm, ít dầu mỡ và có nhiều loại rau ăn kèm, còn mì vùng Chiết Giang hoặc ở tỉnh Sơn Tây nhiều dầu mỡ hơn".

Bắt mạch thị trường, ông tin tưởng sẽ thành công vì người dân Trung Quốc ngày nay đã biết chú trọng tới vấn đề sức khỏe, thích các món thanh đạm. Giới thanh niên cũng chú trọng nhiều tới cách ăn uống bổ dưỡng, ít chất dầu mỡ. Họ thích những món nhẹ, nhiều rau xanh nên phở phù hợp với nhu cầu của giới trẻ ngày nay. Hiện hệ thống phở của ông

Nhân viên tiệm phở tại phở "Saigon Funyo" tại Trung Quốc.

Đới Vỹ Cường đã lên tới con số 9 tiệm. Các đầu bếp chính của các chi nhánh đều được ông cho qua Việt Nam để trau dồi thêm cách nấu phở.

Các nước Á châu khác như Đại Hàn, Thái Lan, Singapore cũng đều có sự hiện diện của phở. Không hiểu tại sao *Google* chỉ phổ biến *doodle* phở tại phiên bản Thái Lan và 15 quốc gia ngoài châu Á. Chẳng lẽ vì phở của Việt Nam nổi tiếng hơn tại các quốc gia Tây phương? Mới đây, vào tháng 3 năm 2021, đài truyền hình CNN đã liệt kê 20 thứ súp ngon nhất trên thế giới trong đó có món phở của Việt Nam. Họ không xếp hạng nhưng hài tên theo mẫu tự . Tên của *"beef Pho Vietnam"* đứng thứ hai. Tôi thấy trong danh sách có các món *bouillabaisse* của Pháp, *caldo verde* của Bồ Đào Nha, *gazpacho* của Tây Ban Nha, *gumbo* của Mỹ, mì bò Lan Châu của Trung Quốc, *menudo* của Mễ, *moqueca de camarão* của Brazil, *tom yum* của Thái Lan, *tonkotsu ramen* của Nhật.

Phở hầu như có ở mọi nơi. Có lần qua hòn đảo nhỏ chút xíu Iceland, tôi đã thấy nhà hàng phở do một người Việt miền Bắc làm chủ. Trong một *clip* trên Youtube, tôi thấy có món phở tại Alaska băng giá. Đường đi của phở chắc phải nhờ một người Việt thuộc loại chân chạy điểm cho hết mặt. Đó là nhà văn Đỗ Khiêm. Ông là một hiện tượng trong văn học hải ngoại với cuốn "Cây Gậy Làm Mưa". Ký sự của ông này đọc vừa thú vị, vừa bổ cho kiến thức, vừa cười bể bụng với văn phong mà nhiều người gọi thân mật là "cà chớn". Tôi mới được đọc mấy dòng tiểu sử hết sức chịu chơi của ông Đỗ Khiêm trên *facebook* của Dung Le: *"Bố mẹ tống qua Tây du học từ 1969 khi chưa nứt mắt, 1974 lộn cổ về Việt Nam, vì thích đồ bông, đăng Biệt Cách 81 bị chê vì cận, có Tú Tài bên Tây, học hành vớ vẩn viện này, viện nọ rồi drop, từ biệt các em lông vàng, lông nâu, lông đen, lông quăn, no hair ... vung vít, bú xua la mua. "Áo bào thay chiếu anh về đất / Sông Sài Gòn, cầu Bình Triệu gầm lên khúc độc hành". Quê độ, chàng bèn đi sư 25, binh nhì thôi nhé, bố là cố vấn tư pháp tổng thống Thiệu, đồn điền, khách sạn... các kiểu, nên chàng được bố câu về tổng y viện Cộng Hòa dưỡng chim tới ngày mất nước. Không sợ chết, thích đồ bông, chịu khổ (binh nhì sư 25 mà) nên đổ lệ, lần này đứa con hoang đàng*

Nhà văn Đỗ Khiêm.

trong Thánh Kinh rét, "thừa lệnh song thân" ở tổng y viện Cộng Hòa tắm truồng phơi chim cho tướng Lê Minh Đảo xem lúc ông ghé thăm thương bệnh binh, vừa làm chồng một em đĩ đóng đô gần đó".

Ông thần bán trời không văn tự này đã đặt chân trên khắp ngõ ngách của trái đất này. Mới đây, ông viết một bài rất đặc biệt về phở: *"Nửa Thế Kỷ, Rong Ruổi Ăn Phở Khắp Thế Gian"*. Ai cũng biết nơi nào có nhiều người Việt định cư là nơi đó có phở. Pháp và Mỹ đi tiên phong. Từ khi nào, ông Đỗ Khiêm biết hết. Qua Pháp từ năm 1969 nên ông rành phở tại Paris. Đầu năm 1971, nhà hàng Lạc Hồng trên đường Monsieur le Prince ở Quận 5 có món phở "trong một cái bát ăn cơm bé, có tí nước lèo và mấy cọng bánh tôi không còn nhớ rõ là sợi mì hay sợi bún, bên trên đặt hai lát thịt bò tái". Tiệm Lạc Hồng của nửa thế kỷ trước nay có tên mới là *Saigon d'Antan* (Sài Gòn Xưa). Nhưng phở ngon nhất Paris là một tiệm không tên nằm trên đường Claude Bernard, chỉ có 7 hoặc 8 chỗ ngồi. Mỗi ngày bà chủ nấu một nồi, bán hết là phẹc-me-bu-tích, bất kể giờ giấc. *"Vì chỗ ngồi chật hẹp nên mua mang về là tiện nhất, rủi là nhà hàng này không có shipper Grab hay Uber Eats, tới hộp đựng cũng không có luôn, khách phải mang gà men đến, mỗi phần nước lèo là một chai nước hay chai rượu 75 cl. Không thích thì đừng tới, có ai mời đâu, tuy ông bà chủ lớn tuổi ở đây rất dễ thương và lịch sự"*. Tiệm này đã đóng cửa từ khoảng hai chục năm trước. Hình như ông bà chủ về nước, các con không muốn nối nghiệp tái nạm gầu. Công thức nấu phở được các con bố thí cho bàn dân thiên hạ bằng cách dán luôn trên cửa. Sau đó, khi có *internet* họ tặng miễn phí trên mạng.

Tại Mỹ, tiệm phở đầu tiên nằm tại vùng ngoại ô Washington DC, quận Arlington, tiểu bang Virginia. Đó là Phở 75, ngày nay vẫn còn. Nhưng phở ngon nhất nằm ở đâu? *"Vào thời điểm 1978, tiệm phở được coi là ngon nhất Arlington, tức là ngon nhất miền Đông, tức là ngon nhất nước Mỹ và ngon nhất thế giới vì cái gì nhất Mỹ thì nhất thế giới là đương nhiên, cũng không có tên (hay là tôi lại quên nữa rồi). Nó ở phía đường 50, mở cửa cuối tuần và chỉ có ba cái bàn bé tí, tức là 5 hay 7 chỗ ngồi, phải xếp hàng mà đợi. Sau khi xếp hàng sáng sớm trong mưa phùn gió rét miền Đông Bắc nước Mỹ thì ăn cũng ngon thật chăng như lời khen tụng? Tôi đến ăn được đúng một bận. Bà nấu phở lúc đó là một cụ, có lẽ sau khi cụ quy tiên thì dẹp tiệm, tôi không rõ tích".*

Đó là những tiệm phở xung kích ở Pháp và Mỹ. Đôi chân hay đi của ông nhà văn họ Đỗ đâu có đứng yên tại chỗ. Ông chỉ cho chúng ta những tiệm phở nơi khỉ ho cò gáy như Phở 24 ở khu thương xá Lotte tại thủ đô Djakarta của Nam Dương. Ginza Ginza trên phố Ortakoy-Besiktas ở Thổ Nhĩ Kỳ mới đây cũng có phở do một cô người Việt bán. Phở ở Lào là một món…Lào, có một cục thịt trâu nằm bồng bềnh trong bát. Manila, thủ đô của Philippines, hồi tôi ở vào năm 1973 không có phở. Muốn ăn phở chỉ có nước nấu ở nhà. Nhưng từ cuối thập niên 1990, ông Đỗ Khiêm cho biết có dăm ba tiệm phở Hòa. *"Tôi đến ăn vào lúc 12 giờ trưa, nhà hàng vừa mới mở, tôi gọi phở, anh phục vụ mang nước đến rồi chuồn ra ngoài. Năm phút sau thấy anh hấp tấp trở về, tay cầm một bịch ngò gai".* Tại đường Alor của thủ đô Kuala Lampur, Mã Lai, có tiệm phở Saigon. Đèo heo hơn nữa cũng có phở. *"Ta có thể đến một thành phố buồn như chấu căn là Bandar Seri Begawan (Brunei) hay Malé (Maldives) mà gọi phở thì sẽ bất bình vì tại sao phở lại có bò viên và lại có cả giá sống, thế còn ra gì thể thống phở thành Nam!"*

Theo chân ông hay đi Đỗ Khiêm, chúng ta biết được tài xâm lăng của phở. Tín đồ của phở như tôi dĩ nhiên rất mừng khi thấy vương quốc tái nạm bành trướng khắp thiên hạ như vậy. Nếu có một "Ngày của Phở" là điều hợp lý. Nhưng đã có tới hai "ngày của phở", một vào ngày 4/4 do một công ty Nhật đặt ra, một vào ngày 12/12 do báo Tuổi Trẻ trong nước chủ trì. Có điều hơi buồn là ngày của Nhật có từ năm 2006 trong khi ngày của Việt Nam có sau đó một năm, vào năm 2007.

Ngày của phở năm nay được tổ chức tưng bừng với nhiều trò vinh danh phở. Ông Tiến Chỉnh có cách mừng riêng. Ông này chắc nhiều người (nhất là phái nữ) biết. Vừa chơi đàn trong ban The Spotlight trước đây, vừa là tài xế máy bay, vừa đẹp trai vừa hiền lành, đào hoa số một. Tới nay, tuổi đã tri thiên mệnh, ông *post* hình hầu như hàng ngày trên facebook, hình nào cũng ngả ngốn bên các bóng hồng còn tươi tắn mặt hoa da phấn. Ông là em ruột của hai ông bạn thân của tôi, gặp ông từ thời ông còn ở tuổi *teen*, nên không cách chi mà không ngậm bồ hòn vui với ông. Ông là *fan* của phở Dậu đã nửa thế kỷ. Mừng ngày của phở năm nay, ông chơi luôn ba ngày liền tù tì tới ăn phở Dậu. Chuyện này thì tôi phải bất bình. Tôi cũng …Dậu như ông. Nhưng hình như lâu lắm rồi tôi không tới được nơi chôn vùi bao nhiêu kỷ niệm. Từ một thời, rất xa!

12/2021

NIAGARA FALLS, AI CŨNG BIẾT

Biết là một chuyện mà quen là chuyện khác. Tôi quen Niagara Falls tính tới nay đã được 55 năm. Kể là lâu nhưng ăn nhằm chi với tuổi của…nàng. Cỡ chục ngàn năm. Nước tạo ra thác là từ băng hà Wisconsin tan ra, đổ xuống các hồ Algonquin, Chicago, Iroquois và Champlain Sea. Lượng nước đổ tại thác là 168 ngàn thước khối trong mỗi phút. Vậy mới biết cô nàng này là thứ dữ, nổi danh khắp thế giới.

Tôi biết thác Niagara khi coi phim *River of No Return* do Robert Mitchum và Marilyn Monroe đóng. Phim được sản xuất vào năm 1954, đúng năm tôi cùng đồng bào miền Bắc khăn gói di cư vào Nam. Phim được chiếu tại Sài Gòn vào năm nào, tôi không nhớ rõ, chắc vài năm sau đó. Hồi đó đám trẻ chúng tôi ai cũng say mê cuốn phim được chiếu trên màn ảnh đại vĩ tuyến. Không biết tôi thích phim này vì cô minh tinh quyến rũ, ăn mặc sơ sài, chống trả với sóng gió trên con thuyền bé nhỏ, hay vì cái vĩ đại của ngọn thác. Thôi thì cứ

Một cảnh trong phim River of No Return.

nói cả hai cho vui vẻ cả làng.

Quần thể được gọi là Niagara Falls gồm ba thác, là biên giới thiên nhiên giữa Hoa Kỳ và Canada. Phía Hoa Kỳ có hai thác American Falls và Bridal Veil Falls. Phía Canada có thác Horseshoe lớn và đẹp hơn hai thác kia. Vậy mới khổ thân tôi hồi đó.

Tháng 11 năm 1967, tôi tình cờ có mặt tại thành phố Buffalo bên Mỹ. Nói là tình cờ vì khi đó tôi đang tham dự một cuộc hội thảo chuyên ngành tại New York thì được bốc về Buffalo cùng các hội thảo viên đến từ nhiều nước khác nhau. Chuyện này là ngoài chương trình nên khá bất ngờ nhưng kể như rất may mắn cho các hội thảo viên. Buffalo chỉ cách Niagara Falls có 27 cây số. Vậy là mấy tên từng nghe danh Niagara Falls tụ nhau lại kiếm đường tới thác.

Chuyện ngàn năm một thuở dễ chi bỏ qua. Hai cô người Ba Tây, một chàng người Nigeria và một người Việt Nam là tôi nhảy lên xe buýt trực chỉ thác. Coi thác bên phía Buffalo đã khoái chí tử nhưng cô người Ba Tây tên Christina, vốn hừng hực sức sống và đầy nét xông xáo, đề nghị băng qua cầu sang coi ngọn thác Horsehoe Falls đẹp nhất thế giới bên phía Canada. Vừa bước chân lên chiếc cầu biên giới, chúng tôi bị kỳ đà cản mũi. Đó là mấy ông nhân viên di trú gác cầu. Ông sếp săm soi sổ thông hành của từng người. *Visa* chỉ ghi tới Mỹ, không có Canada, không được… vượt biên. Cô bé Ba Tây vốn có dáng cao, mặt mũi sáng láng, giọng nói quyến rũ được cử làm thuyết khách. Cuối cùng "sắc bất ba đào" mạnh hơn dòng thác chảy bên cầu nên ông nhân viên di trú bị hạ gục cái một. Ông cấp cho một tờ giấy tạm cho phép qua biên giới nhưng phải trở về trong ngày. Vậy là bốn tên ngơ ngáo đi bộ qua cầu sang Canada. Trời vào tháng 11 xám xịt, bất phân ngày đêm. Chúng tôi mải miết ngắm thác. Mùa đông, thác vắng hoe, chúng tôi chỉ đứng trên đường lộ, ngắm thác ầm ầm đổ phía bên kia một khu công viên rộng lớn. Thiệt đáng công mạo hiểm để tận mắt chiêm ngưỡng vẻ đẹp hùng vĩ của từng khối nước mập mạp đổ xuống. Những tên mê thác, đến từ châu Á, châu Phi và Trung Mỹ, ngẩn ngơ quên giờ giấc. Tới khi thác lên đèn chúng tôi mới vội quay về. Giờ mới rắc rối. Mải ngắm thác, chúng tôi lạc… cầu. Xăm xăm bước lên một chiếc cầu trong màn đêm buốt giá, chúng tôi khoác tay nhau để giữ hơi ấm. Lên tới cầu, gặp nhân viên di trú, chìa ra mảnh giấy cho phép tạm, chúng tôi vấp phải bộ mặt nhàu nhĩ cau có. Ông già khó tính cho biết chúng tôi qua bằng chiếc cầu khác, không phải cầu này nên ông không chấp nhận mảnh giấy tạm này. Cô bé cao ráo người Ba Tây thuyết phục bằng đủ cách nhưng chẳng ăn thua chi. Ở độ tuổi sắp về hưu, ông được miễn nhiễm với nữ sắc. Chúng tôi từ tận đẩu tận đâu tới đất nước này, đi lạc là chuyện thường tình. Mà không lạc sao được, có tất cả 12 cây cầu nối liền hai đất nước, không lạc mới là chuyện lạ.

Chúng tôi lủi thủi quay lại Canada. Trời đêm lạnh như cắt da. Lạnh hơn nữa vì chúng tôi mặc không đủ ấm. Dân ở xứ lạnh mùa nào áo quần đó. Chúng tôi đến từ xứ nóng, thấy lạnh vội mua cái áo khoác trông có vẻ dày dày, coi bộ ấm. Nhưng đó chỉ là áo dùng cho mùa thu. Mặc vào mùa đông có mà chết rét. Tính lo xa cộng chút tiện tặn khiến chúng tôi…rét. Mua cái thứ dày cộm về nước làm sao xài. Một núi tiền, vứt đi sao đành! Thứ áo mùa thu còn xài được nếu đi Đà Lạt. Vậy là khoác tay nhau cho ấm, chúng tôi gọi *taxi*. Cẩn thận dặn bác tài về Buffalo qua cầu vồng Rainbrow Bridge. Xuống xe, xem đồng hồ tính tiền. Con số 60 đô như trêu ngươi, mỗi tên móc bóp chi 15 tiền. Đau hơn hoạn.

Nghe 15 đô tưởng ăn thua chi. Nhưng đừng mang thời giá ngày nay so với thời đó. Ngày đó, ở nhà trọ Harnett Hall ở thủ đô Washington, gần tòa Bạch Ốc, mỗi tuần có 17 đô, còn thêm ăn sáng *free*. Ăn xong còn nhón thêm một trái táo đỏ au mang đi ăn bữa lỡ. Dân Mít ta cứ đất lành chim đậu, tụ tập ở đây đông nghẹt. Tôi ở cạnh ông Hùng Lân, hè về hè về ấm tình đồng hương!

Vậy là tôi đã không ước mà được, tận mắt ngắm ngọn

thác mà mọi người đều mong ước được đặt chân tới. Dù đã gặp trường hợp bất như ý, lủng thêm miếng túi, nhưng vẫn vui ơi là vui. Chỉ thiếu chưa gặp được cô nàng Marilyn Monroe. Đóng phim xong cô tếch liền, sức mấy chờ chúng tôi vác thân tới.

Trời xui đất khiến thế nào mà 18 năm sau, tôi qua tỵ nạn tại Montreal, chỉ cách Niagara Falls hơn 8 tiếng lái xe. Qua tới nơi, tôi đã thấp thỏm đường xưa lối cũ trở lại thăm… nàng. Đường đi khó không phải vì ngăn sông cách núi mà ngại vì chưa có xe. Mua được chiếc xe hơi là tôi chở vợ con tới Niagara Falls.

Cầu vồng vắt ngang thác.

Thác ngày nay đã khác xưa. Nói nịnh cô nàng ngày đêm cuồn cuộn chứ khi xưa tôi tới với thác vào mùa đông, lúc tối mò, biết chi đâu mà khác. Nay muốn đi phải nhằm vào mùa hè, có hai tuần ngơi nghỉ. Thác mùa đông nhất định phải khác thác mùa hè. Từ trên đường xuống thác là một công viên trải dọc theo thác, hoa chỗ này hoa chỗ kia, du khách nườm nượp đi lên đi xuống, máy hình lủng lẳng trên ngực. Tôi chạy ngược chạy xuôi, kiếm tìm những góc đẹp nhất mà bấm. Nàng Niagara Falls trẻ hơn, tươi hơn, mát mẻ hơn hồi xưa. Nắng chói hình như đã đánh thức nàng tiên dậy, xiêm áo lấp lánh hơn. Chiếc cầu vồng nhiều màu óng ánh như triều thiên trên đầu nàng công chúa rực rỡ. Nhớ tới chuyện chiếc cầu ấm ớ ngày xưa, tôi tự hỏi phải chăng chiếc cầu vồng này đã khiến chiếc cầu chúng tôi vượt biên ngày xưa có tên Rainbow Bridge? Nước từng đợt theo gió tạt vào mặt như trêu ngươi đám du khách đang lặng người trước cảnh tuyệt đẹp của một nơi không dễ đặt chân tới. Nhà bán đồ lưu niệm nêm cứng người. Đủ các loại đồ kỷ niệm. Nhiều tiền có, ít tiền cũng có. Tôi có thói quen đi chơi đâu cũng mua về một chút kỷ niệm gắn trên cửa tủ lạnh. Ngày nay, thác Niagara nằm ngổn ngang trên cửa tủ lạnh trong bếp nhà. Chính những miếng thác này đã làm các khách từ xa tới thăm ngộ ra một điều: thác rất gần với Montreal. Anh em họ hàng, bạn bè thân hữu nhiều người nghe tiếng nhưng không biết Niagara Falls nằm ở đâu. Cái thác ai cũng biết này nằm mơ hồ tại một nơi nào đó, chắc ở… tiên cảnh! Khi nghe tôi nói thác gần xịt (hơi nổ!), ai cũng muốn ghé thăm. Vậy nên tôi lui tới thác như đi thăm… nhân tình. Mấy ông bạn ở Toronto như các ông Trà Lũ, Bắc Phong, Phan Ni Tấn chắc cười tôi thối mũi. Toronto mới đúng là gần xịt, chỉ một giờ lái xe là đã nghe thấy tiếng thác đổ.

Thường tôi hay thuê phòng khách sạn ở Toronto. Sau gần 6 tiếng đồng hồ ôm vô lăng từ Montreal tới Toronto, người cũng đã oải, tạm nghỉ một đêm để hôm sau tới thác sẽ thấy thoải mái hơn. Nhưng nếu người nào thích coi thác lên đèn vào ban đêm thì phải thuê khách sạn tại Niagara. Thường giá thuê phòng sẽ đắt hơn ở Toronto. Nhưng tại đây có nhiều nhà trọ khiến du khách có nhiều lựa chọn hơn. Dọc theo con đường bên thác, nhà trọ đủ loại đủ cỡ. Có thứ xịn, tiện nghi không khác gì các khách sạn sang trọng, nhưng cũng có nhiều nhà trọ chỉ có tiện nghi tối thiểu. Dĩ nhiên tiền nào của đó nhưng tiền của những du khách chỉ cần chỗ ngả lưng sẽ từ túi chui ra một cách dè dặt hơn. Nhân tâm tùy mạng mỡ!

Tôi cũng đã nhiều lần coi thác lên đèn vào ban đêm. Những ngọn đèn chiếu từ những nhà đèn trên đồi cao đối diện với thác khiến thác lung linh hơn. Những ngọn đèn lồng vào bên dưới thác tạo nên một ánh sáng mờ mờ quyến rũ. Tôi nhìn thấy nơi luồng nước xòe xuống như một chiếc váy khổng lồ, đèn màu soi rọi từ trong váy ra lồ lộ hấp dẫn. Nói là hấp dẫn nhưng tôi không thích ngọn thác diêm dúa vào ban đêm. Nét giả tạo giết chết vẻ đẹp của thiên nhiên. Nhưng nếu không có đèn soi rọi vào ban đêm, thác tăm tối giấu mình, đâu có nhìn thấy chi. Chỉ có tiếng ầm ầm vang vang không ngừng nghỉ trong đêm tối om, khách du lịch sẽ nản, thành phố sẽ mất đi một nét quyến rũ du khách, các hoạt động kiếm tiền của thác sẽ khựng lại. Đồng tiền không ra khỏi túi du khách là những đồng tiền tiếc nuối của thành phố.

Niagara không chỉ là thác. Đây là một thành phố nhỏ

nhưng nhờ thác mà nhộn nhịp, nhất là về đêm. Các dịch vụ vui chơi từ cờ bịch, hát hò đến ăn nhậu đầy rẫy ngoài đường phố cũng như trong cửa tiệm. Du khách, nhất là du khách trẻ hay già mà ham không thiếu kiểu chơi. Họ có chơi thâu đêm không, tôi không biết vì tôi chưa bao giờ ở ngoài đường tới quá nửa đêm!

Thác lên đèn vào ban đêm.

Khách tôi đưa tới thác đến từ nhiều quốc gia. Chưa bao giờ con cháu Lạc Long Quân phát tán khắp nơi nhiều như ngày nay. Bạn tôi đến từ Úc, em tôi đến từ Mỹ, từ Pháp, cháu tôi tới từ quê nhà, tất cả đã được tôi lái xe tới tao ngộ với thác. Vừa nhác thấy thác, ai cũng phải hít hà. Khi đặt chân đứng cạnh tháp, họ bấm máy hình lia lịa như chỉ sợ không ghi lại được đầy đủ giờ khắc để đời này. Thác động, hình tĩnh, làm sao nhốt được thác vào hình. Nhưng người ta có thể dễ dàng ghi lại những cuộn nước xối xả tuôn xuống liên tu bất tận bằng quay *video*. Thường khi đi du lịch, tôi trang bị cả máy hình lẫn máy quay *video*. Chiếc máy quay tôi mua từ hai chục năm trước rất xinh xắn, nằm gọn thon lỏn trong lòng bàn tay, tiện lợi vô cùng. Nhưng ngày nay, với sự phát triển và kiện toàn các loại phôn tay, du khách có thể vừa chụp hình, vừa quay phim chỉ với một chiếc phôn tay gọn nhẹ hơn nhiều.

Cô cháu tôi từ Việt Nam qua đứng ngây người khi thấy thác. Cô không bao giờ có thể ngờ được có ngày lại được thân cận với cái thác nổi tiếng khắp thế giới từ ngày nảo ngày nao này. Chiếc phôn tay của cháu tôi hoạt động hết cỡ. Hết chụp tới quay, hết góc này đến góc kia. Du khách chen chúc nhau đứng bên chiếc lan can cũ để thu vào máy những góc cạnh ưng ý nhất. Chuyện này thường không dễ dàng. Không dễ lấn được vào sát lan can cũng như không dễ để không chạm người này vướng người kia. Ngọn thác to đùng như thế làm sao nhốt hết được vào màn hình nên cô cháu tôi cứ loay hoay chạy lên chạy xuống tới đổ mồ hôi. Những tấm hình quý hóa này được *post* lên Facebook khiến cho bạn bè xuýt xoa chúc mừng với một chút ganh tỵ. Làm sao có thể tới đây được?

Năm 2006, nhạc sĩ Từ Công Phụng qua hát tại Montreal. Tôi dụ Phụng xuống Toronto văn nghệ văn gừng với buổi ra mắt sách của Luân Hoán, Hoàng Xuân Sơn và tôi. Đó là lần đầu tiên Phụng tới Toronto. Buổi văn nghệ ra mắt sách rất thành công. Ngày hôm sau, tôi lái xe đưa vợ chồng Phụng xuống Niagara thăm thác. Không biết Phụng đã tới thác lần nào chưa, tôi nghĩ là chưa. Rong chơi cận

Từ trái: Dược Sĩ Võ Thành Tân (Ban Tổ Chức), nhạc sĩ Từ Công Phụng, nhạc sĩ Trường Sa, Song Thao.

kề với thác chán chê, chúng tôi vào một nhà hàng ăn dùng bữa trưa. Nhà hàng nằm đối diện với thác. Leo lên *terrace* lộ thiên của nhà hàng, chúng tôi chọn một bàn phía trước. Dưới chiếc tán dù đỏ che nắng, chúng tôi ngắm thác nằm ngay trước mặt. Ngồi nơi đây, chúng tôi nhìn thác trong một khung cảnh khác. Thác hơi xa cách, trông nhỏ nhắn hơn, xinh gái hơn. Thác mở rộng trước tầm mắt, đám du khách như những chú kiến bu quanh và dưới thác, những chiếc tàu lui tới đang bị những đợt sóng xô mạnh văng bên này bên kia, có lúc nghiêng ngả như muốn chìm lỉm dưới bọt nước trắng xóa.

Những con tàu chứa đầy du khách mặc những chiếc áo mưa xanh hay đỏ mang tên *Maid of the Mist* chuyên chở du

Maid of the Mist.

khách tới chân thác, ngắm sát sườn thác. Họ làm ăn rất khấm khá. Du khách thích cảm giác mạnh có thể bỏ vài chục đô để leo lên tàu. Công nương Diana của Anh, minh tinh Marylin Monroe, tài tử Brad Pitt và cả Chủ Tịch Liên Xô Mikhail Gorbachev đã từng trải qua cảm giác này. Đoàn tàu *Maid of the Mist* này có lịch sử rất lâu đời. Ngày 27 tháng 5 năm 1846, chiếc tàu đầu tiên đã hạ thủy nhưng không phải để chở du khách đi chơi khơi khơi như ngày nay. Nó là chiếc phà chở hàng hóa, người và thư từ qua sông Niagara. Chỉ ít năm sau, khi chiếc cầu treo đầu tiên được xây cất thì phà thất nghiệp. Chủ nhân của phà đổi qua làm dịch vụ giải trí cho đám du khách muốn cận kề coi thác.

Maid of the Mist được coi là đưa du khách kề cận với

Cận kề thác với "The Journey Behind The Falls.

thác nhưng thân mật hơn nữa có con đường ngắm thác phía sau cột nước khổng lồ mang tên *"The Journey Behind the Falls"*. Tôi đã thấy Marylin Monroe men theo con đường này trong phim "River of No Return". Một chiếc thang máy chạy xuyên qua những hốc đá sâu xuống 38 thước sẽ đưa du khách xuống con đường hầm dẫn ra khung cảnh ngoạn mục dưới chân thác. Du khách sẽ nhìn thác nước đổ xuống ngay trước mắt. Đứng đây chụp hình sẽ chộp được những cảnh thót tim đẹp lạ lùng.

Biết hai trò cưỡi tàu *Maid of the Mist* vào sát thác và chui vào phía sau thác *The Journey Behind the Falls* là một thích thú để đời nhưng tôi chưa bao giờ mạo hiểm như vậy. Chẳng phải tôi yếu bóng vía nhưng tôi nghĩ gần quá sẽ dễ lộ ra những tì vết. Cũng giống như nhìn vào một mỹ nhân.

Đứng xa xa thấy hấp dẫn hơn. Nếu bạn mắng mỏ tôi là chết nhất, bày đặt chuyện xa gần, thì có lẽ cũng không sai. Quả thực lá gan của tôi vốn không được lớn lắm. Sức mấy dám so với Marylin Monroe!

05/2022

NƯỚC MẮM

Mỗi khi đi chợ Á đông, tôi thường la cà vào quầy nước mắm. Thấy có nhãn nước mắm mới là đứng…nghiên cứu. Dân nước mắm mà ly! Dân Mít ta vẫn cứ đùa giỡn với nhau là dân nước mắm nhưng thực ra dùng nước mắm không phải là chỉ dấu của người Việt. Trên thế giới có tới 500 triệu người sử dụng nước mắm trong nấu nướng. Toàn vùng Đông Nam Á là dân nước mắm. Thái Lan có *nam-pla*, Malaysia có *budu*, Indonesia có *ketjap-ikem*, Hàn Quốc có *aek jeot*, Kampuchia có *toeuk trey,* Philippine có *patis*. Tôi đã có thời gian gần một năm phải dùng *patis* của Philippine khi ngụ tại Quezon City vào năm 1973. Dở ẹc. Cũng phải thôi vì *patis* chỉ là phụ phẩm của mắm nêm *bagoong*. Nhưng nói đi cũng phải nói lại. Thời gian đó có *patis* cũng đỡ khổ cho cái miệng đã quen với nước mắm. Mới đây, khi vào một chợ Á đông ở Montreal, tôi chợt nhìn thấy *patis*. Nhớ lại một thời, cũng bồi hồi ra gì!

Trung Quốc, Nhật và Hàn Quốc cũng dùng nước mắm nhưng ít hơn. Hai nước đậm mùi nước mắm là Việt Nam và Thái Lan. Nhưng có một chút khác biệt. Không biết các nước khác ra sao nhưng dân Thái chỉ dùng nước mắm để nấu nướng chứ không dùng để chấm trên bàn ăn. Nếu dân các nước khác cũng chỉ để chai nước mắm trong bếp như Thái Lan thì chỉ có dân Việt ta thượng nước mắm trên bàn ăn. Vậy thì dân Mít tự cho là dân nước mắm là đúng chỉ số!

Trong các chợ Á đông tại Montreal, nhìn đâu cũng chỉ thấy nước mắm Thái Lan. Thiệt chán mớ đời! Nhớ lại vào thập niên 90 của thế kỷ trước, nước mắm làm tại Canada của người Việt mang tên Atlantic nằm đầy trên quầy. Nhìn đã con mắt biết bao. Thời vàng son đó nay còn đâu. Nước mắm Atlantic, còn được gọi thân mật là nước mắm "Captain Ngô", do cựu thuyền trưởng Ngô Sanh lập nhà máy sản xuất tại tỉnh bang Newfoundland của Canada. Chai nước mắm có dung lượng 750 mL, có hình con cá ngoi lên khỏi mặt nước với hàng chữ *"seafood sauce"*. Phía trên là hàng chữ Việt: "Nước mắm cá thu" là thứ hồi đó mỗi khi cần nước mắm là xách cổ lên liền khỏi suy nghĩ. Nước mắm của "hải tặc" không lọt vào mắt dân Canada. Nước mắm Atlantic hồi đó có tìm được đường sang Mỹ không, tôi không rõ. Nếu không, đó là một thiệt thòi cho dân Việt bên xứ Cờ Hoa. Bởi vì cá *capelin*, thứ cá đầy dẫy ở Canada, tươi rói từ dưới biển lên, được làm thành nước mắm trong một nhà máy hiện đại, sạch sẽ, vệ sinh hết biết, là thứ vàng màu hổ phách của dân Việt ở Canada. Nhưng chỉ được vài năm, nhà máy phải đóng cửa. Quầy nước mắm ở Canada thiếu chai nước mắm có con

Nhãn nước mắm Atlantic.

cá quẫy trên biển.

Nguyên do tại sao? Có người cho rằng tại vì khi đó, các siêu thị do người Việt làm chủ tại Canada còn thưa thớt, giới nhập cảng nước mắm Thái Lan bị mất nguồn lợi nên chèn ép khiến nước mắm Atlantic mất thị trường. Nhưng mới đây, tôi đọc được bài báo *"Vats of Seafood Sauce Left to Rot in Small Newfoundland Town"* của hai ký giả của hãng tin CBC Rob Antle và Jen White thì câu chuyện phệc-mê-bu-tích của công ty Atlantic Seafood Co. lại khác. Ông Ngô Sanh tới Canada vào năm 1975 và là cựu thuyền trưởng của chiếc tàu nghiên cứu Sir Wilfred Templeman thuộc *Canadian Coast Guard* (Lực Lượng Bảo Vệ Ven Biển Canada) thấy loại cá nhỏ *capelin* có đầy dẫy trên biển vùng St Mary. Cá quá nhỏ nên ngư phủ bỏ không thèm ngó ngàng tới. Ông nghĩ tới việc dùng cá *capelin* đực để làm nước mắm. Ông bèn xây nhà máy với vốn khởi đầu do ông bỏ ra 400 ngàn đô, tỉnh bang Newfounland góp vào 400 ngàn đô và cơ quan *Atlantic*

Canada Opportunities Agency đóng vô 500 ngàn đô. Năm 1990, nhà máy chính thức hoạt động sau khi Bộ Trưởng John Crosbie cắt băng khánh thành. Chỉ bốn năm sau, năm 1994, ông Ngô Sanh cho đài CBC News biết nhà máy bị các luật lệ ràng buộc của Liên Bang có thể giết chết nhà máy. Vài năm sau cơ quan kiểm soát thực phẩm *Canadian Food Inspection Agency* tới thanh tra và đưa ra kết luận việc sản xuất và tồn trữ nước mắm thiếu vệ sinh. Nhà máy phải đóng cửa ngưng sản xuất.

Vậy là phải quay lại với *nampla* Thái Lan. Miệng là miệng Việt, đã quen với nước mắm từ ngày còn thơ, mà phải chấm *nampla* Thái Lan nghe ra có phần khiên cưỡng. Bởi vì, tuy cùng là nước mắm nhưng hai nước có hai lối chế biến khác nhau. Tài liệu chính thức của Bộ Nông Nghiệp và Hợp Tác Thái Lan cho biết như sau về cách chế biến *nampla: "Cá được trộn đều với muối theo tỷ lệ 2:1 đến 5:1 (theo trọng lượng) và sau đó được nhồi chặt vào các chum-vại làm bằng đất nung. Trước khi nhồi vào vại, một lớp muối được đổ vào đáy vại và một lớp muối khác dùng phủ trên mặt. Vại được phủ lưới nylon trước khi đậy kín bằng nắp (đất nung). Trong thời gian lên men, để gia tăng tốc độ lên men, nắp được mở ra mỗi tháng hai lần và để vại ra ngoài nắng. Sau 12-18 tháng, dịch chiết được lấy ra và lọc bã bằng một dụng cụ lọc bằng tre đan hình ống: dụng cụ này được lót vải mùng bên trong, được đẩy vào sát đến đáy vại nhưng phần trên của ống tre lọc được dẫn đến một bình chứa. Chỉ lấy phần dịch lọc qua vải và dịch này được giữ trong chum-vại sạch khác có nắp đậy trong 2-4 tuần. Muối do nồng độ cao có thể kết tụ nên*

Nampla Thái Lan.

dịch phải lọc lại nếu cần qua hệ thống lọc máy. Dịch chiết này được gọi là nampla hạng nhất (first grade nampla). *Sau khi lấy nước đầu, phần còn lại trong vại, khoảng 1/2 đến 1/3 lượng ban đầu được trộn với các vại khác (đã lấy xong nước đầu); dụng cụ lọc vẫn giữ nguyên trong vại. Một dung dịch nước muối bão hòa đã lược sạch được đổ vào chum-vại (còn bã sau khi lấy nước thứ nhất). Nước muối phải ngập trên bã 15 cm và để lên men đợt nhì trong 3-6 tháng, tương tự như lần lên men đầu. Dịch lấy được sẽ là* Nampla hạng nhì. *Nước hạng nhì này tùy nhà sản xuất có thể dùng pha trộn cùng nước cốt nguyên sơ. Sau khi chiết lấy nampla hạng nhì, bã còn lại được trộn thêm nước muối bão hòa, đun sôi và lọc, thêm đường caramel và các phụ gia để thành* nampla hạng ba. *Chính phủ Thái còn quy định là nước mắm Thái truyền thống (Traditional fish sauce) có thể thêm các phụ gia trong giai đoạn lên men như dứa (thơm), đường mía hoặc mía cây để giúp lên men nhanh hơn''.*

Nước mắm Việt Nam được làm bằng cá cơm. Mùa cá cơm rơi vào tháng 11 đến tháng 4 âm lịch năm kế. Cá cơm than là loại số một để làm nước mắm. Sau khi thu mua cá, nhà sản xuất sẽ loại bỏ những con cá hư, cá tạp. Chỉ chọn những con cá còn tươi, mắt cá trong, thân cá còn đàn hồi. Muối ướp cá là loại muối hạt to, đều, có trắng đục ở giữa, viền hơi trong. Khi nếm thử, muối phải có vị mặn đượm, không quá chát. Muối thu mua sau đó sẽ giữ trong vòng 12 tháng để muối rút hết vị chát và đắng. Cá tươi được trộn với muối theo tỷ lệ 3:1, cứ 3 tấn cá sẽ được trộn đều với 1 tấn muối trong thùng gỗ và mang đi ủ chượp. Đây là giai đoạn quan trọng trong việc chế biến nước mắm. Chượp là những thùng cỡ lớn có ba loại: chượp gỗ, chượp xi măng và chượp lu hoặc chum sành. Mỗi loại chượp lại có đặc điểm riêng và mang lại chất lượng nước mắm khác nhau. Thời gian ủ chượp từ 6 đến 24 tháng. Thời gian này càng lâu thì chất lượng nước mắm càng cao. Phơi chượp, đảo chượp và kéo rút là các phương pháp chính trong quá trình ủ chượp. Nước mắm sẽ mau chín và cho màu đẹp hơn khi được phơi dưới ánh nắng mặt trời tự nhiên. Thời điểm phơi chượp tốt nhất là trước 10 giờ sáng vì lúc này nắng dịu nhẹ sẽ không làm chín mắm quá nhanh dẫn đến chất lượng không cao. Thợ cũng phải đảo chượp trong thời gian này để thu ngắn thời gian chín của mắm. Trong lúc phơi và đảo chượp, thỉnh thoảng thợ phải kéo rút nước mắm để kiểm tra.

Sau thời gian ủ chượp, khi nước mắm đã chín và dậy mùi thơm thì người ta sẽ rút nước mắm nhỉ qua vòi ở đáy thùng ủ. Chúng ta thường gọi thứ nước mắm xịn này là nước mắm

Một nhà thùng làm nước mắm truyền thống tại Phú Quốc - Hình: T.Đức

nhĩ, nhưng đúng ra phải gọi là nhỉ. Nhỉ là nhỏ ra. Nước mắm nhỉ sẽ được rút ra vào khoảng từ 50% đến 70% lượng nước mắm có trong chượp. Phần còn lại sẽ tiếp tục được ủ với nước muối hòa tan cho ra nước mắm loại 1. Nước mắm nhỉ thu được sẽ được đưa vào bể lọc để lọc sạch những tạp chất, giảm lượng đạm thô và lọc váng mắm nếu có. Sau khi lọc, nước mắm sẽ được kiểm phẩm, đóng chai bán ra thị trường.

Bà Phạm thị Mười, 84 tuổi, là người có kinh nghiệm làm nước mắm trong nhiều năm, nói với các ký giả: *"Nè, bây xem, vầy là nước mắm đủ độ chín rồi đó. Trong vắt hà, mới nếm vào thì thấy mặn ở đầu lưỡi, nhưng sau đó sẽ cảm nhận được độ ngọt, độ thơm nơi cổ họng. Ai cũng biết cá chượp với muối sẽ ra nước mắm. Ừ thì vậy nhưng phải ưu tiên chọn loại cá cơm than, những con còn tươi, lớn đều cỡ đầu đũa, thân mình bóng mẩy. Nếu là cá mua từ dưới ghe lên phải nhớ múc luôn nước*

Trước năm 1975, nước mắm thành phẩm ở Phú Quốc được cho vào các tĩn như thế này để mang đi tiêu thụ

cá chảy ra, còn đọng trên ghe để đổ vô thùng chượp, đó là chất dinh dưỡng. Loại cá này bảo đảm nước mắm cốt (mắm nhỉ) thế nào cũng 37- 41 độ đạm. Với nguyên liệu muối nên chọn muối của Bà Rịa - Vũng Tàu, hạt khô, chắc, đủ mặn; mua về cất vô kho chừng 2-3 tháng cho bốc hơi hết tạp chất rồi hãy lấy ra dùng. Ngoài việc chọn từng con cá, hạt muối, điều quan trọng nữa là phải chượp đủ 15 tháng''.

Muốn so sánh phẩm chất *nampla* Thái Lan với nước mắm Việt Nam, người ta nhìn vào độ đạm ghi trên chai. *Nampla* thường có độ đạm 20 trong khi nước mắm Việt có độ đạm lên tới 40, trung bình là 20. Theo quy định của cơ quan Lương Nông Quốc Tế FAO của Liên Hiệp Quốc thì *fish sauce* (nước mắm) phải có độ đạm trên 10. Dưới 10 thì phải gọi là nước chấm (*condiment sauce*). Các loại nước mắm công nghiệp có pha chế các hóa chất thuộc loại "nước chấm". Phần lớn nước mắm trên thị trường hiện nay là thứ nước mắm công nghiệp này do Thái Lan, Hong Kong và ngay cả Việt Nam chế tạo ra. Chu kỳ sản xuất loại nước mắm này chỉ mất có 6 ngày bằng cách cho một loại *acid* đặc biệt vào hỗn hợp cá tạp và muối. Nước lấy ra sẽ được trộn với nước mắm sản xuất theo phương pháp truyền thống rồi thêm màu cho đậm đà.

Tháng 9/2019, ký giả Victoria Burrows, chuyên gia bình luận ẩm thực của Wall Street Journal, BBC Travel, Harper Bazaar và Tatler đã viết một bài so sánh nước mắm Việt và *nampla* Thái được đăng tải trên tờ South China Morning Post. Cô phỏng vấn hai đầu bếp Việt Nam và Thái. Đầu bếp Việt Nam Que Vinh Dang (Đặng Vinh Quế?), người có nhà hàng "Nhau" tại Hong Kong, cho biết: "Nước mắm là một phần quan trọng của ẩm thực Việt Nam: nó có thể nâng cao hoặc phá hủy một món ăn. Có một sự khác biệt lớn giữa nước mắm của người Việt và người Thái. Nước mắm của người Việt thực sự vượt trội hơn. Tôi chưa từng thử qua một loại nước mắm Thái nào ngon được như vậy". Theo ông Quế, không nên nấu ăn với loại nước mắm nhỉ. Thứ thượng hạng này chỉ dùng để chấm. Sau đó có các mẻ nước mắm dần dần ít mặn hơn, và "mẻ thứ tư chính là thứ mà nhiều người nghĩ là nước mắm".

Vẫn theo bài báo của ký giả Victoria Burrows thì *nampla* của Thái Lan thiếu sự tinh túy như nước mắm Việt. Nhưng ông bếp trưởng Thái Lan Num, chủ nhà hàng Thái Samuay&Sons ở Udon Thani, Thái Lan, góp ý: "Sự tinh tế trong hương vị nước mắm Việt Nam rất hợp để chấm các món ăn, còn vị nồng của *nampla* lại làm nổi bật các loại rau thơm và nguyên liệu trong món Thái". Vậy là Việt khen nước mắm Việt, Thái khen *nampla* Thái. Huề cả làng! Nếu hiểu nồi nào úp vung đó thì *nampla* hợp với khẩu vị người Thái, nước mắm hợp với cái miệng Việt Nam. Thôi thì anh nào theo phe anh ấy cho… hòa bình.

Nước mắm Việt Nam, qua tay các đầu bếp danh tiếng, đã chinh phục được những cái miệng có gang có thép trên thế giới. Đầu bếp thượng thặng người Pháp Didier Corlou, thành viên Viện Hàn Lâm Nấu Ăn Pháp *(Academie Culinaire de France),* cho biết: "Khi nấu ăn cho các nguyên thủ quốc gia, tôi thường sử dụng những giọt nước mắm thượng hạng trong thức ăn của mình vào những công đoạn cuối cùng và hầu như mọi người đều rất thích". Thành quả vui nhất của ông là đã cho nước mắm vào món gan ngỗng của Pháp. Đầu bếp trứ danh Mỹ Dylan Fultineer, chuyên trị món hàu, đã cho nước mắm vào món *sauce* ăn với hàu sống làm điên đảo thực khách. Đầu bếp Stéphanie Izard, chủ hai nhà hàng thịt nướng nổi tiếng ở Chicago, Mỹ, đã cho nước mắm vào nước sốt rau trộn ăn kèm với thịt nướng. Công thức của cô gồm hành, sa tế, giấm và nước mắm. Vị mặn của nước mắm, vị chua của giấm, vị ngọt của hành, vị đắng của bông cải xanh đã tạo thành một món sà lách ăn kèm với thịt nướng một cách tuyệt hảo. Nhưng tuyệt hảo nhất phải kể tới *chef cook* Jack Lee. Nghe tên tưởng anh là người Hoa nhưng anh là người Việt chính gốc, đầu bếp nổi tiếng tại Hollywood. Anh đã nhiều lần nấu ăn tại các lễ lạc cho các ngôi sao tại Hồ Ly

Chef cook Việt Nam tại Holywood Jack Lee.

Vọng. Anh cũng đã từng làm *chef cook* riêng cho các ngôi sao hạng A của Hollywood như Jackie Chan, Chow Yun-Fat, Quincy Jones, Jacqueline Bisset, David Foster, Michael Jackson. Anh cũng đã nấu ăn riêng cho nhiều gia đình hoàng gia và tỷ phú trên khắp thế giới. Món anh làm điên đảo giới thượng lưu của kinh đô điện ảnh là món chả giò 100 đô. Cái độc đáo của món chả giò… vàng này là nước mắm. Anh ca tụng: "Nói thật nhé, với tôi nước mắm là tinh hoa độc đáo không gì thay thế được. Có lần tôi thắng giải nấu ăn cũng nhờ nước mắm. Rồi các minh tinh, những tỷ phú, những giới siêu giàu mà tôi nấu ăn cho họ cũng không ngại gia vị nặng mùi này. Ai chê chứ với tôi thì nước mắm là số một, vừa làm tăng độ mặn và độ ngọt của món ăn, vừa làm món ăn dậy mùi thơm rất quyến rũ".

Nước mắm của ta *number one* như vậy nhưng cớ sao dân Việt hải ngoại chúng ta vẫn cứ phải rước *nampla* Thái về bếp nhà mình. Đó là do sự yếu kém về xuất khẩu của Việt Nam. Theo các bậc cao niên trong nghề nước mắm ở Phú Quốc thì từ trước năm 1975, nước mắm Phú Quốc đã có mặt trên thị trường Pháp, Mỹ và một số nước khác. Nhưng ngày nay, dù số người Việt sống ở ngoại quốc đông đảo gấp nhiều lần xưa, nước mắm Việt vẫn đi sau Thái Lan nhiều bước. Nguyên nhân vì đâu, chắc mọi người đều suy đoán ra. May mắn là mới đây một người Mỹ gốc Việt là kỹ sư Phạm Thế Cường đã trở về Phú Quốc sản xuất ra nước mắm Red Boat có 30 và 40 độ đạm. Red Boat đã được siêu thị Costco tại Mỹ và Canada nhận phân phối. Tại Costco Canada, giá bán mỗi chai 500 mL là 12 Gia kim. Hơi đắt hơn nước mắm thường thường bậc trung tại các siêu thị. Nhưng ai lại so sánh một tiểu thư lá ngọc cành vàng với một em gái chân quê!

Khỏi phải nói, dân Việt ta đã rủ nhau về tắm ao ta. Ông đầu bếp thượng thặng Jack Lee đã trân quý nước mắm nhiều độ đạm của Việt Nam. Theo ông, thứ như Red Boat phải thượng lên bàn ăn để chấm, còn các thứ làng nhàng khác dùng để nấu. Không ai nỡ giam thứ quý phái trong bếp.

Chuyện chi cũng nên nghe các nhà chuyên môn. Trong nhà tôi, và tôi nghĩ tại nhiều gia đình Việt Nam khác, bi chừ

Nước mắm Red Boat.

đều có nước mắm trong bếp dùng để nấu và Red Boat trên bàn dùng để chấm. Đã tự hào là có máu nước mắm trong người thì phải chơi đúp như vậy mới đúng điệu công tử… Phú Quốc!

03/2022

PHỞ NHỚ

Cuộc chiến tại Ukraine ngày càng khốc liệt. Tổng Thống Zalensky đã thành lập một quân đoàn quốc tế, kêu gọi người ngoại quốc tới cùng chiến đấu với nhân dân Ukraine, chống quân xâm lược Nga. Nhiều cựu quân nhân thuộc nhiều quốc tịch khác nhau đã nạp đơn tại các tòa đại sứ Ukraine để được đưa tới chiến trường. Trong số đó có một người Việt Nam đầu tiên đã đặt chân tới Ukraine. Có thể có nhiều người Việt khác nhưng anh Hiếu Lê là người đầu tiên được đài VOA phỏng vấn. Anh là người Mỹ gốc Việt, sanh ra và lớn lên tại San Francisco, con của một gia đình Việt Nam ty nạn qua Mỹ vào năm 1975 sau khi Sài Gòn thất thủ. Ngay từ khi mới vào học cấp 3, Hiếu đã ấp ủ ước mơ được chiến đấu trong quân đội Mỹ. Sau đó, thực hiện ước mơ của mình, Hiếu đã nhập ngũ, trở thành một quân nhân ngành thiết giáp từ năm 2010 tới 2017. Anh đã từng qua chiến đấu tại Afghanistan vào năm 2012. Sau khi giải ngũ, Hiếu đã quay trở lại Afghani-

Hiếu Lê tại Ukraine.

stan trong vai trò một nhà thầu quân sự chuyên về lãnh vực tình báo tác chiến. Năm 2020, anh qua Colombia ở Nam Mỹ, mở một nhà hàng ăn Việt tên District 1 tại thành phố Medellin. Ngày 24/2/2022, khi Nga tấn công Ukraine, Hiếu vẫn cặm cụi trong bếp nhà hàng. Chỉ bốn ngày sau, 28/2, anh bàn giao tiệm ăn cho người quản lý, trở về Mỹ tạm biệt gia đình và làm đơn xin sang chiến đấu tại quốc gia Đông Âu đang bị ăn hiếp này. Anh bay tới Ba Lan và vượt biên giới sang Ukraine. Khi phóng viên đài VOA tiếp xúc thì anh Hiếu đang đóng quân tại thành phố Yavoriv, nơi đặt căn cứ huấn luyện tình nguyện viên ngoại quốc tham gia chiến trận. Mới đây, căn cứ này bị pháo kích, 35 người thiệt mạng. May lúc đó anh Hiếu đang ngủ ở ngoài lều cách đó không xa. Anh choàng tỉnh khi căn nhà đã bị cháy rụi. Tại tiền tuyến, Hiếu cho biết chỉ thèm một tô phở!

Nghe mà mát mẻ ruột gan. Phở thêm một lần nằm trong bộ nhớ của dân mê phở. Anh Hiếu không phải cô đơn. Có rất nhiều người nhớ tới một tô phở, trong đó có tôi. Có lần chúng tôi đi chơi Tây Ban Nha và Bồ Đào Nha, khi xe vượt qua biên giới trở về Pháp, Bắc Trung Nam ngồi trên xe đều nhất định đi tìm ăn một tô phở.

Phở ở Paris không hiếm nhưng nhiều người vẫn nhớ tới thứ phở khó khăn của một quán nhỏ nằm trên đường Claude-Bernard, Quận 5. Gọi là quán phở nhưng thực ra đây là một tiệm bán và cho thuê *video*. Phở nép mình bên cạnh băng đĩa. Nhiều người gọi đây là phở chui! Chủ góc phở này là một ông già khó tính. Mà khó thật. Mỗi ngày ông chỉ bán đúng hai chục tô, mỗi tuần chỉ bán năm ngày. Vị chi đúng 100 tô mỗi tuần. Nhiều người quyết ăn được tô phở hiếm này nên đặt chỗ trước. Ông không nhận. Cứ ai tới trước thì ăn, tới trễ phơi miệng ráng chịu. Nhiều khách năn nỉ ông mở thêm một ngày trong tuần, ông lắc đầu, còn dọa sẽ đóng cửa thêm một ngày! Phở tiên phở Phật chi mà khó vậy? Chẳng tiên cũng chẳng Phật, chỉ có bò. Hai chục tô phở được nấu bằng hai chục ký xương bò các loại, thêm vào bốn ký sườn bẹ. Bán hai chục tô phở mỗi ngày mở cửa như vậy, chắc ông già này chẳng lời lãi chi. Ông chỉ muốn xiển dương phở. Trước khi bị bệnh nặng, ông đã chép công thức phở của ông để lại cho đời sau. Ông qua đời ít lâu sau đó. Nhiều người còn nhớ và tiếc những tô phở nấu bởi người có lòng như vậy.

Tác giả Nguyễn Công Khanh cũng nhớ phở nhưng nhớ một cách khác. Sau khi bỏ chạy khỏi quê nhà, trong một trại tỵ nạn tại Cali, tác giả lang thang đi tìm hy vọng gặp được người quen cũ. Ông đã gặp được một khuôn mặt trông quen quen. Quen ở đâu, cả hai người đều không biết. Một lúc sau, ông quen quen kia mới chợt bừng tỉnh: "Chắc ông hay ăn phở Tàu Bay?". Tác giả vội la lên: "Thì ra mình đã gặp nhau ở tiệm phở!". *"Thành ra hình ảnh những người hay ăn phở như anh và ông ta đã thành không tên, không tuổi, muôn thuở bàng bạc không quên. Có thể anh đã trông thấy ông ta thường ngồi ở bàn dưới cái đồng hồ, hay dưới cuốn lịch Tam Đa và thường gọi thêm một tô nước tiết mỗi sáng. Có thể, sau khi ăn xong một tô xe lửa nóng toát mồ hôi, anh lại gặp ông ta trong cái hẻm nhỏ bên cạnh, với một ly cà phê đá và vài chiếc bánh rán nóng hổi... Anh lại nhớ những bát phở vội vàng tại bến xe, ăn cố trước khi xe chạy, đưa anh về một vùng nào mịt mù xa xôi, và không biết lúc nào trở về để có thể lại ăn phở nữa. Rồi còn những bát phở cặn cuối cùng về khuya cùng bạn bè sau khi tan ở vũ trường ra. Những bát phở trưa trong quán vắng, trong những ngày lang thang ở thành phố, với tuổi trẻ buồn nản trôi qua"*.

Tô phở là một món ăn hình như có linh hồn. Nó sống mãi trong nỗi nhớ của từng người trót đã bán linh hồn cho phở. Ăn tô phở là nhai một kỷ niệm, là quậy một nỗi nhớ. Tác giả Nguyễn Thao bộc bạch: *"Bát phở bò ngọt lành và quyến rũ nhất trong ký ức bao năm qua của tôi vẫn là những bát phở tôi được ngồi ăn cùng bố nơi quán quen... Bát phở đấy lẫn vào trong hàng ngàn vạn quán phở trên đất nước này, chẳng thương hiệu, chẳng nổi tiếng, nhưng thứ nước phở đấy vẫn ngon ngọt đậm đà cả trong vị giác và ký ức của tôi mãi tới tận ngay hiện nay"*.

Các món ăn khác của nhiều miền đất quê hương có được cái tình như món phở không? Chắc chắn có. Mỗi người đều có một cái miệng riêng, mỗi miền đều có món ăn riêng. Xa là nhớ. Các ông Trang Châu, Hoàng Xuân Sơn, Hồ Đình Nghiêm thường nhớ tới bún bò Huế, các ông Thành Tôn, Phạm Phú Minh, Luân Hoán xuýt xoa với mì Quảng. Trong văn thơ của các ông này vẫn lấp ló vị quê hương. Nhưng, chẳng biết tôi có thiên vị không, tiếng xuýt xoa của các ông không ồn ào bằng những cái miệng nhớ phở. Một cậu sinh viên Hà Nội du học ở Sydney, Úc, ký tên Cà Phê Phin, tưởng chỉ nhớ tới cà phê, vậy mà lại quay về phở. *"Hà Nội của tôi có quán phở bò nho nhỏ, ngày bé tối tối lại được bà, được mẹ dẫn ra đầu ngõ ăn khuya một bát phở không ớt không hành, kèm quả trứng trần ngầy ngậy và vài ba chiếc quẩy giòn tan. Và thế là món phở đã lớn lên cùng tuổi thơ tôi như thế... Đi thật xa để trở về, để được húp trọn bát phở mà như muốn ôm hết vào mình bao kỷ niệm đang ùa về tưởng như có vô tình lãng quên: bát phở đầu ngõ của những ngày con nít, bát phở của những tối muộn đi học thêm về khuya trước mỗi kỳ thi chuyển cấp, bát phở được bố mẹ mua về nhà cho ăn của những ngày ốm đau nằm giường, bát phở của những sáng cuối tuần hiếm hoi có đủ động lực dậy mà dành thời gian cho một thứ xa xỉ phẩm mang tên "quà sáng". Quả đúng như người ta vẫn thường bảo: đôi khi ta yêu một thành phố không phải vì ở đó có gì, mà là bởi ở đó có ai. Xa nhà, nhớ Hà Nội là nhớ tới phở, thèm phở mà lòng lại nhớ về Hà Nội. Đi thật xa mới thấy, hình như tự lúc nào bát phở cũng đã trở thành "ai" đó rồi!".*

Covid tới vào cuối năm 2019 nhưng mãi tới tháng 3 năm 2020 Cơ Quan Y tế Quốc Tế WHO mới tuyên bố đây là đại dịch của thế giới. Giãn cách, cả thế giới khổ vì dịch cho mãi tới giờ mới nguôi ngoai đôi chút. Dân…phở bỗng mắc bệnh nhớ phở tập thể. Chôn chân ở nhà, hàng quán đóng cửa, phở biến khỏi cõi thế này. Nhớ quá đi chứ! Phở không hiển hiện, trên mạng người ta nhai lại phở. Ký ức về phở được khơi lại để cùng nhau ăn hàm thụ. Tôi nhớ lại những tháng ngày bị tù cải tạo. Nằm gác chân lên nhau, chúng tôi nhắc lại những món ăn đã từ lâu vắng bóng. Cơm tù mỗi lần ăn như khổ hình mỗi ngày được đền bù bằng những những xuýt xoa nhắc nhở vào giờ khuya các món ăn xưa trong đó phở được nhắc nhớ lại nhiều nhất. Trong thời giãn cách cũng vậy, phở… ký ức được mọi người nhắc nhớ lại trên mạng. Thiệt muôn hình vạn trạng. Người thích tiệm này, người mặn tiệm kia, tranh cãi loạn xà ngầu trên mạng. Những ngày này, mạng bỗng thơm mùi phở. Không phải phở ăn mà là phở nhớ. Nhớ một món ăn lâu ngày chưa được thưởng thức lại. Nhớ khung cảnh tuềnh toàng đậm mùi quen thuộc của những tiệm phở chỉ còn trong kỷ niệm. Phở là một món ăn bình dân. Người xa lạ có thể vui vẻ ngồi cùng bàn, kề vai nhau húp húp và và mà không ngại ngần. Người ta có thể kéo thêm một chiếc ghế, ghé vào một chỗ trống trên một bàn ăn mà mọi người hầu như không quen biết nhau.

Không được thưởng thức tô phở bốc khói trong tiệm, người ta đè nén nỗi nhớ bằng cách nấu phở tại nhà. Tuy phở tại gia không thể nào bằng phở tại tiệm nhưng cũng đỡ niềm nhớ. Cũng trên mạng, người ta mách nhau những chiêu nấu phở sao cho ngon. Rất nhiều tay mơ cũng có thể hoàn thành sứ mạng diệt nhớ. Trăm hay không bằng tay quen, phở nhà ít khi dám so sánh với phở tiệm nên khi vừa chấm dứt giãn cách, tiệm phở mở cửa lại, người ta ồ ạt kéo nhau đi…phở.

Người Hà Nội Quỳnh Chi, như vạn người Hà Nội khác, đã đi ăn phở vào ngày đầu xả cảng. *"Đêm qua, Hà Nội trở gió. Sáng sớm mưa lạnh lây rây. Kệ. Bao nhiêu sự đỏng đảnh của thời tiết càng làm cho tô phở hợp lý vô cùng. Có khi nào, cái nhớ nhung khi xa mảnh đất này không phải lá đổ, tháp rùa hay những phố thị phồn hoa, mà ở bao nhiêu là tinh hoa ăn uống, bao nhiêu sự quyến rũ của phở Hà Thành. Không phải quán xá hào nhoáng nào đâu, cái cồn cào có đôi khi là một khoảnh khắc hiện lên trong xa xôi trí nhớ: một chiều lạnh, một sáng sương chưa tan, ta cùng bạn bè ăn bát phở ven đường, chưa kịp ăn miếng đầu tiên, quay sang tay phải: "Cho em một trà nóng", quay sang tay trái: "Đánh cho anh đôi giầy". Sự tiện nghi, xâu chuỗi của phở và những thứ quanh nó, sao mà giản dị, bình thường nhưng hợp lý đến bất ngờ*".

Có nhiều người cẩn thận luôn kêu phở là "phở Bắc", chỉ thị món ăn này xuất phát từ miền Bắc nhưng cũng ngầm ý nói là món ăn của người Bắc. Dân Bắc kỳ trăm người trăm miệng đều mê phở. Nhà văn Huy Phương, người vừa bỏ cuộc chơi trần thế, là người Huế rặc nhưng cũng mê phở. *"Ngày xưa thời còn trai trẻ, đi công tác xa về, vừa xuống máy bay ở Tân Sơn Nhất, chưa về đến nhà, đã ghé đâu đó để ăn một tô phở, thấy khỏe cả người và hình như có chút phấn chấn trong cơ thể. Lúc đi lính, đơn vị ở khu vực Thị Nghè - Hồng Thập Tự, từ nhà đến sở, mỗi buổi sáng, tôi vẫn ghé qua phở Cao Vân, ở khu vực gần phía sau Tòa Đại Sứ Mỹ, để điểm tâm bằng một tô phở, đều đặn mỗi tháng 30 ngày, ăn không biết chán! Là khách quen nên bát phở lúc nào cũng kèm theo chén nước béo, hành trần, mà hồi ấy cũng chẳng biết cho-lesterol là cái quỷ gì"*.

Ông Huế mê phở này cũng khổ sở khi đi tù cải tạo với những giấc mơ sặc mùi phở. Thời dịch bệnh, không tới được tiệm phở, ông Huế cũng khổ như ông Hà Nội. *"Việc làm đầu tiên khi được giải tỏa lệnh nằm nhà, cả nước tiêm xong vaccine, được ra ngoài là đi hớt cái đầu tóc đã quá dài, và ghé tiệm ăn một bát phở nóng, chẳng thú sao? Nói ra thì sợ cơm buồn / Đời mà vắng phở thì còn gì vui!"*.

Ông Huế dù sao cũng có cái bao tử Việt, mê phở cũng là chuyện thường, tuy đáng quý. Tôi gặp ông Huy Phương vài lần. Khi thì bên Canada, khi thì bên Mỹ. Ông Huế một cách… kinh thành. Mấy ông viết lách "Huế mình" ở Mon-treal chẳng ông nào Huế được bằng ông Huy Phương. Gặp

Song Thao và Huy Phương tại Toronto.

ông nhưng lần nào cũng vội vã, chẳng cà kê dê ngỗng được nhiều nên cũng không biết cái đức mê phở ba chục ngày mỗi tháng của ông. Giờ đọc lại văn ông mới ngộ ra cái đức tính mà một tên Bắc kỳ mê phở như tôi rất quý. Thiệt đáng tiếc. Nếu biết ông cũng là *fan* cứng của phở sớm hơn, chắc chuyện cà kê đã thơm mùi phở.

Ông Huế Huy Phương mê phở là quý nhưng ông Mỹ mê phở như ông nhà báo viết cho tờ Wall Street Journal mới lạ. *"Những năm 1990, phở vẫn còn chưa được nhiều người Mỹ biết tới. Một đầu bếp Mỹ có tên Didi Emmons đã mở quán phở đầu tiên trong tiểu bang. Có lần ghé qua ăn thử và quá thích món này, cậu sinh viên trẻ là tôi khi đó đã ngay lập tức xin được làm thêm tại cửa hàng. Tôi đã từng làm việc ở nhiều cửa hàng ăn suốt thời đi học nhưng chưa có món nào gây ấn tượng với tôi như phở. Tôi khâm phục cách người ta sáng tạo ra nước dùng của phở, cách người ta thái và chẻ những cọng hành, cách đập gừng làm sao để miếng gừng vừa đủ độ dập và tiết ra hương thơm không quá nhạt cũng không quá nồng. Rồi hằng hà sa số những thứ thảo mộc tinh tế mà người ta dùng để chế vào nồi nước phở. Có những đêm tôi được người chủ quán ở Cambridge giao trông nồi nước dùng, tôi đã say sưa ngắm những bong bóng phập phồng trong nồi nước. Hít ngửi hương thơm tỏa ra, tôi tin rằng đây là thứ nước dùng tinh tế nhất trong thế giới của các loại nước dùng".*

Tôi phải nói ngay là tôi rất quý ông ký giả Mỹ này. Tuy khác màu da, khác bao tử, chúng tôi lại đồng chí hướng. Tôi nghĩ, trong thời gian các tiệm phở đóng cửa vì dịch, ông cũng nhớ phở như tôi.

Nói đi cũng phải nói lại. Không phải ai cũng mê phở, nhớ phở như đồng bọn chúng tôi. Có những người sợ phở. Đó là ông Hai Đoàn, một chủ lò tương ở Ô Môn, Cần Thơ. Ông từ Việt Nam đi Mỹ chơi, trở về, lắc đầu than khổ vì phở. *"Bữa sau hết dám đi Mỹ!"* Hỏi lý do, ông trả lời thật bất ngờ: *"Qua đó ngày nào cũng ăn phở hết, chán quá!"* Số là ông có nhiều người quen bạn bè bên Mỹ. Ông tới thăm chơi nhà nào cũng được đãi món phở. Rồi nhà nào cũng như nhà nào cũng đều thấy đàn ông rửa chén. Vốn là một công tử, Hai Đoàn gặp cảnh đó, bỏ chạy mất dép về Việt Nam. Người Mỹ gốc Việt siêng nấu phở vì ở Mỹ có bán sẵn gói gia vị để nấu phở, cho hương vị cũng gần giống món ăn ngày cũ bên quê nhà miền Nam. Ngoài ra, xương bò ở bên lại rẻ, mỗi lần *nấu ăn tới hai ngày mới hết nồi nước lèo".*

Chuyện chi cũng có phe này phe kia. Có phe Huy Phương thì cũng có phe Hai Đoàn. Vậy mới... dân chủ. Nhưng dù chạy mất dép vì phở, ít nhất ông Hai Đoàn cũng... nhớ phở!

03/2022

QUẬY TRÊN KHÔNG

Chuyện nào cũng là chuyện quậy, thôi thì bắt đầu với chuyện mới nhất. Chủ nhật 13/2/2022 vừa qua, chuyến bay của hãng American Airline từ Los Angeles tới thủ đô Washington D.C. bị một hành khách tuổi trung niên quậy. Ông này đi đi lại lại trên lối đi, sau đó xông vào phòng lái, rồi ra sức mở cửa máy bay. Bộ muốn nhảy dù sao? Tiếp viên và hành khách thấy nguy nên xông vào trấn áp. Một tiếp viên vác một bình pha cà phê đập túi bụi vào đầu ông hành khách quậy này. Cuối cùng họ đè ông xuống sàn, dùng băng keo trói tay chân. Phi công vội cho đáp khẩn cấp xuống phi trường Kansas City. Vội tới nỗi cho máy bay trúc xuống với tốc độ 5 ngàn dặm trong một phút, gấp chục lần độ xuống thông thường. Hành khách bị một phen nín thở, có người cho biết tưởng đã… *amen* rồi! Hành khách được mời vào dùng cà phê trước khi lên máy bay lại. Họ được coi trận Super Bowl như một *bonus*!

Trên chuyến bay của hãng Delta từ Dublin, Ái Nhĩ Lan, tới New York ngày 7/1/2022, nam hành khách tên Shane McInerney, 29 tuổi, đã quậy tưng bừng. Anh ném lon nước vào một hành khách khác và nhất định không đeo khẩu trang. Hồ sơ truy tố ghi: "Trong suốt chuyến bay kéo dài khoảng 8 tiếng, bị cáo liên tục từ chối đeo khẩu trang dù đã được phi hành đoàn yêu cầu hàng chục lần". Phi công đã phải tới nói chuyện với anh chàng quậy này nhưng anh chẳng *care*, lại còn chụp cái mũ của anh lên đầu phi công và dí nắm đấm vào sát mặt chàng lái máy bay. Khi máy bay chuẩn bị hạ cánh, McInerney vẫn đứng hiên ngang dù đã được nhắc nhở ngồi xuống cho an toàn. Nhưng chuyện quậy "vui" nhất của anh chàng ưa phá phách này là anh đã tới phàn nàn với một tiếp viên về bữa ăn không ngon miệng và cúi người xuống, tụt quần chổng mông về phía tiếp viên!

Chuyện tụt quần chổng mông để lêu lêu người khác coi bộ quen quen. Hình như hồi nhỏ chúng ta đã làm một cách thích thú. Lâu ngày tôi quên hẳn chuyện trả thù…thâm độc đó. Anh chàng McInerney đã nhắc lại cả một thời thơ ấu cũ. Nhưng đó là hành động của những đứa trẻ mọi thứ trên người còn non nớt, lớn tồng ngồng ai lại làm như vậy. Chuyện trái khoáy này và các chuyện vặt vãnh khác của anh McInerney trên máy bay bữa đó đã bị buộc vào tội "cản trở phi hành đoàn", một tội có thể khiến anh bóc tới hai chục cuốn lịch. Mát mẻ phần dưới chút xíu mà ngồi thu lu trong tù hai chục niên, kể cũng là cái giá quá đắt!

Đã chơi thì chơi cho trót, anh McInerney này không đáng xách dép cho anh tuổi trẻ tài cao Bandladeshi. Anh chàng mới 20 tuổi, là sinh viên tại một đại học ở Mã Lai, đã cởi tuốt luốt ngồi thưởng thức *viedo sex*, coi các hành khách khác như "nơ-pa". Chuyến bay của hãng Malindo Air khá dài, từ Kuala Lampur, Mã Lai, tới Dhaka ở Bangladesh. Dĩ nhiên phi hành đoàn không để anh tổ chức cuộc triển lãm cá nhân suốt chuyến bay. Thêm vào đó, anh còn cố cưỡng hôn một nữ tiếp viên và đánh cô này khi bị từ chối. Anh đã bị khống

Bangladeshi thoát y coi phim sex trên máy bay của hãng Malindo Air

chế, phải mặc lại quần áo và bị trói tay suốt chuyến bay. Anh đã bị nhân viên an ninh phi trường Dhaka bắt giữ khi máy bay hạ cánh.

Chuyện các chàng trẻ tuổi quên thay máu xấu trước khi lên máy bay là chuyện hà rầm. Nạn nhân của sự quấy rối tình dục thường là các cô tiếp viên mặt hoa da phấn luôn tươi cười vui vẻ với hành khách. Đó là chuyện nghề nghiệp của những người đẹp khi được tuyển làm tiếp viên hàng không. Nhiều hành khách thấy sai bảo được các người đẹp vui vẻ phục vụ tưởng bở nên làm tới. Thiệt là những người đi trên mây.

Cũng chỉ mới đây, ngày 31/7/2021, trên chuyến bay của hãng hàng không Frontier Lines bay từ Philadelphia tới Miami, anh chàng Maxwell Berry, 22 tuổi, đã quậy tới bến. Anh đánh một nam tiếp viên và sàm sỡ với hai nữ tiếp viên. Hãng Frontier Lines ra thông báo về sự kiện này: "Trên chuyến bay từ Philadelphia tới Miami vào ngày 31/7, một hành khách đã có hành động tiếp xúc cơ thể không phù hợp với một tiếp viên hàng không và sau đó còn tấn công một tiếp viên khác. Kết quả là hành khách này cần phải được ngăn chặn cho tới khi máy bay hạ cánh xuống phi trường Miami và lực lượng hành pháp tới tiếp nhận sự việc". Họ "ngăn chặn" bằng cách dùng băng keo trói chặt anh này vào ghế và bịt luôn miệng giữa sự hài lòng của các hành khách trên chuyến bay. Theo lời kể của một hành khách thì anh Maxwell Berry đã uống rượu và làm đổ rượu ướt hết áo. Anh đi *toilet* và khi trở ra đã cởi trần trùng trục. Anh yêu cầu tiếp viên lấy cho anh chiếc áo khác trong va ly của anh. Đồng

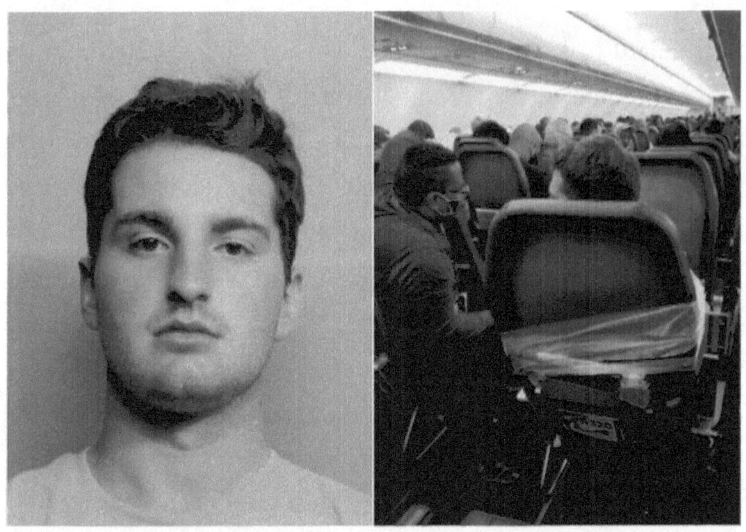

Maxwell Berry, hành khách bị trói vào ghế sau khi sàm sỡ với tiếp viên.

thời anh rờ ngực hai nữ tiếp viên và đấm vào mặt một nam tiếp viên khác. Anh lớn tiếng nhục mạ, hù dọa họ là bố mẹ anh có tài sản lên tới 2 triệu đô! Trong đoạn *video* được hành khách quay và *post* lên mạng, các hành khách đã hoan hô khi các tiếp viên trói anh vào ghế.

Nhiều nam hành khách có máu xấu trong người đã không tự chế được khi có người khác phái ngồi ghế bên cạnh trên máy bay. Nhất là khi có tí hơi men hỗ trợ. Trên một chuyến bay của American Airline từ Phoenix đến New York, cô Aubrey Lane ngồi cạnh một ông kêu rượu uống liên miên. Sau khi đã ực hết bốn ly *vodka* và hai chai bia, ông ta bắt đầu giở trò. Ông nói những lời khiếm nhã với cô. Cô không thèm phản ứng. Ông bèn làm tới, ghì mặt và toan hôn cô. Tình hình sau đó ra sao, tin tức không nói rõ. Nhưng chắc cô này phải làm theo cô nàng trên chuyến bay của hãng Southwest

Airlines từ Los Angeles tới Dallas vào tháng 10/2018.

Anh chàng quấy rối tên Justin Riley Brafford. Khi máy bay cất cánh, anh chàng trổ mùi dê khi đặt tay lên đùi cô hành khách ngồi ghế bên cạnh. Cô này ngại nên làm lơ. Chàng tưởng bở tiến thêm một bước: cạ chân cô như mời gọi. Cô yêu cầu anh ta dừng lại nhưng anh tiếp tục vén áo lên và hỏi những câu khiếm nhã. Không còn chịu đựng nổi, cô gái gọi tiếp viên và xin đổi chỗ. Thấy vẻ mặt bực bội của cô gái, tiếp viên hỏi lý do. Ngay khi cô gái đứng dậy để đổi chỗ, anh chàng ngăn cản bằng cách cũng đứng dậy và chắn trước mặt một cách hung hăng. Tiếp viên báo với phi hành đoàn. Phi công chuyển hướng bay và hạ cánh tại Albuquerque. Anh chàng xấu máu bị bắt ngay khi rời phi cơ. Brafford thừa nhận có sử dụng *methaphetamines* và *heroin* trước khi lên máy bay. Anh phải đối mặt với tội cản trở phi hành đoàn với mức phạt tối đa 20 năm tù và 250 ngàn đô tiền phạt và tội quấy rối tình dục với mức phạt một năm tù và 100 ngàn đô.

Có lẽ ít có hãng máy bay nào có một dịch vụ mới mẻ như hãng Virgin Atlantic. Hành khách trên chuyến bay có thể kết nối với nhau qua số ghế. Dịch vụ này có tên: *seat-to-seat*. Ý định của hãng là tạo cho hành khách có thể ngồi tại chỗ mà vẫn liên lạc nói chuyện với nhau được. Họ có thể làm quen với người khác hay tán dóc với người thân cho qua thời gian, hoặc có thể đặt mua đồ ăn, uống để mời một hành khách khác. Các tiếp viên sẽ mang đồ ăn uống tới tận nơi ghế của người được mời. Ý định thì tốt nhưng họ gặp trở ngại vì có nhiều trường hợp hành khách dùng dịch vụ này để quấy rối tình dục các nữ hành khách. Cô Jessica Van Meir,

Jessica, người bị quấy rối trong dịch vụ seat-to-seat của hãng Virgin Atlantic.

hành khách trên một chuyến bay của Virgin Atlantic vào ngày 7/10/2019, ngồi ở ghế số 55C, là một nạn nhân. Trên màn hình phía trước mặt cô bỗng hiện lên tin nhắn: "55C, em xinh đẹp quá!". Người nhắn là hành khách ngồi ở ghế số 61D. Một người khác gửi cho cô hình chiếc mặt cười. Hành khách thứ ba nhắn: "Chào mừng tới địa ngục". Cô nhắn lại: "Tôi đang làm việc cho một công ty luật trong lãnh vực quấy rối tình dục trực tuyến". Cô gọi một tiếp viên trình bày sự việc. Họ chụp lại màn hình với những tin nhắn để điều tra.

Một dịch vụ tưởng là tiện lợi cho hành khách nhưng bị lợi dụng nhiều lần khiến hãng đã dần dần phải bỏ bớt trên một số chuyến bay.

Quậy trên không là chuyện ngày càng tăng. Theo báo cáo của cơ quan Quản Trị Hàng Không Hoa Kỳ *Federal Aviation Administration*, viết tắt là FAA, thì trong bảy tháng đầu năm 2021 vừa qua đã có 3.615 trường hợp hành khách có hành vi quấy rối được FAA tiếp nhận. Trong số này có tới 74% liên quan đến việc đeo khẩu trang. Tháng 7/2021, Hiệp Hội Tiếp Viên Hàng Không *(Association of Flight Attendants)* đã mở một cuộc khảo sát với sự tham gia của 5000 tiếp viên đã đưa tới kết quả: 85% cho biết, chỉ trong 7 tháng đầu năm 2021, đã phải đối phó với hành khách quậy trên máy bay; 17% từng bị tấn công thể chất hoặc tinh thần. Kết quả này dẫn tới việc các hãng máy bay phải cho các tiếp viên học các khóa tự vệ.

Tiếp viên hàng không là một nghề được nhiều nam thanh nữ tú mơ ước. Cũng là tiếp viên đó nhưng tiếp viên trên không có giá hơn các tiếp viên dưới đất rất nhiều. Ngoài việc được mặc đẹp, du hành các nước và lương cao, họ còn được người đời nhìn với cặp mắt ngưỡng mộ. Ông nhà văn Kiệt Tấn là một. Tôi vừa đọc được một câu của ông nhà văn hóm hỉnh này: "Chỉ có hai loài có vú biết bay: loài dơi và nữ tiếp viên hàng không".

Trong giấc mơ của các thiếu nữ tới tuổi tìm việc làm, hầu như tất cả đều có hình bóng của tiếp viên phi hành. Họ chỉ thấy bề nổi của nghề này. Bề chìm ít người biết tới. Một tiếp viên phi hành tâm sự: "Tiếp viên hàng không có nhiều điều phải làm trên chuyến bay chứ không chỉ đơn giản mỗi việc đi dọc *cabin* và hỏi bạn muốn uống trà hay cà phê". Một tiếp viên hàng không khác nói trên Reddit: "Tôi đã không đếm được số lần các vị khách bỏ tã dơ của con trên ghế máy bay hay trên khay đựng đồ ăn. Nó thật bẩn thỉu và ghê rợn!". Vì là tiếp viên trên không nên họ không được lãnh lương khi ở dưới đất. Điều này có nghĩa là thời gian trả lương cho họ chỉ được tính từ lúc máy bay cất cánh. Nhiều khi máy bay cất cánh trễ, hành khách sốt ruột ngồi chờ, tiếp viên còn sốt ruột hơn nữa vì họ ngồi chờ… không lương! Còn vụ bị quấy rối bằng những tán tỉnh hoặc xin số điện thoại thì hà rầm, tính không xuể.

Quấy rối tình dục chiếm một tỷ số khá lớn nhưng cũng có những quấy rối khác mà các tiếp viên hàng không nhức đầu không kém. Trên chuyến bay của hãng United Airlines ngày 11/6/2021, cất cánh tại San Francisco, hai người đàn ông đã tranh cãi kịch liệt vì dành nhau chỗ tay vịn giữa hai ghế. Không ông nào chịu ông nào, họ gây gổ và có lúc suýt đập nhau. Tiếp viên khổ sở can gián không được khiến phi công phải bay vòng trở lại và hạ cánh. Hai người đã bị bắt sau đó.

Ngày 23/5/2021, trên một chuyến bay của hãng Southwest Airlines, hành khách Vyvianna Quinonez, 28 tuổi, đã đấm vào mặt một nữ tiếp viên khiến cô này mất hai chiếc răng khi cô yêu cầu anh đeo khẩu trang.

Nhưng chuyện quậy trên không nóng nhất trong năm 2021 có lẽ là chuyện trên chuyến bay của Sunwing bay từ Montreal tới Cancun vào ngày 30/12. Đây là một cuộc quậy tập thể trên chuyến bay chở du khách đi nghỉ dịp cuối năm. Thành phố nơi tôi ngụ cư đã xôn xao trong nhiều ngày về chuyến bay khá đặc biệt này. Ông Thủ Tướng đẹp trai của Canada Justin Trudeau đã nổi giận khi coi đoạn *video* quay những cảnh quậy trên máy bay: "Chúng ta đều biết mọi người đã cố gắng trong gian khổ để tất cả chúng ta được an toàn trong đại dịch. Chúng ta đã phải hạn chế tụ họp trong dịp Giáng Sinh, đeo khẩu trang, chích ngừa và giãn cách xã hội. Đây là một cái tát vào chính các đương sự, vào người dân Canada, đặt phi hành đoàn vào một tình huống hết sức nguy hiểm vì những hành động vô trách nhiệm". Chuyến bay được công ty "111 Private Club" thuê bao đưa du khách đi tắm biển trong 6 ngày. Họ quảng cáo là trên chuyến bay có DJ chọn nhạc. Hành khách đã uống rượu, nhảy nhót, la hét theo nhạc, hút thuốc lá điện tử và không ai đeo khẩu trang. Tôi tìm coi *video* và thấy quang cảnh như trong một tiệm nhảy. Tiệm nhảy trên không!

Party trên máy bay Sunwing từ Montreal tới Cancun.

Giám đốc một công ty chuyên nghiên cứu về kỹ nghệ hàng không, ông Mehran Ebrahimi, phát biểu: "Việc hút thuốc trên máy bay rất nguy hiểm, có thể gây ra hỏa hoạn mà phi công không phát giác ra được nơi phát xuất hỏa hoạn này. Những người này nghĩ là họ trả tiền nên có quyền làm bất cứ chuyện chi trên máy bay". Bà Rena Kisfalvi, Chủ Tịch *Canadian Union of Public Employees,* đại diện cho các tiếp viên phi hành của hãng Sunwing, đã phẫn nộ: "Những hành khách không tuân hành luật lệ này có xứng đáng bị phạt, bị từ chối lên máy bay trong tương lai hoặc bị ghi tên vào danh sách hành khách cấm bay hay không?".

Hậu quả nhãn tiền là 130 hành khách siêu quậy này đã bị ba hãng máy bay Air Canada, Air Transat và Sunwing từ chối không cho lên máy bay trở về Montreal. Bộ Trưởng Y Tế tỉnh bang Quebec Jean-Yves Duclos đã giận dữ: "Họ sẽ bị thẩm vấn tại phi trường. Phải xét nghiệm y tế. Phải bị điều tra về việc tuân thủ các luật lệ y tế của tỉnh bang mà đáng lẽ họ phải giữ trên chuyến bay".

Bị ba hãng máy bay chính của Canada không chịu chở họ về, đám hành khách siêu quậy này đã gặp rất nhiều tình huống dở khóc dở cười. Có những người không biết sẽ sống ra sao tại Cancun khi họ không mang đủ tiền trù liệu cho tình huống bất ngờ này. Có những người như cô sinh viên 19 tuổi Rebecca St-Pierre đã dính *covid* và đang phải cách ly. Cô này trúng giải tham dự chuyến đi nghỉ trên Instagram, không phải đóng một xu: "Tôi tưởng đã có một tuần nghỉ xả hơi nhưng nay, thay vì một chuyến đi *free*, đã thành một chuyến đi đắt giá". Cô cho biết có khoảng 30 người đã nhiễm *covid.*

Tính tới ngày 7/1/2022 thì mới chỉ có 27 người tìm được cách trở về Montreal. Họ sẽ bị điều tra và có thể bị phạt tới 5 ngàn đô mỗi người. Nếu bị coi là gây nguy hiểm cho người khác hoặc man khai khi về tới Montreal, họ có thể bị phạt thêm tiền và phạt tù.

Nhiều người sẽ bị mất việc. Frédérique Dumas-Joyal đã bị công ty tài chánh AMF, nơi cô đã làm việc từ năm 2017, cho nghỉ việc. Trong *video* cô này đã bịt miệng bằng một miếng vải hình tam giác đỏ chói, có lẽ là chiếc quần lót, thay vì mang khẩu trang. Nhân viên địa ốc của hãng Sutton-Québec tên Karl Bernard đã bị tạm nghỉ việc "với khả năng sẽ bị sa thải luôn". Hai thiếu nữ đang học phi công ở Longueuil và Lachute có thể sẽ không được ra trường. Phát ngôn viên của chương trình "L'Ile de L'Amour" phát trên đài TVA cho biết ba phụ nữ của chương trình có mặt trên chuyến bay sẽ bị ngưng việc. Một phút huy hoàng rồi…kinh hoàng.

Quậy mà đến thế thời thôi!

02/2022

THÁI GIÁM

Ngày 21/1/2022 Thiền Sư Nhất Hạnh viên tịch tại chùa Từ Hiếu, nơi ông xuất gia tu tịnh từ năm 1942, khi được 16 tuổi. Chùa nằm ở núi Dương Xuân, xã Thủy Xuân, thành phố Huế. Từ Hiếu là cái tên đầy ý nghĩa do vua Tự Đức ban cho. "Từ" là đức lớn của Phật, "Hiếu" là hạnh đầu của Phật. Nhưng bản tin cho biết chùa Từ Hiếu còn có tên gọi là chùa Thái Giám. Những người không ở Huế như tôi bỗng khựng lại. Tại sao lại có cái tên Thái Giám? Chùa được thành lập vào năm 1843 bởi Hòa Thượng Nhất Định với tên khởi thủy là "An Dưỡng Am". Năm năm sau, năm 1848, chùa được trùng tu và mở rộng do các thái giám đóng góp tiền bạc dưới sự điều động của thái giám Châu Phước Năng. Nửa thế kỷ sau, vào năm 1893, đời vua Thành Thái, chùa được đại tu. Nhiều thái giám đã đóng góp phần lớn và bày tỏ ý nguyện được chôn cất tại đây. Thái giám không có con cháu nên việc thờ cúng đành trông nhờ vào cửa Phật. Một nghĩa trang dành

Chùa Từ Hiếu.

Nghĩa trang thái giám trong chùa Từ Hiếu.

cho thái giám được thành lập bên phải chùa. Khu nghĩa trang này được bao bọc bởi một tường thành hình chữ nhật dài 26 thước, rộng 19 thước. Tấm bia của khu mộ được ghi như sau: "Nhân nghĩ rằng nếu không lo kế về sau, khi còn sống thì nương nhờ cửa Phật, mà sau khi chúng ta chết thì biết nương tựa vào đâu. Nhận thấy ở góc thành phía Tây Nam gần chùa có một miếng đất, lấy gạch xây thành để làm chỗ về sau làm nơi chôn mộ. Ở đó làm một cái am lợp ngói để hàng năm thờ cúng, được gần cửa Phật mới làm nơi thờ tự lâu dài. Trong khi sống chúng tôi tìm thấy ở đây sự yên tĩnh, khi đau ốm chúng tôi tới đây lánh mình và sau khi chết chúng tôi được an táng cùng nhau. Sống hay chết ở đây chúng tôi đều được yên tĩnh". Ngày nay nghĩa trang này còn 25 ngôi mộ chia thành ba dãy của các thái giám triều Nguyễn, trong đó có 21 mộ còn nguyên vẹn. Cùng với thời gian, nhiều bia không còn đọc được rõ ràng, duy chỉ có bia số 22 còn chữ khắc rõ: "Hoàng Triều Cung Giám viện, quảng vụ Nguyễn Hầu, người ở thôn Nhi, xã Hoàng Công, tổng Hoàng Công, huyện Thanh Trì, phủ Thường Tín, tỉnh Hà Nội. Mất ngày 15 tháng Giêng năm Khải Định thứ V (1920)".

Thái giám là lớp người đã biệt tích trong thời đại ngày nay. Ba vị thái giám cuối cùng của triều Nguyễn là Giám Đồng, Giám Tuần và Giám Đề đều đã ra người thiên cổ. Giám Đồng là người cuối cùng, mất vào năm 1998.

Có hai loại thái giám: giám sinh và giám lặt. Giám sinh là những người sinh ra đã phi nam phi nữ. Ngày nay chúng ta nghĩ những đứa trẻ này là một thất vọng của các bậc cha mẹ. Nhưng ngày xưa, khi triều đình còn tuyển thái giám, chúng là mỏ vàng! Khi trong làng có giám sinh thì cha mẹ phải báo cho làng xã. Làng báo lên huyện. Huyện cử người về xác minh. Nếu đúng thì huyện trình ngay lên bộ Lễ. Bộ Lễ cho ghi nhận lý lịch của đứa bé. Cha mẹ và nhiều khi toàn thể dân làng đều được hưởng đặc ân như miễn sưu dịch, miễn thuế trong một thời gian. Cậu bé này được gọi là cậu Bộ hay cậu Giám. Khi được đủ 12 tuổi, cậu bé sẽ được đưa về kinh đô, trải qua một số thủ tục trước khi nhập cung. Một quan thái giám sẽ được chỉ định dạy cho cậu nghi thức và cách phục dịch trong cung.

Khác với giám sinh, giám lặt là những người sanh ra bình thường nhưng tự nguyện "tịnh thân", cắt bỏ bộ phận sinh dục để được vào phục dịch trong cung cấm. Có bốn cách tịnh thân. Cách thứ nhất: cắt bỏ toàn bộ cơ quan sinh dục bao gồm cả dương vật và tinh hoàn. Cách thứ hai: chỉ cắt tinh hoàn. Cách thứ ba: đè hoặc bóp cho vỡ nát tinh hoàn. Cách thứ tư: cắt bỏ ống dẫn tinh. Theo bà Lưu Nguyệt Bình, Phó Giám Đốc bảo tàng Thái Giám Bắc Kinh, quá trình tịnh thân được tiến hành như sau: những bé trai khi bị thiến, tứ chi phải bị cột chặt, buộc sinh thực khí cho đứng lên, dùng nước lạnh chườm một lúc rồi dùng dao cắt đi. Trong cuốn "Mạt Đại Thái Giám Bí Văn" còn để cập tới phương pháp có tên là "thằng hệ pháp". Dùng cách này, người ta sẽ dùng dây cột chặt tinh hoàn của bé trai từ khi còn nhỏ. Đứa trẻ vẫn tiểu tiện được như thường nhưng sẽ bị ức chế khiến cơ quan sinh dục không phát triển. Khi trưởng thành sẽ không còn ham muốn tình dục và không còn khả năng chăn gối với phái nữ.

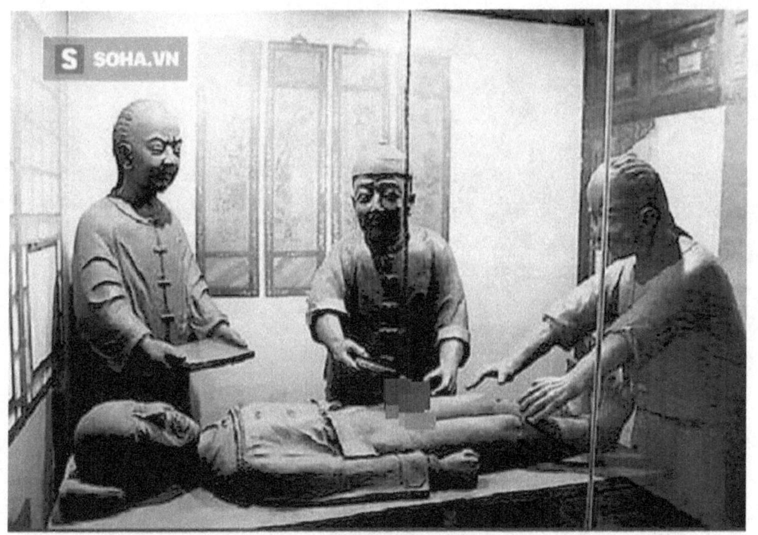

Tịnh thân.

Tịnh thân là một quyết định thay đổi cả cuộc đời nên đương sự phải viết tờ giao kèo theo đó xác nhận tự nguyện tịnh thân và không gây khó dễ nếu xảy ra những chuyện ngoài ý muốn kể cả trường hợp bị vong mạng. Dù có bản hợp đồng nhưng trước khi xuống tay cắt, "đao phủ" còn hỏi lần chót có hối hận không. Nếu đương sự trả lời không, đao phủ mới hành động.

Cái thứ bị cắt, tuy vô dụng nhưng rất quan trọng. Theo tín ngưỡng dân gian, thân thể của chúng ta được cha mẹ sinh ra thế nào, khi trở về với tổ tiên phải y nguyên như vậy. Những phần thân thể bị cắt rời phải được giữ lại để chôn theo với thân xác trong cùng huyệt mộ. Có như vậy, đương sự mới được đầu thai làm đàn ông trong kiếp sau. Phần "bửu bối" của các thái giám vì vậy cũng được các đương sự giữ lại. Họ đặt phần ngọc hành bị cắt vào một hộp vôi phấn để

Bức tranh của họa sĩ Nguyễn Văn Nhân 'Hoàng đế nước Đại Nam với đại triều phục' vẽ Thái giám đang đứng dâng hoa hai bên.
ẢNH: FLICKR MANHHAI

thấm hút máu cùng các chất dịch khác. Sau đó dùng vải ướt lau sạch sẽ rồi ngâm trong dầu mè. Khi dầu thẩm thấu đầy đủ, bửu bối sẽ được cất vào trong một chiếc hộp, niêm phong kín bằng một vuông vải đỏ. Thái giám sẽ chọn ngày giờ tốt để treo báu vật lên xà nhà. Hành động này được gọi là "hồng bộ cao thăng", ngụ ý cầu chúc cho người tịnh thân gặp nhiều may mắn và từng bước thăng quan tiến chức. Nếu các thái giám khi tịnh thân không thể lấy lại được phần cắt bỏ, các đao phủ sẽ giữ giùm. Khi có tiền, các thái giám có thể chuộc lại. Nếu bửu bối mất tăm mất tích, họ sẽ mua lại bửu bối của một người khác cho đủ bộ khi về với tổ tiên.

Số lượng thái giám trong cung triều Nguyễn bị giảm

Thái giám triều Nguyễn.

dần. Trong những triều vua đầu, số thái giám có khoảng 200 người gồm cả giám sinh lẫn giám lặt. Từ đời vua Thành Thái, số lượng giảm hẳn, chỉ còn khoảng 15 người. Đến năm 1914, việc tuyển thái giám chấm dứt. Khi đó chỉ còn lại đúng 9 người được lưu lại trong cung.

Tác giả Tôn Thất Bình, trong hai cuốn "Đời Sống Cung Đình Triều Nguyễn" và "Đời Sống Trong Tử Cấm Thành", đã cho biết công việc chính của thái giám là chăm nom đám cung phi mỹ nữ, hầu hạ nhà vua, thực hiện các việc liên quan đến chuyện chăn gối của nhà vua như sắp xếp ngày giờ vua gặp các vương phi, ghi chép lại tên họ vương phi mà vua chung chăn gối để xác nhận nếu họ có thai. Nhưng trong cuốn "Xã Hội Việt Nam thời Lê-Nguyễn", nhà nghiên cứu Lê Nguyễn tiết lộ: *"Vào thời điểm đó, hoạn quan không chỉ là lớp quan lại phục dịch trong cung, mà đã trực tiếp tham gia chính sự. Viên chức đứng đầu hàng thái giám (chánh tam phẩm) chỉ kém về Thượng thư (tòng nhị phẩm, Bộ trưởng ngày nay) một trật; còn chức danh Thiếu giám (tòng ngũ phẩm), vào hàng thấp trong Giám ban, cũng còn cao hơn cả quan Tri phủ tại địa phương (tòng lục phẩm) đến hai trật".*

Ngày 17/3/1836, vua Minh Mạng mới ban hành chỉ dụ hạn chế tối đa quyền hành của hoạn quan trong triều. Theo chỉ dụ này, hoạn quan phải trở về với nhiệm vụ cố hữu là phục dịch trong cung, không còn được xếp vào cửu phẩm triều đình như các quan văn võ khác. Thái giám được chia thành 5 hạng: thủ đẳng, thứ đẳng, trung đẳng, á đẳng và hạ đẳng. Chỉ dụ này có đoạn viết như sau: "Tất cả triều chính và việc ngoài đều không được tham dự dẫu là việc cỏn con, nếu kẻ nào vi phạm, quyết phải trừng trị nặng không chút khoan tha. Trẫm đã tha thiết dặn dò, hết sức mưu tính sâu xa cho đời sau".

Nhưng trước đó, ngay từ thời chúa Nguyễn Ánh chưa lên ngôi, một vị thái giám phò Nguyễn Ánh là Lê văn Duyệt đã có năng khiếu trong lãnh vực quân sự được coi như một trong "Gia Định Ngũ Hổ Tướng". Lê văn Duyệt sanh năm 1763, đã khiếm khuyết bộ phận sinh dục ngay từ khi chào đời. Năm 17 tuổi, ông được chúa Nguyễn Ánh triệu vào cung làm thái giám. Từ năm 1871, ông trở thành một trong những tướng lãnh giỏi của Nguyễn Ánh trong trận chiến chống lại nhà Tây Sơn. Năm 1801, ông lập công lớn trong trận thủy chiến với quân Tây Sơn tại cửa biển Thị Nại. Năm 1802, nhờ những chiến công hiển hách, ông được phong chức Chưởng Cơ Tả Quân. Sau khi dẹp được nhà Tây Sơn, vua Gia Long đã hai lần bổ ông giữ chức Tổng Trấn Gia Định. Tả Quân Lê

Hình Tả Quân Lê văn Duyệt trên giấy bạc thời Việt Nam Cộng Hòa.

văn Duyệt đã đưa miền Gia Định trở thành một nơi trù phú. Ông có những tư tưởng rất tiến bộ như mở rộng giao thương với các nước phương Tây, không kỳ thị tôn giáo, chủng tộc và rất liêm chính, công bằng.

Lý Thường Kiệt là một cái bóng lớn trong lịch sử nước nhà. Chiến công hiển hách nhất của ông là đã hai lần đánh thắng quân Tống. Lần thứ nhất vào cuối năm 1075, ông điều khiển quân Đại Việt vượt biên giới phía Bắc đánh vào các châu phía Nam của nhà Tống như: Khâm, Liêm và Ung châu, phá hủy đường xá, cầu cống, các kho lương thực và vũ khí mà Tống tích trữ để đánh Đại Việt. Đây là kế hoạch tấn công để phòng thủ của Hoàng Hậu Ỷ Lan được Lý Thường Kiệt thi hành một cách mỹ mãn. Sau khi hạ thành cuối cùng là Ung Châu, quân Đại Việt rút về nước. Dân gian ca tụng chiến công này bằng câu ca dao mà cho tới bây giờ hầu như ai trong chúng ta cũng thuộc năm lòng: *Nực cười châu chấu đá xe / Tưởng rằng chấu ngã, ai dè xe nghiêng.* Mang danh là một nước lớn mà lại thua trận làm nhà Tống mất mặt. Ngay

Tượng Thái Bảo Việt Quốc Công Lý Thường Kiệt.

năm sau, 1076, quân nhà Tống kéo qua Đại Việt đánh trả thù nhưng một lần nữa lại ôm đầu máu chạy về. Trận chiến trên sông Như Nguyệt, tức sông Cầu ngày nay, chặn quân Tống tới kinh thành Thăng Long, đã khiến hơn nửa quân số của Tống bị giết buộc Quách Quý phải lui binh. Trước trận đánh sinh tử này, vào ban đêm, Lý Thường Kiệt đã cho người vào đền thờ Trương Hống, Trương Hát ở phía Nam bờ sông, giả làm thần đọc vang bài thơ Nam Quốc Sơn Hà làm nức lòng binh sĩ. Bài thơ tứ tuyệt còn truyền tụng đến ngày nay và được coi như bản tuyên ngôn độc lập đầu tiên của Đại Việt. *Nam quốc sơn hà Nam đế cư / Tiệt nhiên định phận tại thiên thư / Như hà nghịch lỗ lai xâm phạm / Nhữ đẳng hành khan thủ bại hư.*

Có nhiều bản dịch bài thơ hào hùng này. Tôi chọn bản của Trần Trọng Kim:

Sông núi nước Nam vua Nam ở
Rành rành định phận tại sách trời

Cớ sao lũ giặc sang xâm phạm?
Chúng bay sẽ bị đánh tơi bời!

Ngày nay âm hưởng bài thơ còn làm nức lòng con dân đất Việt, cũng như cái tên Lý Thường Kiệt hầu như không ai trong chúng ta không biết. Nhưng cái mà ít người biết là Lý Thường Kiệt lại là một thái giám. Đây là chuyện mà tới bây giờ các nhà sử học vẫn chưa giải mã được.

Sanh năm 1019, mất năm 1105, Lý Thường Kiệt có tên khai sanh là Ngô Tuấn, tự là Thường Kiệt. Khi được vua ban quốc tính mới đổi thành Lý Thường Kiệt. Bẩm sanh, ông là người bình thường, đẹp trai, có tới ba vợ và có con đàng hoàng. Phả họ Ngô Việt Nam có chép: "Ông lấy vợ sớm, 16 tuổi sinh con, không may chết cả mẹ và con. Sau lấy vợ khác, một bà họ Tạ, một bà vợ nữa là Lý Thị Duy Mỹ".

Trong hai bản sắc phong vào thời Nguyễn cho vị nữ thần được thờ ở Nghè A Đô, nay thuộc làng A Đô, xã Yên Trung, huyện Yên Định, tỉnh Thanh Hóa, một vào năm Khải Định thứ 2 (1918), một vào năm Khải Định thứ 9 (1925), có ghi vị nữ thần ở Nghè A Đô là phu nhân Tạ Thị Thuần Khanh, vợ của Thái Bảo Việt Quốc Công Lý Thường Kiệt, triều nhà Lý.

Đang là một người chồng, người cha bình thường, tại sao ông lại trở thành thái giám? Có nhiều giả thuyết. Thuyết cho là vì tiền, thuyết cho vì bị phạt, thuyết cho vì bị hãm hại. Giáo sư Hoàng Xuân Hãn bác bỏ các thuyết trên và nghiêng về giả thuyết cho rằng ông tịnh thân là vì muốn có cơ hội thăng tiến. Trong một công trình nghiên cứu, Giáo Sư Hoàng Xuân Hãn viết: "*Hoạn quan xưa nay nhiều quyền thế, vì thường ngày ở cạnh vua. Nhất là từ đời Đường (bên Trung Quốc), hoạn quan lại càng được thế. Khi trước, tuy được vua tin tưởng nhưng hoạn quan thường chỉ hoạt động trong cung thất. Từ đời Đường trở đi, thì được công nhiên cầm chính quyền hay làm đại tướng. Vì những lẽ ấy, đời sau lắm kẻ tự tịnh thân để được chọn. Đối với Lý Thường Kiệt, có đặc biệt hơn là được vua ban tiền và sai làm. Ông nghe lời. Bấy giờ ông 23 tuổi".*

Lý Thường Kiệt và Lê văn Duyệt đều là những thái giám đồng thời đánh giặc giỏi có phần hơn các quan võ. Đó là những trường hợp hiếm có. Thường thì quan võ và quan giám không ưa nhau. Dân gian còn lưu lại hai vế câu đối cà khịa của thái giám (còn gọi là quan thị) và quan võ (còn đọc là vũ).

Vũ cậy vũ khỏe, vũ ra vũ múa, vũ gặp mưa, vũ ướt cả lông.

Thị vào thị hầu, thị đứng thị trông, thị cũng muốn, thị không có ấy.

Chuyện dân gian tam sao thất bản nên tôi cố tìm cũng chỉ thấy được bản khập khiễng này. Cái hay của hai câu chan chát với nhau này là nhắc được gần đủ nghĩa của chữ "vũ" và chữ "thị". "Vũ" có nghĩa là: khỏe, múa, mưa, lông. "Thị" có nghĩa: hầu, trông, muốn, ấy. Kể cũng là một… kỳ công!

Thôi thì cứ hài ra đây cho vui. Coi như một nét… phiếm!

02/2022

TÌM LẠI TAM CÚC

Dễ thường gần bảy chục năm tôi không nhìn lại được cây bài tam cúc. Những ngày Hà Nội, mỗi dịp tết đến, lũ trẻ chúng tôi cùng những người lớn trong gia đình gầy bàn tam cúc đón xuân. Lớn chơi theo khả năng của lớn, bé chơi theo những đồng tiền mỏng lét của bé. Tết ngày đó nằm trong những cây bài giản dị. Bộ bài tam cúc chỉ có 32 quân gồm tướng, sĩ, tượng, xe, pháo, mã, tốt. Mỗi loại có đen và đỏ. Đỏ trên chân đen. Tướng có tướng đen và tướng đỏ, dân chơi tam cúc gọi là tướng ông và tướng bà. Ông phải trên bà. Chuyện chi cũng vậy. Sĩ cũng có Sĩ đen và sĩ đỏ. Thường gọi là sĩ đen và sĩ điều. Tượng hay tịnh có hai lá vẽ hình con voi và gọi là tượng thâm và tượng hồng. Xe, pháo, mã, tốt. Trong bộ bài chỉ có tướng có một lá đen và một lá đỏ, tốt có năm tốt đen và năm tốt đỏ, các loại khác đều có bộ đôi đen và đỏ.

Tam cúc là một loại bài dễ đánh, nam phụ lão ấu đều có

thể ngồi vào chiếu bài được hết. Đây là một thú tiêu khiển trong ngày tết kéo mọi người trong gia đình ngồi cạnh nhau. Hiếm khi thấy đánh tam cúc ở ngoài đường. Đầu đường xó chợ chỉ có bài tây ba lá, xúc xắc dưới ba cái bát cốt mà mắt người khác để lấy tiền. Trong Nam, có thêm môn bầu cua cá cọp là trò chơi ngoài đường phổ biến nhất, chỉ dựa vào hên xui may rủi.

Ba thế hệ chơi tam cúc.

Tam cúc, vượt lên trên một môn bài bạc, là thú vui gia đình xum họp trong ngày đầu năm. Từ ngày di cư năm 1954, tôi không còn dịp đón xuân tại miền Bắc nên không biết món tam cúc còn thịnh hành không. Tôi e rằng còn khi đọc được một vài bài của các tác giả miền Bắc trên mạng.

Tác giả Trần Bình có một người bà chỉ có ao ước duy

nhất là ngày tết "có một lũ con cháu ngồi chơi tam cúc với bà thôi". Trong bài "Cỗ Bài Tam Cúc Của Bà", ông viết: *"Ngày mùng một, các cô, chú, bác, anh, chị đến chúc Tết bà đông chật nhà. Bà mặc áo bông ngồi đắp chăn trên giường, tay xoa đầu mấy đứa cháu, miệng khen chúng học giỏi, ngoan ngoãn. Trong khi người lớn trải chiếu ra ngồi hàn huyên bên chén rượu hạt mít thì lũ cháu chúng tôi tranh nhau trèo lên giường để được chơi tam cúc với bà. Những cây bài của bà có lưng trắng tinh và thơm mùi giấy mới khiến lũ cháu háo hức đến lạ. Miệng bà nhai trầu bỏm bẻm, tay bà chia bài chậm rãi mới thảnh thơi làm sao! Những khi ai gặp số đỏ như có tứ tử trình làng, ngũ tử cướp cái... thì cả "làng" lại ồ lên ghen tị. Sau khi hết bài, "nhà" nào thiếu "quân" để "bình" thì phải vay những "nhà" dư, mỗi "quân" tương ứng với 100 đồng. Trước đó, bà đã chuẩn bị sẵn một sấp tiền lẻ để đổi cho lũ cháu. Bà khuyên: "Vài đồng lẻ này thì cũng như là gia vị thôi, chứ bà cấm mấy đứa chơi vì mấy đồng này đấy nhé!". Những khi ai được kết đôi hay kết ba thì cả "làng" lại nhăn mặt nhăn mũi vì thua. Lúc ấy, bà lại động viên: "Thua keo này ta bày keo khác, lo gì!", hay hỏi vui: "Cu Bình đã vỡ nợ chưa, để bà "tài trợ" cho nào?" Tôi nằm trong vòng tay của bà ngay từ những ngày đầu đời và lớn lên cùng với độ còng ngày càng tăng của lưng bà. Thỉnh thoảng, bà lại chống gậy sang nhà bà hàng xóm hay ra quán nước của bà ngoại để chơi tam cúc mua vui. Càng về sau, bà càng yếu nên chỉ nằm ở nhà. Những lúc ấy, tôi là "bạn chơi" thường xuyên của bà. Bà chỉ cho tôi những "chiêu độc"... Nhờ những chiêu đó mà tôi là đứa chơi tam cúc giỏi nhất trong đám trẻ con cùng xóm".*

Ngày nay chúng ta còn dùng những chữ: đi đêm, chui, tứ tử trình làng, ngũ tử cướp cái, đều phát xuất từ bài tam cúc.

Bộ bài Tam Cúc.

Trong bài "Bộ Bài Tam Cúc", Quỳnh Dương kể lại chuyện bà mẹ bất ngờ gặp bộ bài tam cúc trên một sạp bán tạp hóa nơi đường rừng. Giữa những bộ bài chắn, tú lơ khơ, chỉ có một bộ tam cúc mà bà hàng cho biết từ lâu chẳng ai hỏi han đến. Mẹ tác giả vội mua và háo hức mang về khoe với mấy bố con. *"Về đến nhà, mẹ mang ngay bộ tam cúc ra khoe trước sự ngạc nhiên của hai đứa vì chưa từng thấy bao giờ, còn bố thì nhìn mẹ rất thán phục. Bố mẹ xung phong chơi làm mẫu, hai đứa ngồi xem lạ lẫm và thích thú. Lạ chưa? tướng, sĩ, tượng, xe, pháo, mã, tốt, tứ tử trình làng, ngũ tử cướp cái, một cây, đôi cây, ba cây, đi đêm... ba chục năm qua dường như chưa bao giờ quên được trong tiềm thức, cứ gọi quân vanh vách. Được một lát, thấy bố mẹ to tiếng, hai đứa càng ngạc nhiên hơn. Thằng anh ghé tai thằng em nói nhỏ: Thế mà mỗi lần mình chơi cờ vua, có cãi nhau tí xíu bố mẹ đã mắng. Hôm nay thì đến lượt bố mẹ cãi nhau kìa...Sau vài chiêu sơ đẳng, hai đứa đã biết chơi cùng bố mẹ. Các con quý bộ tam cúc lắm. Hết giờ học, bỏ quên cả ô-tô, siêu nhân, phim hoạt hình, cờ vua mà miệt mài chơi tam cúc. Chơi giữ gìn hai con nhé, Tết này, mẹ sẽ đưa các con về quê ngoại, ra mộ cụ thắp hương, mẹ sẽ đốt bộ bài tam cúc để 'gửi' xuống cho cụ, chắc cụ ở dưới suối vàng hẳn ấm lòng lắm đấy. Dù có đôi chút tiếc nuối, mẹ hứa sẽ cất công tìm bộ bài khác cho các con. Nhưng Tết này, cả nhà mình sẽ có một cái Tết ấm áp và có ý nghĩa hơn. Mẹ tin là như vậy".*

Tam cúc rất ấm áp nằm trong thơ văn. Có lẽ vì cái thân mật và ấm cúng mà những quân bài giản dị với những hình vẽ ngây ngô mang lại. Nhìn vào bộ bài mà tôi cùng cả nhà say mê thời nhỏ dại, tôi thấy chỉ có lá tướng và sĩ có vẻ...oai phong. Lá tượng vẽ con voi còn ra hình voi. Lá xe thì quá tức cười. Cả một bộ bài có hình quân sự, từ tướng tới quân, vậy mà xe không phải... thiết giáp mà là hình một chiếc xe cút kít có hai càng để kéo. Con mã có hình chú ngựa bình thản đứng ăn cỏ chứ không phải là chiến mã xông pha ngoài chiến trận. Mặc những bất cập ngây ngô, tam cúc vẫn lừng lững đi vào văn thơ. Từ tam cúc của thời thơ dại như bài thơ của Trần Đăng Khoa viết về câu chuyện có thật của cô em gái tên Giang đánh bài tam cúc với con mèo.

Bé đánh tam cúc
Với con mèo khoang
Nắng hồng chín rực
Bỗng nhiên bay vào
Rung râu, chớp mắt
Mèo ta "Ngoao! Ngoao!"
Đây là tướng ông
Chân đi hài đỏ
Đây là tướng bà
Tóc hiu hiu gió
Đây là con ngựa
Chân có bụi đường
Và đây quân sĩ
Thuộc làu văn chương

Thơ về tam cúc của lũ nhóc tì đánh bài với con mèo chắc chỉ có một bài. Của một thi sĩ có thời được coi là "thần đồng". Nhưng tam cúc của những người vừa chớm tuổi yêu đương coi bộ nở rộ hơn. Khi chúng tôi còn ngây thơ trong chiếu tam cúc thì có các anh chị lớn hơn đã dựa vào tam cúc để la cà vào những chuyện chẳng…tam cúc chút nào. Như nhà thơ Hồ Dzếnh:

ngày Tết mải chơi tam cúc
không hay anh tới sau lưng
ghé lại gần anh mách nước
kết luôn xe pháo mã hồng
ô ván bài em đỏ quá

đỏ như đôi má ngày xuân
em có ăn trầu đâu nhỉ
mà sao người thấy bâng khuâng.

Chơi bài Tam cúc trong tranh dân gian

Nhà thơ Hoàng Cầm cũng có bài thơ "Cây Tam Cúc" dùng cây bài nói lên chuyện tình riêng tư. Ông nhà thơ này luôn ám ảnh mối tình chị em. Nhỏ tuổi nhưng chơi trèo. Điển hình nhất là bài thơ "Lá Diêu Bông". Trong bài thơ "Cây Tam Cúc", người tình si Hoàng Cầm cũng với tay trèo cao như vậy.

> *Rút trộm rơm nhà đi trải ổ*
> *Cỗ bài tam cúc mép cong cong*
> *Chị gọi đôi cây trầu cay má đỏ*
> *Kết xe hồng đưa chị tới quê em...*

> *Ghé coi bài, tìm hơi tóc ấm*
> *Em đừng lớn nữa, chị đừng đi*
> *Tướng sĩ đỏ đen chui xấp ngửa*
> *Ổ rơm thơm đọng tuổi xuân thì...*

> *Đứa được bài chinh chuyền xủng xẻng*
> *Đứa thua bài đáo gỡ ngoài thềm.*
> *Em đi đêm tướng điều, sĩ đỏ*
> *Đổi xe hồng, đưa chị tới quê em...*

> *Pháo, mã ra bài, năm sau giặc giã*
> *Quan Đốc Đồng áo đen nẹp đỏ*
> *Xua tốt điều đè lũ tốt đen*
> *Thả tịnh vàng đưa chị võng mây trôi*
> *Em đứng nhìn theo,*
> *Em gọi : ... Đôi !*

Nhà thơ dân gian Nguyễn Bính dĩ nhiên cũng vướng thơ vào trò chơi đậm chất dân gian này.

> *Mẹ tôi uống hết một cốc rượu*
> *Mặt người đỏ tía vì hơi men*
> *Người rủ cô tôi đánh tam cúc*
> *Cười ầm tốt đỏ đè tốt đen.*

Trong ván bài tam cúc hồi hộp nhất là hạ quân bài kết. Những người đánh cao, khi nhìn bài của mọi người, có thể đoán để làm một cú kết ngoạn mục. Kết bằng đôi tốt đen, con bài hạng bét, nếu thành công sẽ thắng lớn. Mọi người phải chung bộn tiền. Nhưng nếu có một người cao tay hơn, giữ đôi tốt đỏ, đè đôi tốt đen, thì người kết tốt đen phải chung tiền cho cả làng!

Ông bạn đã quá cố của tôi, Lê Đình Điểu, bút hiệu Y Dịch, là người thuộc thế hệ của tôi, thế hệ của dân di cư từ Bắc vô Nam. Khi đó chúng tôi khoảng 15 hay 16 tuổi, đứa đã biết yêu, đứa thập thò chuyện gái trai. Y Dịch không biết khi đó đã yêu hay vẫn còn đỏ mặt trước những vưu vật khác giống, chẳng rõ. Ba năm sau, năm 1957, khi đã ấm chỗ ở Sài Gòn, vẫn còn là một học sinh bậc trung học, anh viết bài thơ "Tốt Đen". Những câu thơ đầu, anh diễn tả rất hồn nhiên hoạt cảnh đánh bài tam cúc của hai cô cậu còn rất… học sinh.

> *-Tốt đỏ mà đè tốt đen*
> *Kết nhất bội nhị là em phải đền*
> *-Ứ ừ, người ta đang đen*
> *Không thèm chơi nữa, giả tiền tôi đây*
> *-Ơ ơ, bêu chửa cô này*
> *Bị đè còn khóc giơ tay đòi tiền*
> *Có gan để kết tốt đen*
> *Tất có gan để chịu đền chứ sao?*
> *-Ừ sao, sao ở trên cao*
> *Người ta thua mất sáu hào, hai xu!*
> *Mưa phùn trông như sương mù*

Mắt em như có sương mù đọng mi
Chiều điều xô chẳng nói gì,
Cỗ bài vung vãi rơi đi đâu rồi?
-Thôi đây, (anh thấy em cười)
Giả em tất cả. Cười tươi lên nào!

Bài thơ còn rặt ngôn ngữ Bắc kỳ, thứ mà chúng tôi không bỏ được cho đến hết cuộc đời. Nói theo văn vẻ: chúng tôi đi mang theo quê hương. Nhưng chúng tôi không mang theo được tam cúc. Ngày nay tam cúc đã rã rời trong đầu óc chúng tôi. Chỉ vào những ngày xuân, lặng lẽ thả hồn về quê cũ, nhớ lại thuở còn ở tuổi *teen*, tâm hồn chúng tôi mới vang vang những tướng sĩ tượng, ầm ầm những xe pháo mã. Khi tuổi đời đã trọng, chúng tôi mới thấy cuộc đời cũng chỉ là ván bài tam cúc.

Ván bài đời có tốt đen
Trăm lần để kết phải đền cả trăm
Thơ ngây thua nhẫn mười năm
Xòe tay thấy trắng khóc thầm cả đêm
Ngày xưa em khóc anh đền
Bây giờ anh khóc ai đền cho anh?

11/2021

VIẾT

Ông bạn tôi chuộng văn chương chữ nghĩa lại khoái chuyện đằng sau hậu trường, tỉ tê hỏi tôi: "Các ông viết bằng chi vậy?". Tôi không viết, tôi gõ bằng *computer*. Trước đây dĩ nhiên viết bằng bút. Từ bút đổi sang *computer* là một giai đoạn khó khăn. Những ngày đầu, nhìn vào cái anh mặt vuông, chữ nghĩa không ra. Nhưng cũng phải tập làm quen. Thời buổi mà chữ nghĩa chạy vù vù trên mạng, từ người viết tới tòa soạn các báo, từ máy cá nhân tới *e-mail*, *facebook*, chúng ta đâu có thể mò mẫm viết trên giấy rồi đánh máy lại, xưa rồi Diễm!

Thời gian chuyển đổi từ viết qua máy có lắm chuyện vui. Tay chân loạng quạng, bấm nhầm một phát là đi đứt công trình hí hoáy cả ngày, giận tím gan nhưng biết đổ cho ai được. Tại cái *computer* như người tình tinh quái, cười đó mà đâu có biết hết lòng dạ! Nhà văn Ngô Minh trải lòng: *"Có nhiều nhà văn sử dụng được máy tính, nhưng trình độ còn ăn* đong, nên có rất nhiều chuyện cười ra nước mắt. Xin nói về tôi. Tôi làm thơ, viết báo bằng máy tính hơn chục năm nay, đến nỗi bây giờ viết cái gì bằng bút mực là tay run không viết được. Nhưng vì trình độ máy tính học lỏm, nên tôi rất mù mờ về máy. Đang viết bài, ngón tay mình bấm nhầm vào một nút nào đó trên bàn phím, thế là màn hình đen ngòm. Phải điện thoại cầu cứu thằng con út. Nếu nó bận việc cơ quan, trưa mới về, thì coi như mất toi buổi sáng. Tết năm ngoái, tôi hì hục cả chục ngày viết được năm bài báo tết. Tôi định gom chung thành một file để in cho nhanh. Khi copy vào đĩa A, màn hình hiện lên một câu tiếng Anh. Tôi mù tiếng Anh, cả đời chỉ biết có hai từ "No" và "Yes". Tôi gí đại con chuột vào chữ "Yes". Thế mà bay mất toi 5 bài báo!".

Ông Nguyễn Mộng Giác, mần báo bên Mỹ, nhất định phải rành *computer*, nhưng khi viết tập trường thiên "Mùa Biển Động" lại viết bằng bút. Ông kể lể sự tình: *"Ở Mỹ, tôi phải tự mình tìm ra một chỗ yên tĩnh, một tâm hồn yên tĩnh để viết. Những khu gia cư trên đất Mỹ đều yên tĩnh, cây cối xanh tươi, buổi sáng nghe được cả tiếng chim hót, khuya nghe được cả tiếng lá rụng trên mái nhà. Nhưng tiếng điện thoại cứ reo hoài, mỗi cú điện thoại mang theo một mối bận tâm. Thời gian viết Mùa Biển Động tôi phải mang giấy bút ra công viên để viết, không phải vì nhà chật chội mà vì tránh phải nghe những cú điện thoại. Mỗi sáng, tôi ra hiệu cơm Nhật mua một hộp cơm, đủ ăn hai bữa rồi lái xe ra công viên gần sở làm, ngồi viết từ 9 giờ sáng đến 3 giờ chiều. Trung bình mỗi ngày phải viết tối thiểu năm trang bản thảo cỡ giấy 8.5"x11". Đúng 3 giờ xếp bút ngồi nghỉ nửa giờ, rồi đi làm ở Công ty Niên giám Điện thoại GTE Directories từ 3 giờ rưỡi đến 12 giờ khuya. Nhờ bỏ làm báo Việt ngữ và có công việc ổn định tại một sở Mỹ, tôi mới hoàn tất được bộ Mùa Biển Động năm 1989, với một chương trình làm việc đều đặn hằng ngày như vừa kể"*. Vậy ông Giác, tay phải cầm bút viết, chẳng phải vì cái *computer* mà vì cái máy khác: máy điện thoại.

Thơ hình như không hạp với máy. Ông Luân Hoán làm thơ trên giường hay trên tay lái xe, máy đâu ra? Mấy ông mần thơ khác không biết ra sao. Tôi không làm thơ, thỉnh thoảng đặt vài câu vè cho vui, nhưng đụng tới vần vè y như rằng phải nhấc bút viết tay. Dĩ nhiên viết bằng bút…nguyên tử! Hồi mới có loại bút viết có đầu bi tròn tròn, người ta không gọi là bút bi mà là bút nguyên tử. Nghe nổ quá chừng! Tại sao lại có cái tên khiếp đảm như vậy? Một giả thuyết cho rằng vì bút bi xuất hiện ở Mỹ vào năm 1945, năm mà hai trái bom nguyên tử được thả xuống đất Nhật.

Tôi nghĩ rằng bút bi tự nó đã là một trái bom nguyên tử. Nó đã làm thay đổi cuộc sống của những người cầm tới cây viết. Các học sinh cùng thế hệ với tôi có lẽ là người cảm nhận được chiếc bút được gọi là "bút nguyên tử" này nhất. Trước đó, chúng tôi lấm lem vì mực. Thời tôi học tiểu học, khoảng từ năm 1945 đến 1950, chúng tôi dùng ngòi bút lá tre chấm mực. Từ nhà tới trường, ngoài cặp sách, tay chúng tôi còn lủng lẳng một lọ mực. Thường là mực tím hay xanh. Mực được pha từ những cục mực mua ở nhà sách. Trên đường tới trường, chúng tôi đâu có đi đứng đàng hoàng đâu. Chạy nhảy, đuổi nhau, xô nhau. Lọ mực trên tay nghiêng qua

Ngòi viết lá tre.

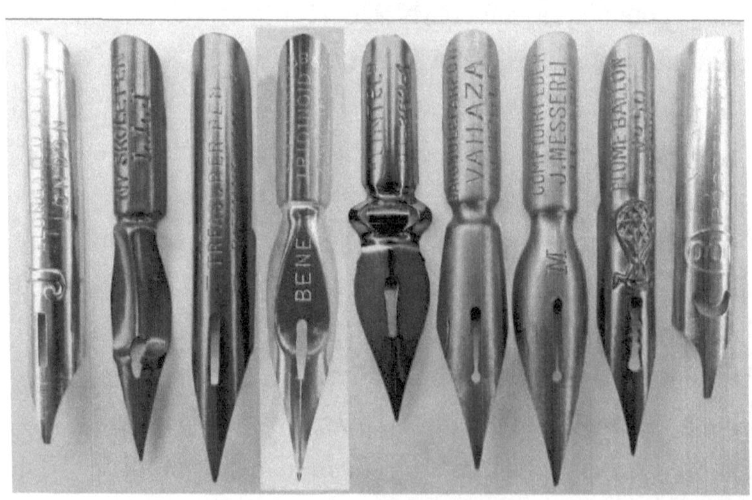

Các loại ngòi viết.

nghiêng lại, mực sóng sánh rớt ra ngoài , dính vào áo quần. Năm tôi học lớp nhất, nhà trường có sáng kiến cung cấp mực tại lớp. Trên bàn học, trước mặt mỗi học trò đều có một lỗ khoét để bình mực sẵn. Chiếc bình mực bằng sứ trắng này có hình thuôn để nhét vừa vào chiếc lỗ, trên bình có vành rộng để lọ mực không tụt xuống lỗ. Mỗi đầu buổi học, một học sinh được phân công đổ mực vào bình. Thầy lớp nhất của tôi tại trường Trần văn Thưởng, nằm trong khuôn viên nhà thờ Hàm Long, năm đó là thầy Phạm Việt Tuyền, vừa dậy học vừa theo học Đại học Văn Khoa Hà Nội. Thầy được nhà trường cho ở tại một phòng nhỏ xíu gần lớp học. Trong phòng thầy luôn có một bình mực lớn để cung cấp cho học sinh. Một bữa, khi đang cho học trò làm bài, thầy về phòng. Khi trở lại lớp, miệng thầy xanh lè. Chúng tôi chong mắt nhìn việc lạ với vẻ thích thú. Thầy từ tốn cho biết là thầy uống nước nhưng uống nhầm bình mực! Chúng tôi chỉ cười thầm trong bụng, không dám nhếch miệng. Khi di cư vào Sài Gòn, thầy làm báo Tự Do, tôi có tới thăm vài lần. Sau đó, khi mất nước, thầy di tản qua Strasbourg bên Pháp. Cuối thập niên 90, thầy thành lập một thư viện nhỏ để có sách cho người Việt mượn đọc. Khi đó tôi đã cho xuất bản được vài tập truyện ngắn. Một bữa tôi nhận được lá thư của thầy, lời lẽ rất trịnh trọng, xin sách cho thư viện. Tôi gửi sách qua Pháp không quên cho thầy biết tôi chính là đứa học trò tiểu học của thầy năm xưa. Không thấy thầy hồi âm khi nhận được sách. Có lẽ lúc đó thầy đã lâm bạo bệnh. Ngòi bút và bình mực được tác giả Nguyễn Thị Thanh Dương đưa vào thơ:

Học trò xách lọ mực đi học.

Bàn học có lỗ khoét để lọ mực.

Tôi lớn lên theo những năm tiểu học
Cây bút, bình mực luôn ở bên tôi
Mỗi khi chữ xấu tôi lại thay ngòi
Có nhiều kiểu để cho tôi lựa chọn
Ngòi bút bầu, ngòi lá tre thon gọn
Ngòi bút hình thoi nét chữ cũng xinh
Đứa học trò đã nhiều lúc phân vân
Ngòi bút nào tôi cũng đều yêu thích

Chuyện bút mực thời học trò còn nhiều điều ngộ nghĩnh. Như khi ghét một tên nào, chúng tôi lấy giấy thấm nhét vào lọ mực trên bàn của tên đó cho hút hết mực. Hay chuyện giấu mất tiêu lọ mực của đứa khác. Những chuyện nghịch ngầm của học trò làm thầy cô phải điều tra, giảng hòa, hoặc dùng tới ngọn roi là chuyện xảy ra hàng ngày. Vậy nên khi bút nguyên tử ra đời, một cuộc sống khác tới với lớp học sinh chúng tôi. Ai là người chế ra cây bút thần sầu này? Đó là nhà báo László Bíró, người Hungary. Vào thập niên 1930, ông viết cho một tờ báo nhỏ. Một hôm, khi đi dạo trong một công viên, ông thấy bọn trẻ đang chơi bi. Ông đứng lại coi và nhìn thấy một viên bi vô tình chạy qua một vũng nước để lại một vệt dài đằng sau. Đã từng thấy phiền toái khi viết bài bằng bút máy, lúc chảy mực lúc không, ngòi viết vấp váp trên giấy, nên ông nghĩ ngay tới chuyện gắn viên bi vào đầu bút để truyền mực từ ống ra giấy. Khi vào nhà in báo, ông đã quan sát thấy mực in đặc hơn mực viết và rất mau khô có thể dùng cho cây viết còn trong trí tưởng, vậy là cây viết nguyên tử đã thành hình trong đầu. Ông nói ý tưởng này với người anh trai tên George, một kỹ sư hóa học. Họ lắp vào đầu của cây viết một viên bi nhỏ có thể tự do xoay chuyển trong một cái rãnh. Khi bi di chuyển sẽ kéo mực xuống để thành chữ viết trên giấy. Năm 1938, ông thành công và nhận bằng sáng chế. Nhưng mãi tới ngày 10/6/1944, khi anh trai của Bíró sang Argentina, cây bút bi mới thành hiện thực, được sản xuất và bán dưới cái tên Birome. Bút bi xuất hiện đầu tiên tại Argentina. Ngay lập tức, Không Quân Hoàng Gia Anh đã đặt mua 30 ngàn cây để phi công viết trong khi bay. Trước đó, họ gặp trở ngại khi bút máy thường bị chảy mực khi áp suất thay đổi theo độ cao.

Năm 1945, một doanh nhân Mỹ tên Milton Reynolds từ Argentina về Mỹ, thành lập công ty Reynolds Internetional Pen và được cấp giấy phép sản xuất bút bi với nhãn hiệu Reynolds Rocket. Việc cấp phép này không vi phạm bản quyền của Lászlo Bíró vì thiết kế của ông Reynolds có nhiều thay đổi. Ngày 29/10/1945, cây viết bi đầu tiên được bán tại khu trưng bày Gimbel tại New York với giá 12 đô rưỡi, khoảng 180 đô theo thời giá 2020. Với số tiền này, ngày nay chúng ta có thể mua được 1000 viết bi! Ba chục ngàn bút bi đã hết vèo trong tuần lễ ra mắt.

Giữa thời kỳ bút viết bằng ngòi và bút bi là thời gian của bút máy. Cha đẻ của bút máy là một nhân viên môi giới bảo hiểm tên Lewis Edson Waterman. Năm 1884, quá chán với việc cứ phải kè kè lọ mực bên mình, ông đã tự chế tạo ra cây viết máy. Ruột bút có ống chứa mực bằng cao su dẫn mực tới ngòi bút qua một ống nhỏ. Bí quyết nằm ở các rãnh không khí trong ống mực. Nhờ hiện tượng mao dẫn, khi viết không khí thế vào chỗ mực chảy xuống, khi không viết áp suất khí cân bằng với trọng lực giúp mực đứng yên. Ngòi bút làm bằng thép không gỉ. Xịn hơn là ngòi được mạ vàng 14k hoặc 18k khiến cho nét chữ mềm mại và tinh tế hơn. Ngòi cũng có thể làm bằng kim loại *platinum* để chống mòn.

Ngày đó, chiếc bút máy là mơ ước của chúng tôi. Đầu tiên là bút máy chấm mực như bút ngòi viết. Áp dưới ngòi viết là một miếng nhựa giữ cho lâu hết mực. Khi viết, mực ra đều hơn. Sau đó mới là bút máy có ống cao su bơm mực. Thời trung học, trò nào có bút máy có thể vênh mặt lên với bạn bè.

> *Lên trung học không dùng bút mực nữa*
> *Người ta dùng bút máy tiện nghi hơn*
> *Mực bơm vào bút nhiều loại rẻ tiền*
> *Tôi không dám mơ Parker, Pilot.*

Parker hay Pilot là thứ bút máy xịn hồi đó. Đeo bút máy trên túi áo trước ngực hay gài vào khuyết khuy áo để hở là mốt. Nếu là bút mạ vàng thì hết biết, sang chảnh vô cùng. Nhạc sĩ Bùi Quốc Bảo nhớ về bút máy thời đó. *"Chiếc bút máy đầu đời của tôi vào năm học lớp Sáu là thừa hưởng của mẹ. Đó là một cây Pilot nắp vàng mẹ tôi từng dùng khi học Sư phạm. Nắp bút đã hơi lỏng do ngàm bị mòn, dễ rơi. Hồi đó, có mốt cài bút vào khe khuy áo chứ không cài lên nắp túi. Giờ chơi, chạy nhảy nô đùa thỉnh thoảng cũng phải đưa tay sờ ngực xem có còn nguyên bút hay chỉ còn mỗi nắp. Bút Pilot của Nhật, một cái hãng có tên phiên âm rất buồn cười là Kobushiki Kaisha Pairotto Koporeshon (người Nhật lẫn lộn l với r nên đọc Pilot thành Pairotto). Thế hệ cũ ở Việt Nam đọc theo kiểu Pháp, bút pi-lốt. Nét đẹp lắm, có điều thời tôi đi học thì vở toàn bằng giấy tái chế nhòe nhoẹt và đầy xơ, thành thử bút nào cũng chỉ viết ít ngày là mòn hết ngòi. Cũng vào thời đi học, tôi dùng hai cây bút nữa: Hồng Hà và Hero. Hồng Hà thì nội địa chính cống, nhái mẫu Hero của Thượng Hải. Bút Hero (Anh Hùng) dùng tốt, bền, nét không đẹp lắm vì không ra được thanh đậm, cũng hơi khó rút ngòi ra khỏi quản để vệ sinh bút. Nhưng Hero nắp vàng thời ấy đã là cả một niềm tự hào. Tự hào chưa được bao lâu thì đã nhảy sang bút bi hiệu Bic có cái logo anh chàng đầu tròn vo".*

Nhãn hiệu bút máy thông thường nhất là Pilot và Parker. Ngoài ra còn nhiều hiệu bút máy xịn hơn như Montblanc, Pelikan, Lamy, Waterman, Montegrappa hoặc thuộc loại thời trang như Cartier, Louis Vuitton, Chopard và nhiều nhãn hiệu làm bằng tay mà chúng ta ít biết.

Nhà văn thời đó đều dùng bút máy. Tùy theo túi tiền và sở thích, họ có thể chọn loại bút mình ưa ý. Rất tiếc các nhà văn Việt Nam, vốn thường kín tiếng, không chú ý đến việc tiết lộ cuộc sống thường nhật nên không cho người đọc biết mình dùng bút máy hiệu nào để viết. Nhưng các nhà văn ngoại quốc viết bằng bút máy nhãn hiệu chi, người đọc đều biết rất rõ.

Tác giả cuốn truyện nổi tiếng Lolita, nhà văn Vladimir Nabokov, viết bằng bút Eberhard Faber Blackwing 602. Nhà văn Stephen King, chuyên viết tiểu thuyết kinh dị, viết bằng bút Waterman mà ông cho là "tốt nhất thế giới". Nhà văn nữ hiện sinh Simone de Beauvoir điệu đàng hơn khi dùng nhiều loại bút: Sheaffer Snorkel Triumph, Sheaffer's Snorkel và

Esterbrook. Nhà văn Mark Twain dùng bút Conklin Crescent Filler. Nhà văn chuyên viết truyện trinh thám người Anh Conan Doyle chơi bút hiệu Parker Duofold.

Nhưng cũng có nhiều nhà văn nổi tiếng không thèm chơi với bút máy. Họ dùng bút chì! Như Ernest Hemingway, giải Nobel Văn Chương năm 1954. Ông giải thích: "Viết bằng bút chì giúp bạn dễ dàng sửa đổi một số đoạn chưa ưng ý. Sau đó bản đánh máy lại giúp rà soát và hoàn thiện bản thảo". Cây bút chì chưa đủ cho một bàn viết. Ông kể thêm: "Những cuốn sổ màu xanh, hai bút chì, một cây gọt bút, một chiếc bàn đá cẩm thạch, mùi kem tươi trong quán cà phê, mùi thanh sạch của buổi sáng sớm và vận may là tất cả những gì bạn cần".

Nhà văn John Steinbeck, giải Nobel Văn Chương năm 1962, là người nghiện bút chì. Mỗi khi ngồi vào bàn viết ông phải có 24 cây trên bàn. Ông đã sử dụng 300 viết chì khi viết cuốn *East of Eden* (Phía Đông Vườn Địa Đàng), 60 cây để viết The *Grapes of Wrath* (Chùm Nho Phẫn Nộ).

Hai ông nhà văn nổi tiếng thế giới, đều có giải Nobel trong túi, chỉ xài bút chì. Coi bộ bút chì là giải đáp cho các nhà văn muốn ôm giải Nobel. Màu chì đâu có phải màu xám xịt. *Phen này ta quyết đi buôn...bút!*

12/2021

VỢ GIÀ

Tổng Thống Pháp Emmanuel Macron vừa tái đắc cử nhiệm kỳ hai. Sự kiện chính trị này lại khiến người ta ồn ào về chuyện tình cảm của ông *tonton* sanh năm 1977. Ông tuổi con rắn Đinh Tỵ. Vợ ông, bà Brigitte Macron, cũng... rắn. Bà sanh năm 1953, Quý Tỵ. Bà hơn ông đúng hai con giáp. Hai con rắn già trẻ quấn nhau tạo nên một chuyện tình không giống ai. Bà là cô giáo dạy văn của ông, đã có chồng và ba con trong khi ông còn là một anh học trò 16 tuổi vắt mũi chưa sạch. Nhưng anh học trò này thuộc loại rắn mắt số một. Năm 17 tuổi, anh đã nói với bà là dù thế nào cũng lấy bà. Và anh đã giữ lời hứa.

Đầu thập niên 1990, dân thành phố Amiens ở miền Bắc nước Pháp không ai không biết về mối tình chênh lệch này. Chuyện xảy ra tại ngôi trường tư La Providence Jésuite khi hai người soạn chung một vở kịch cho trường. Cậu học sinh búng ra sữa thường lui tới nhà cô giáo Brigitte Trogneux để bàn bạc chuyện kịch... cỡm. Thoạt đầu bà mẹ của cô giáo tưởng anh chàng này theo đuổi cháu gái của bà, con của cô giáo Brigitte. Nhưng anh học trò đẹp trai, học giỏi nhất lớp, biết diễn kịch, văn hay chữ tốt này lại trèo cao yêu ngay cô giáo. Chuyện tình không giống ai này làm mọi người hoảng hốt. Theo nhà báo Anne Fulda, tác giả cuốn tiểu sử *"Emmanuel Macron: Un Jeune Homme Si Parfait"* (Emmanuel Macron: Một Chàng Trai Quá Hoàn Hảo), thì gia đình chàng trai trẻ Macron đã bị sốc. Ông bố điện thoại ngày một với vị hiệu trưởng nhờ can thiệp. Bà mẹ sốt ruột hơn, đã nhiều lần tới gặp tận mặt bà Brigitte để xin buông tha cho cậu học trò. Bà tâm tình: "Chúng tôi không thể tin được chuyện này. Việc Emmanuel qua lại với Brigitte khiến chúng tôi không thể coi đó là một chuyện tuyệt vời được!". Còn ông chồng Auziere của cô giáo không để ý và nghi ngờ chi khi thấy cậu học trò đem hoa và rượu *champagne* tới vào mỗi chiều thứ sáu để bàn bạc chuyện kịch cọt với cô giáo. Ông nghĩ đó là chuyện bình thường. Nhưng khi chuyện vụng trộm của vợ bị hàng xóm biết và nói với ông, ông cũng bị sốc nặng. Ông cảm thấy xấu hổ với hàng xóm, bỏ công việc rất tốt ở ngân hàng, bỏ nhà ra đi, cắt đứt mọi liên lạc với vợ. Ông này thuộc loại quân tử tầu nên không thèm mang theo chi, để hết nhà cửa, của cải lại cho vợ con.

Sau khi học xong năm cuối tại trường La Providence Jésuite, cậu Macron bị gia đình gửi đi học tiếp tại Paris để chia uyên rẽ thúy cuộc tình ngang trái. Trước khi ra đi, cậu học trò nhóc này nói với cô giáo Brigitte một câu xanh rờn: "Chúng ta sẽ gặp lại nhau và *moi* sẽ cưới *toi*". Chính câu nói

Cô giáo Brigitte Trogneux và học sinh Emmanuel Macron tại trường trung học Providence.

định mệnh này đã làm bà Brigitte cảm động và quyết định duy trì mối tình khập khiễng.

Trong cuốn tiểu sử *"Brigitte Macron, l'Affranchie"* (Brigitte Macron, Người Phụ Nữ Được Giải Thoát) của Gael Tchakaloff, bà Brigitte đã thừa nhận cuộc tình là một vết thương mà bà không muốn nhắc tới vì có đầy rẫy những lời châm chọc và chỉ trích. Một người quen của bà cho biết khi đó bà đã mất hầu như tất cả bạn bè vì dấn thân vào mối tình ngang trái này. Bà còn giữ được niềm tin chỉ vì câu nói của người tình trẻ tuổi. Trong khi Emmanuel Macron theo học tiếp tại trường Henri IV ở Paris thì bà Brigitte cũng xin chuyển lên dậy tại trường Saint Louis de Gonzague ở Quận 16, Paris. Năm 2004, ông Macron tốt nghiệp trường École National d'Administration. Hai năm sau, năm 2006, bà Brigitte ly dị với chồng cũ. Chỉ một năm sau đó, năm

Hai nụ hôn của vợ chồng Tổng Thống Macron.

2007, hai người làm lễ thành hôn. Yêu nhau trong ngang trái, ông Macron là một người chung tình. Mẹ ông, bà Francoise Noguès, đã bảo đảm cho con trai. Bà nói: "Tình cảm mà Emmanuel dành cho Brigitte là đam mê tuyệt đối. Dù có Laetitia Casta khỏa thân trước mặt thì Emmanuel cũng vẫn giữ được sự chung thủy với người vợ hơn 24 tuổi của mình". Laetitia Casta là ai? Đó là cô siêu mẫu của Pháp đã được công nhận là "thiên thần" của công ty đồ lót phụ nữ Victoria Secret *"Victoria's Secret Angel"* từ năm 1998 đến năm 2000. Nghĩa là *sexy* lắm!

Sau khi tốt nghiệp, ông Macron làm thanh tra tài chánh trong bốn năm. Sau đó ông ra làm cho ngân hàng tư Rothschild. Ông quyết định làm chính trị vào năm 2006, xin gia nhập đảng Xã Hội. Ông rất hăng say hoạt động cho đảng. Năm 2012 ông nhậm chức Phó Tổng Thư Ký Phủ Tổng Thống. Hai năm sau, ông tham gia chính phủ trong chức vụ

Bộ Trưởng Kinh Tế. Năm 2016, ông tách ra thành lập đảng riêng để tranh cử Tổng Thống. Chỉ một năm sau, 2017, ông đắc cử Tổng Thống với nhiệm kỳ 5 năm. Năm nay ông tái đắc cử thêm nhiệm kỳ 5 năm nữa.

Hai người không có con chung nhưng ba cô con gái riêng của bà Đệ Nhất Phu Nhân Pháp đều tham gia vận động cho ông dượng trẻ tuổi. Người hăng say nhất trong cuộc vận động tái tranh cử năm nay của ông bố dượng 44 tuổi Macron là cô con gái đầu Tiphaine Auzière, 38 tuổi!

Trong chế độ dân chủ, Tổng Thống là... vua. Đứng chót vót trên cao. *Tonton* Macron vừa trẻ, vừa đẹp trai, gái trẻ đẹp thiếu chi nường muốn nâng khăn sửa túi, vậy mà vẫn chung tình với bà vợ già hơn hai con giáp. Thiệt đáng ngưỡng mộ. Nhớ tới vua, thời phong kiến xưa, cung tần mỹ nữ hàng ngàn, có ai đi trước ông Macron cũng cưới vợ già không? Hỏi chơi như vậy, nhưng khi nhìn vào sử Việt, An Nam ta cũng có khối vị vua ưa chơi trèo như vậy.

Xưa nhất có vua Đinh Tiên Hoàng, húy Đinh Bộ Lĩnh. Ông là vị vua đầu tiên của Đại Cồ Việt sau thời Bắc thuộc. Hầu như ai trong chúng ta cũng biết chuyện Đinh Bộ Lĩnh khi còn nhỏ đã dùng cỏ lau làm cờ chơi đánh trận cùng đám trẻ trong làng. Cho tới nay tôi vẫn còn nhớ bài hát "Bóng Cờ Lau" của nhạc sĩ Hoàng Quý mà chúng tôi căng miệng gào lên một cách ngạo nghễ.

Ngàn bông lau reo đưa
Theo chiều gió phất phới
Hay bóng cờ lau năm xưa còn đâu đây
Kìa bao tiếng trâu xa

Còn vọng trong khói mơ
Dè chừng như tiếng loa trong rừng cây.

Sau khi dẹp xong loạn thập nhị sứ quân, thống nhất sơn hà, Đinh Tiên Hoàng lên ngôi vào năm 968. Ông vua này đặt để được nhiều việc về chính trị, quân sự và kinh tế tài chánh, định hình cho một đất nước mới mẻ sau thời Bắc thuộc. Công lao này chúng ta không bàn tới ở đây mà chỉ nói về chuyện lấy vợ già của nhà vua. Ông đã lấy mẹ của Ngô Nhật Khánh, một trong 12 sứ quân và phong bà này làm hoàng hậu. Dã sử không ghi bà này tên chi, chỉ ghi là Ngô phu nhân. Dã sử cũng không ghi tuổi của nhà vua và Ngô phu nhân nhưng suy ra chúng ta có thể biết là bà phải hơn tuổi chồng.

Vua Lê Đại Hành, húy Lê Hoàn, nguyên là một tướng giỏi của Đinh Tiên Hoàng. Sau khi Đinh Tiên Hoàng mất, con là Đinh Toàn khi đó mới 6 tuổi lên nối ngôi. Mẹ của Đinh Toàn là Hoàng hậu Dương Vân Nga trở thành Hoàng thái hậu nhiếp chính. Chính bà đã phế truất Đinh Toàn và chọn tướng Lê Hoàn lên làm vua thay thế, mở đầu cho nhà Tiền Lê. Lê Đại Hành lấy tất cả 5 hoàng hậu của vua Đinh Tiên Hoàng trong đó có bà Dương Vân Nga.

Bà này một lần ở ngôi thái hậu, mẹ của vua, hai phùa làm hoàng hậu, vợ của vua. Vợ của Đinh Tiên Hoàng rồi của Lê Đại Hành. Chuyện hai lần làm hoàng hậu, một lần làm hoàng thái hậu của bà đã đi vào văn học nghệ thuật. Bà sanh vào khoảng năm 952, mất vào năm 1000, là một mỹ nhân tài sắc. Nhan sắc của bà được mô tả trong cuốn "Hoàn Vương Ca Tích" được tìm thấy tại tỉnh Hà Nam:

Bạch Tuyết trong "Thái hậu Dương Vân Nga". Hình: H.K

Môi son rừng rực, mặt hoa rờn rờn

Mắt kia sao mọc còn còn

Cổ kia đã trắng lại tròn hân hân

....

Đồi đông điểm ngọc, đồi tây mây vàng

Suối trong tựa ánh nguyệt tràn

Mây ngồi xổm, cá lượn đàn lên mây

Chim kề mỏ, bướm xỏ mày

Bao nhiêu suối chảy thành cây đàn cầm

Khán giả cải lương Sài Gòn chắc chưa quên vở "Thái

Hậu Dương Vân Nga" do đoàn Thanh Minh Thanh Nga trình diễn. Vai Thái Hậu Dương Vân Nga do cô đào tài sắc vẹn toàn Thanh Nga đảm nhiệm. Sau khi Thanh Nga bị ám sát chết bất ngờ, vai này được các cô đào Phượng Liên, Bạch Tuyết thay thế.

Qua triều nhà Trần. Năm 1225, Lý Huệ Tông truyền ngôi cho con gái mới 7 tuổi là Lý Chiêu Thánh, lấy vương hiệu là Lý Chiêu Hoàng. Thái sư Trần Thủ Độ thao túng triều đình ép nhà vua nhí này lấy cháu ông là Trần Cảnh. Sau đó ép Lý Chiêu Hoàng nhường ngôi cho chồng. Trần Cảnh lấy đế hiệu là Trần Thái Tông. Lý Chiêu Hoàng nhận danh hiệu Chiêu Thánh Hoàng Hậu. Năm 1237, thấy Chiêu Thánh Hoàng Hậu chưa có con, Trần Thủ Độ lại xếp đặt cho Trần Thái Tông lấy chị của hoàng hậu là Lý Thuận Thiên. Bà này khi đó đã có thai ba tháng với chồng là Trần Liễu, anh của Trần Thái Tông. Cuộc cướp vợ trắng trợn này khiến Trần Liễu dấy quân làm loạn ở sông Cái. Trần Thái Tông cũng xấu hổ nên bỏ lên núi Yên Tử. Trần Thủ Độ bắt vua trở về kinh và dẹp được loạn Trần Liễu. Đứa con trong bụng Lý Thuận Thiên khi sanh ra là Trần Quốc Khang không được lập làm thái tử. Ngôi vị này được phong cho đứa con chính thức sau này của Trần Thái Tông và Thuận Thiên là Trần Hoàng. Trần Hoàng được nối ngôi, vương hiệu là Trần Thánh Tông. Chuyện tráo trở trong cung của vua Trần Thái Tông do Trần Thủ Độ giật dây chưa hết. Ông còn gả vợ của mình là Chiêu Thánh cho vị tướng có công là Lê Phụ Trần!

Đời Hậu Lê, có vua Lê Thần Tông lên ngôi vào năm

1619 khi mới 12 tuổi. Ông có tất cả 5 bà vợ. Vợ chính là bà Trịnh Thị Ngọc Trúc, hơn ông 12 tuổi, là con gái của cậu ruột ông. Không những hơn chồng đúng một con giáp, bà Ngọc Trúc còn là bác dâu của vua vì người chồng trước của bà là Lê Trụ, bác họ của Lê Thần Tông và có với ông này 4 mặt con. Vợ chính già hơn 12 tuổi lại đã ấp lửa bốn lửa, nhưng chuyện hy hữu là ngoài bà vợ chính người Việt này, vua còn có bốn bà khác đều là người ngoại quốc trong đó có một bà đầm! Bà đầm này tên Orona, người Hòa Lan, là con gái của Phó Toàn Quyền Hòa Lan tại Đài Loan. Bà gặp vua

Tượng bà Hoàng Phi Orona, người Hòa Lan, vợ vua Lê Thần Tông, tại chùa Mật Sơn, Thanh Hóa.

Thần Tông vào năm 1630 khi theo cha sang Việt Nam. Ba bà vợ… ngoại kia gồm một bà người Trung Quốc, một bà người Chiêm Thành và một bà người Indonesia!

Từ chuyện *tonton* Pháp Macron có vợ già hơn 2 con giáp, tôi lan man sang chuyện các vua nước Việt chơi trèo lấy vợ già hoặc lấy người trong họ có vai vế cao hơn. Chuyện vua chúa tới đây đã tạm đủ, chúng ta nói chuyện dân. Dân nhưng cũng đình đám chẳng kém chi vua.

Nữ danh ca người Pháp Edith Piaf có hai đời chồng. Người chồng thứ hai là Théo Sarapo cưới vào năm 1962 khi bà 46 tuổi và Théo 26 tuổi. Hơn đứt hai chục niên!

Elizabeth Taylor nổi tiếng về tài diễn xuất và nổi tiếng luôn cả về đường chồng con. Bà kết hôn 8 lần với 7 người đàn ông. Một ông được bà âu yếm cho lên xe hoa hai lần. Đó là tài tử Richard Burton. Người chồng cuối cùng là Larry Fortensky, cưới năm 1991 khi bà 59 tuổi và Larry kém đúng hai chịch năm!

Danh ca Madonna có hai đời chồng. Người trước là Sean Penn, sống với nhau từ năm 1985 tới 1989 và có hai con. Người sau là đạo diễn Guy Ritchie, kết hôn vào năm 2000 khi Madonna 42 tuổi và Guy kém vợ đúng chục tuổi.

Nữ tài tử nổi tiếng Joan Collins có khá nhiều chồng. Năm trự tất cả. Trự thứ năm là Percy Gibson, kết hôn vào năm 2002 khi cô dâu 69 tuổi và chú rể mới 37 tuổi.

Demi Moore, ai cũng biết, có ba đời chồng. Người chồng thứ hai là tài tử Bruce Willis. Năm 2005, nàng lên xe hoa lần thứ ba với Aston Kutcher. Cô dâu 43 tuổi và chú rể 27 tuổi. Họ ly dị vào năm 2013.

Elizabeth Taylor và Larry Fortensky

Ashton Kutcher và Demi Moore

Ca sĩ Mariah Carey chắc nhiều người ái mộ. Cô có hai đời chồng. Chồng trước là Tommy Mottola, sống với nhau từ năm 1993 đến 1998. Năm 2008, Mariah lấy người chồng sau là Nick Cannon. Khi đó anh Nick mới 28 tuổi trong khi Mariah đã... tứ tuần đại khánh.

Năm 2013, minh tinh điện ảnh Tina Turner kết hôn với Erwin Bach sau 25 năm hẹn hò. Hẹn hò trong một thời gian dài tới một góc thế kỷ, khi kết hôn hai người đã via hết trơn. Nhưng nàng via hơn, 74 tuổi, trong khi chàng chỉ 58 cái xuân già.

Tại sao các anh chàng này lại thích lấy người ngang tuổi chị hoặc mẹ, câu hỏi được nhiều nhà khoa học nhìn vào. Chuyên gia tâm lý Sam Owen viết: "Đàn ông trẻ hiện nay có thể nhận thấy phụ nữ lớn tuổi đang phải gánh rất nhiều trọng trách như sự nghiệp, con cái, gia đình, vóc dáng, tài chánh, quan hệ xã hội…Và chính những điều này đã khiến họ trở thành một lựa chọn đầy hấp dẫn và an toàn". Hai tác giả Justin Lehmiller và Christopher Agnew của Đại học Purdue cho biết quý ông lấy vợ già hơn từ 10 tuổi trở lên tìm thấy ở bạn đời sự chín chắn, tự tin, phần các bà cảm thấy có một sức sống mới do những ông chồng trẻ mang lại. Một hành động cả hai bên đều có lợi! Tác giả Alfred Kinsey thuộc Viện Nghiên Cứu Tình Dục Đại học Indiana đã kết luận sau một cuộc nghiên cứu: *hormone* tình dục của đàn ông đạt đỉnh ở tuổi 18 trong khi *hormone* tình dục của phụ nữ đạt đỉnh ở tuổi 30. Vậy nên những cuộc hôn nhân chênh lệch tuổi tác này gia tăng cơ hội đạt được sự tương thích trong tình dục.

Các chuyên gia mổ xẻ đủ các khía cạnh về chuyện chồng

trẻ vợ già. Ông nào cũng đúng. Tôi nghĩ tôi cũng đúng khi cho rằng những ông này chẳng qua chỉ thiếu tình mẫu tử!

05/2022

NGOẠI TẬP

ÔNG VĂN NGHỆ

Nhà phê bình Nguyễn Hưng Quốc gọi ông là "Ông Bụt Sách". Tôi gọi ông Thành Tôn là "Ông Đạo Sách". Hai ông nhân tình của sách này bị cột chặt vào nhau từ kiếp nào không biết. Kiếp này họ bên cạnh nhau từ ngày còn ở trong nước tới khi ra hải ngoại. Chuyện dây dưa này tôi sẽ nói sau.

"Ông Văn Nghệ" tôi nói tới đây là Đại Đức Từ Mẫn hay ông Võ Thắng Tiết. Muốn gọi thế nào cũng được. Lần đầu gặp ông tại Quận Cam, tôi gọi ông bằng "thầy", ông nhỏ nhẹ vào tai tôi: "Đừng gọi tôi bằng thầy!".

Thực ra ông đã từng là thầy. Ông đi tu từ năm 13 tuổi. Khi đó ông đang theo học tại trường Thạnh Mỹ Lợi ở Giồng Ông Tố, Gia Định. Rồi trường bị Nhật bỏ bom tan nát. Ông phải nghỉ học đi chăn trâu. Một bữa ông đang ở ngoài đồng thì cha ông gọi về đưa lên chùa tu. Thế là ông đi tu tuy ông là con trai độc nhất trong gia đình có bốn chị em. Ba người kia đều là gái. Ông rất ham mê đọc sách tuy vẫn không trễ nải việc kinh kệ.

Cơ duyên với sách đến với ông vào đầu năm 1964. Năm đó, phu nhân bác sĩ Hiệu, một nữ Phật tử thuần thành, muốn cúng dường cho vài thầy ở Sài Gòn một số tiền. Số tiền này là tiền bà bán một căn *villa* khá lớn ở khu cư xá Lữ Gia, Sài Gòn, sau khi chồng mất, để qua định cư tại Mỹ với con trai. Con trai bà cũng là một bác sĩ tại Mỹ căn dặn bà không mang tiền bán nhà theo mà hiến tặng cho các cơ quan từ thiện. Số tiền bán được khá bộn. Bà tặng cho thầy Nhất Hạnh 35 ngàn, một số tiền được coi là rất lớn vào thời điểm đó. Thầy Nhất

Hạnh họp với một số thầy để bàn coi sẽ sử dụng số tiền này như thế nào. Họ quyết định lập một nhà xuất bản mang tên Lá Bối. Thầy Thanh Tuệ được chọn phụ trách nhà xuất bản này. Thầy Thanh Tuệ sống rất đơn giản. Thú vui của thầy là sách và giao du với giới văn nghệ sĩ. Nói tới thầy Thanh Tuệ, thầy Từ Mẫn cho biết : "Thầy là một tu sĩ nhưng cũng còn là một nghệ sĩ nữa". Thầy thân thiết với Bùi Giáng, Phạm Công Thiện và đam mê sách của nhà sách Xuân Thu. Nhà sách Xuân Thu trước đó mang tên Albert Portail, chuyên nhập cảng sách báo ngoại quốc. Thầy Thanh Tuệ mê sách tới độ mỗi khi nhìn thấy một cuốn sách ngoại quốc trình bày đẹp hay lạ mắt, in trên giấy tốt, là nhắm mắt mua dù giá cả ra sao. Thầy mang sách về săm soi một cách thích thú.

Sách của nhà Lá Bối bán rất chạy nhưng sau một năm tổng kết tình hình tài chánh, đã không có lời mà còn thua lỗ nợ nần. Thầy Nhất Hạnh quyết định giao nhà Lá Bối cho thầy Từ Mẫn. Thầy Thanh Tuệ sau đó đã lập một nhà xuất bản khác đặt tên là An Tiêm.

Hai nhà xuất bản "chùa" này được coi là đứng đắn, xuất bản được nhiều đầu sách giá trị gồm các tác phẩm của Nhất Hạnh, Bùi Giáng, Phạm Công Thiện, Nguyễn văn Xuân, Võ Hồng, Phùng Khánh, Hồ Hữu Tường, Dương Nghiễm Mậu và nhiều người khác.

Thầy Từ Mẫn cũng là một người của sách. Khi nhận điều khiển nhà xuất bản Lá Bối, thầy đã tìm in những cuốn sách giá trị. Như trường hợp in bản dịch cuốn *War and Peace* (Chiến Tranh và Hòa Bình) của Lev Tolstoy. Thầy muốn ông Nguyễn Hiến Lê dịch cuốn này. Khốn nỗi thầy không quen

Ông Võ Thắng Tiết.

biết chi ông Lê và cũng không muốn nhờ ai giới thiệu. Nhà thơ Du Tử Lê, trong bài "Thầy Từ Mẫn và Nhà Xuất Bản Lá Bối", kể lại: *"Một buổi sáng, ông tự tìm tới nhà riêng của họ Nguyễn ở đường Kỳ Đồng, Người bạn đời của dịch giả ra mở cửa hỏi ông là ai, cần gặp ông Lê có việc gì? Ông Lá Bối nói mang ít sách tặng ông Lê và nói chuyện về việc dịch bộ truyện "Chiến Tranh và Hòa Bình". Bà mời ông trở lại vào buổi sáng hôm sau. Đúng hẹn, ông trở lại. Lần này ông được họ Lê tiếp đón trong tinh thần tương kính giữa nhà xuất bản và dịch giả. Dù ông Nguyễn Hiến Lê nói rõ, để hoàn tất việc chuyển ngữ, ông cần ít nhất một năm rưỡi. Tuy nhiên thực tế, vẫn theo lời của thầy Từ Mẫn thì, chỉ sau một năm thôi, ông đã nhận được bản dịch bộ truyện "Chiến*

Tranh và Hòa Bình" của Lev Tolstoy. Phần thưởng lớn bất ngờ mà ông Lá Bối nhận được là chỉ một thời gian sau, bộ sách đã được tái bản".

Đây là duyên khởi để bắt đầu sự hợp tác lâu dài giữa hai người. Trong cuốn hồi ký của Nguyễn Hiến Lê, dịch giả đã viết về cuộc gặp gỡ này: *"Từ đó chúng tôi thân với nhau. Thầy nhỏ hơn tôi, vui vẻ, thành thực, làm việc cẩn thận, trọng chữ tín, có tư cách, kín đáo mà thân mật. Cả Giản Chi và tôi đều khen là đứng đắn nhất trong giới xuất bản. Tôi khởi công dịch "Chiến Tranh và Hòa Bình", dịch kỹ, non một năm rưỡi thì xong. Xoay được đủ vốn, nhà Lá Bối cho in ngay, đầu năm 1969 ra được cuốn I khoảng 750 trang, rồi ba tháng sau ra nốt ba cuốn sau, do hai nhà in sắp chữ. In 3000 (hay 5000 bản?), vốn khá nặng, mấy triệu đồng thời đó. Nhờ báo chí giới thiệu và khen, nhờ Lá Bối có sẵn một số độc giả đông, nhờ quảng cáo trên màn ảnh Sài Gòn, nên sách bán chạy. Ba năm sau tái bản, nhưng vừa in xong đủ bộ, gởi trong kho trường Thanh Niên Phụng Sự Xã Hội thì quân đội miền Bắc vào khám xét trường tịch thu hết. Thầy Từ Mẫn bị bắt giam để điều tra, hơn một tháng sau mới được thả... Trong số các nhà xuất bản, hợp tác với thầy tôi thích nhất và chỉ trong bốn, năm năm thầy in cho tôi được khoảng chục tác phẩm mà hai cuốn quan trọng nhất, không kể "Chiến Tranh và Hòa Bình" là "Chiến Quốc Sách" và "Sử Kí của Tư Mã Thiên", cả hai đều bán chạy, tái bản trong một, hai năm. Giản Chi và tôi ở trong số những nhà văn có nhiều tác phẩm nhất trong tủ sách Lá Bối, sau Nhất Hạnh. Như có duyên tiền kiếp. Gần cuối 1979, thầy Từ Mẫn vượt biên chui, tới Thái Lan gởi thư về thăm Giản Chi và tôi. Tháng 7/1980 thầy qua Mỹ".*

Sách miền Nam thuở đó bán chạy nhất không phải là ở Sài Gòn mà ở các tỉnh miền Trung. Thành Tôn là người nhận phát hành sách không công cho hai nhà Lá Bối và An Tiêm ở miền đất khô cằn nhất nước. Anh nói với tôi là hồi đó anh nhận sách hàng ngày. Sau khi anh nhập ngũ, bà xã anh tiếp tục công việc, cũng không công. Để hình dung rõ miền Trung tiêu thụ sách "kinh khủng" đến thế nào, anh cho biết cuốn "Nhan Sắc" của Dương Nghiễm Mậu do nhà An Tiêm xuất bản đã bán trên ngàn cuốn! Hệ lụy của anh với thầy Từ Mẫn còn tiếp tục dài dài khi thầy Từ Mẫn vượt biên, mở nhà xuất bản và nhà sách Văn Nghệ ở Cali.

Thực ra thầy Từ Mẫn vượt biên tới 8 lần mới thành công. Tới Mỹ, thầy hoàn tục. Đây là một quyết định đau lòng khiến thầy thấm thía lẽ vô thường của cuộc sống. Thoạt đầu ông Võ Thắng Tiết định cư ở thành phố Los Angeles và được trợ cấp để theo học Anh ngữ trong 18 tháng. Tuy nhiên ông sớm bỏ học vì học đâu quên đó. Một người bạn của ông cùng ở trại tị nạn trước đây viết thư rủ ông về Seattle, tiểu bang Washington, và sẽ lo chuyện ăn ở cho ông. Ông liền khăn gói qua và nhận thấy nơi đây có thể theo tàu đi đánh cá ở Alaska với số lương khá lớn. Tháng 3/1984, một công ty chuyên đánh tôm cá tới Seattle tuyển người làm, ông dự phỏng vấn và được nhận. Ông sống trên tàu được gần một năm thì xin nghỉ. Hồi đó, tiểu bang Alaska cần người tới làm việc nên cuối năm họ tặng một số tiền thưởng là một ngàn đồng. Ông trở về đất liền với số tiền để dành được là 8.500

Ông Võ Thắng Tiết tại tiệm sách Văn Nghệ.

đô giặt túi. Trong một dịp về chơi Cali, ông gặp nhà văn Võ Phiến. Ông này khuyến khích ông trở lại nghiệp xuất bản. Hai ông Nguyễn Mộng Giác và Lê Tất Điều phụ họa theo. Vậy là nhà xuất bản Văn Nghệ ra đời với số vốn teo tắt kiếm được từ miền băng giá Alaska. Ông *share* phòng với nhà văn Nguyễn Mộng Giác, tiếp tay đóng gói, gửi bưu điện, phát hành tờ Văn Học.

Ông không giữ lại tên Lá Bối vì cái tên này, theo ông, sau cuộc đổi đời tại miền Nam đất Việt, đã không còn thích hợp với tình cảnh lưu vong của người Việt tại hải ngoại. Ông đã chôn dưới biển sâu pháp danh Từ Mẫn thì cái tên Lá Bối cũng không nên tồn tại. Ông bắt đầu một giai đoạn mới trong đời ông. Ông bộc bạch: "Tôi nghĩ ở hoàn cảnh mới, giai đoạn mới, nên chọn một cái tên mới thì thích hợp hơn". Cái tên mới của nhà xuất bản trích ra từ tên tạp chí "Văn Học

Nghệ Thuật" của hai ông Võ Phiến và Lê Tất Điều. Tờ báo này, khi trao lại cho nhà văn Nguyễn Mộng Giác quản trị, đã đổi tên thành "Văn Học".

Khi ông Võ thành lập nhà xuất bản Văn Nghệ thì ông Thành Tôn nhất định phải tiếp tay. Ông "Bụt Sách" đã tái xuất giang hồ thì ông "Đạo Sách" làm sao mà ngồi yên được. Thành Tôn, ngoài giờ đi làm kiếm cơm, đã lăn lộn giúp ông Võ Thắng Tiết không quản công lao. Mỗi lần tôi qua chơi Cali, leo lên xe ông Thành Tôn, thế nào cũng có màn ghé tiệm sách Văn Nghệ. Ông Thành Tôn kết với nhà sách như thế nào thì tôi cũng la cà trong tiệm chẳng kể giờ giấc. Hai ông bị sách hớp hồn coi sách như những vật trân quý nhất trên đời. Trân quý nhưng không giữ riệt. Khi chở sách trên xe, dừng xe nơi nào, ông Võ cũng không khóa cửa xe. Ông không sợ bị trộm sách. Nếu may gặp tên trộm sách phải mừng vì người đó còn quý sách! Quý sách là đức tính số một của ông Văn Nghệ. Sau này, khi ông đã gác bỏ nhà xuất bản, ngụ tại một phòng trong nhà Nguyễn Mộng Giác, tôi thường hay gặp ông. Biết ông mê sách, mỗi khi xuất bản cuốn nào, tôi đều nhờ Thành Tôn mang hai cuốn tới tặng Giác và ông. Một lần ông nói riêng với tôi: "Anh gửi một cuốn là được. Tôi đọc chung với anh chị Giác. Cuốn kia anh tặng cho ai biết quý sách. Hai cuốn uổng quá!".

Nhà xuất bản Văn Nghệ mở hàng in cuốn hồi ký "Đời Viết Văn Của Tôi" của Nguyễn Hiến Lê. Chắc để ghi lại mối duyên văn nghệ giữa hai người nay đã hai phương cách biệt. Cuốn này đã phải tái bản vì bán rất chạy. Nhưng cuốn hồi ký bán chạy kỷ lục là cuốn "Đêm Giữa Ban Ngày" của Vũ Thư

Hiên được in vào năm 1997. Sách bán chạy tới ngỡ ngàng. Chỉ 15 ngày sau khi phát hành đã phải tái bản! Ông Võ cho biết: "Nó như một phép lạ, chưa từng xảy ra ở hải ngoại cũng như ở trong nước trước đây".

Làm xuất bản là ngồi chờ sách tìm tới mình. Nhưng hiếm hoi cũng có trường hợp nhà xuất bản đi tìm sách. Ông Võ là một người ham đọc và biết thẩm định giá trị của sách. Khoảng đầu thập niên 2000, ông tình cờ đọc được một số báo xuất bản tại Canada trong đó có bản dịch từng kỳ cuốn "Tự Do Trong Lưu Đầy" của Đức Đạt Lai Lạt Ma. Ông không biết dịch giả là ai nhưng càng đọc càng thấy thích. Ông nhất định phải tìm ra dịch giả để in cuốn này. Ông liên lạc với nhà báo. Thì ra đó là bà Chân Huyền, bút danh của dược sĩ Hà Dương Thị Quyên lúc đó đang ở Montreal. Thiệt tức cười. Người tìm được chẳng xa lạ chi với ông. Bà là phu nhân của nhà thơ Đỗ Quý Toàn. Ông quen thân với cả hai vợ chồng từ ngày còn ở Việt Nam!

Một nhà xuất bản cẩn trọng thì phải đọc nội dung sách trước khi quyết định in. Nhà xuất bản Văn Nghệ có sự cẩn trọng đó. Sách của Văn Nghệ thường là sách chọn lọc. Mà chọn lọc kỹ. Có độc giả đặt mua trước tất cả các sách sẽ xuất bản, không cần biết sách loại chi, tác giả nào, cứ do Văn Nghệ in là được vì tin vào sự đứng đắn của nhà xuất bản. Nếu tính chuyện thương mại, xuất bản sách theo thị hiếu độc giả thì lời lãi nhất định phải hơn. Nhưng nếu nhà xuất bản chỉ lựa in những cuốn sách kén người đọc, chuyện đứng vững được không dễ dàng. Nói về chuyện "chịu chơi" của ông Võ, nhà phê bình Nguyễn Hưng Quốc nhắc lại một chuyện. *"Trong số các kỷ niệm tôi có với ông Võ Thắng Tiết, chuyện này làm tôi cảm động hơn cả. Khoảng năm 2001, tôi điện thoại đề nghị ông in cuốn "Văn Học Hiện Đại và Hậu Hiện Đại Qua Thực Tiễn Sáng Tác và Góc Nhìn Lý Thuyết" của Hoàng Ngọc Tuấn. Ông đồng ý ngay tức khắc. Ông cho biết ông đã đọc Hoàng Ngọc Tuấn và rất thích các bài viết của Tuấn. Tôi cẩn thận, nhắc ông hai điều. Thứ nhất cuốn sách của Hoàng Ngọc Tuấn khá dày, hơn 600 trang, lại bàn về nhiều chuyện lý thuyết với văn phong mang tính hàn lâm nên không dễ đọc; và thứ hai, thị trường sách báo bằng tiếng Việt ở hải ngoại đã bắt đầu đi xuống. Tôi cũng nhấn mạnh: in một cuốn sách như vậy có thể sẽ lỗ. Nghe xong, ông cười hề hề, rất thoải mái: "Lỗ thì lỗ, nhưng in được một cuốn sách hay như thế thì vui rồi, lo gì!". Thế là ông in thật. Đó là một trong những cuốn sách cuối cùng của nhà Văn Nghệ. Sau này, đọc báo, nghe nói ông đóng cửa nhà xuất bản Văn Nghệ, tôi thấy buồn hiu hắt. Đang lúc buồn, tôi lại chợt nhớ tới tiếng cười của ông, tiếng cười hề hề nhỏ nhẹ hiền lành và hồn nhiên vô cùng. Tôi muốn gọi đó là tiếng cười của Ông Bụt Sách"*.

Nhà Văn Nghệ phải thúc thủ vào năm 2003. Cuốn sách in cuối cùng là cuốn "Sử Trung Quốc" của Nguyễn Hiến Lê. Khởi đầu bằng sách của ông Nguyễn, kết thúc cũng bằng sách của ông Nguyễn. Một chu kỳ tròn trĩnh.

Sau đúng chục năm trông coi nhà Lá Bối, ông in được 120 nhan sách. Tháng 7 năm 1975, nhà cầm quyền cộng sản giam giữ ông. Kho sách tại Tân Phú bị tịch thu, xe chở đi suốt hai ngày mới hết sách. Số sách này trị giá 60 triệu đồng tiền Việt Nam Cộng Hòa hồi đó.

Sau cũng đúng chục năm vùng vẫy nơi xứ người, ông xuất bản được 250 tựa sách, nhà xuất bản Văn Nghệ đã phải dừng bước. Ông chia tay với sách một cách tức tưởi. Thuê một chiếc xe bảy chỗ, chạy nhiều chuyến, ông kìn kịt chở những đứa con rứt ruột đi bán ve chai. Ông bình thản cho biết: "Mỗi xe sách cũ như vậy, họ trả tôi hai chục, tính ra khoảng 5 xu cho mỗi cuốn sách".

Nhà thơ Du Tử Lê vớt vát cho sự kiện đau lòng này: "Tôi tin, rồi đây, các thế hệ sau tôi, sẽ có thêm rất nhiều người đem lòng biết ơn sự cống hiến quý báu, một đời của ông Từ Mẫn / Võ Thắng Tiết cho văn học. Tôi muốn nói, dù với tên gọi nào, Võ Thắng Tiết hay Từ Mẫn, thì tên tuổi ông cũng đã thuộc về phía rực rỡ nhất trong lãnh vực xuất bản sách của Việt Nam, nói chung".

Tôi trộm nghĩ: thấm nhuần lẽ vô thường của đạo, có lẽ ông Võ Thắng Tiết chẳng màng tới chuyện đóng mở một nhà xuất bản. Chuyện như vậy, chuyện phải vậy, lẽ thường. Lần gần nhất tôi gặp ông, dịp Tết năm 2019, tại nhà sách Tự Lực. Anh Đồng của nhà Tự Lực rất chịu chơi. Tết năm nào anh cũng mời bạn bè thân quen tới ăn Tết để nghe tiếng pháo mừng xuân của nhà sách. Từng cối pháo tròn như bánh xe hơi được tuôn ra kín cả khu đậu xe trước cửa. Tiếng pháo giòn giã tới gần nửa tiếng. Ông Võ đứng cạnh tôi và Thành Tôn, nói nhỏ: "Chắc hắn đốt hết tiền bán sách cả năm!". Giọng ông bình thản. Nhớ chuyện nhà phê bình Nguyễn Hưng Quốc nói tới tiếng cười hề hề của ông Bụt Sách, tôi nghĩ, với ông Võ, chắc chẳng có chi quan trọng trong cõi ta

Từ trái: Anh Đồng (Chủ nhân nhà sách Tự Lực), nhà thơ Thành Tôn, ông Võ Thắng Tiết, Song Thao.

bà này. Nguyễn Hưng Quốc gọi ông là Bụt Sách, tôi lại thích gọi ông là "Ông Văn Nghệ". Có lẽ hợp với cái hể hả của ông hơn!

04/2022

ĐỌC "BỐN BIỂN LÀ NHÀ" CỦA NGUYỄN LÊ HỒNG HƯNG.

"Tứ hải giai huynh đệ" là câu nói hào sảng pha chút giang hồ mà chúng ta thường dùng. "Bốn Biển Là Nhà" cũng y như vậy. Người có thể hãnh diện nói câu đó không ai hơn nhà văn Nguyễn Lê Hồng Hưng. Tôi chú ý tới cái tên tương đối còn mới mẻ này trên tờ Thế Kỷ 21 thuở còn ra báo giấy. Chủ bút cuối cùng của Thế Kỷ 21 trước khi đình bản là nhà văn Phạm Phú Minh. Có lẽ ông là người đã khám phá ra Nguyễn Lê Hồng Hưng từ những ngày xa xôi đó. Sau này, khi hết duyên với báo giấy, ông tiếp tục báo mạng Diễn Đàn Thế Kỷ, truyện của Nguyễn Lê Hồng Hưng vẫn xuất hiện đều đều.

Nguyễn Lê Hồng Hưng là người miệt mài đi biển. Tôi đồ chừng anh đã đi tới hơn bốn biển trong suốt bốn chục năm rong ruổi trên các tàu chở hàng viễn dương của Hòa Lan. Thực ra anh đã xuôi theo các biển Tây Âu – Bắc Á, từ Đại Tây Dương qua Bắc Hải và biển Baltic, sang tới tận phía Nam của Bắc Băng Dương. Thế giới của anh xa lạ với thế giới của chúng ta. Chúng ta đã có nhiều nhà văn, nhà thơ nói tới những sinh hoạt trên những chiến hạm. Họ mặc đồng phục, tuân hành một thứ kỷ luật khắt khe và là những người lính có cùng chung một tổ quốc. Những cái chung đó khiến chúng ta có thể mường tượng đời sống trên chiến hạm như sinh hoạt trong một trại lính.

Đời sống trên một tàu chở hàng viễn dương rất khác. Hỗn tạp và phức tạp hơn nhiều. Theo như tôi được biết, chúng ta

NGUYỄN LÊ HỒNG HƯNG
Bốn Biển
Là Nhà
CÁI ĐÌNH

chưa có nhà văn nào sống và viết về sinh hoạt chộn rộn trên những con tàu êm ả lướt sóng này. Không có những bộ đồng phục ka-ki, không có những quy định nhà binh khe khắt, không có chung một quốc tịch, họ tạo thành một cuộc sống riêng chỉ những người trong cuộc mới rõ. Nguyễn Lê Hồng Hưng là một người trong cuộc. Trên một tàu chở hàng viễn dương, nhân viên được chia thành hai loại: thủy thủ và cấp điều hành gọi là *officer*. Nhà văn Nguyễn Lê Hồng Hưng là *chef cook*, thuộc loại ăn trên ngồi trốc. Nhưng khác với cấp thuyền trưởng, thuyền phó, bếp trưởng Hưng tiếp xúc hàng ngày với mọi người trên tàu. Ai cũng có cái dạ dầy và cần phải được làm đầy hàng ngày. *Chef cook* Hưng nắm dạ dầy của mọi người trên tàu, không phân biệt…giai cấp. Và, may mắn thay, đứa con của biển Cà Mau là người không phân biệt giai cấp. Anh chơi với tất cả mọi người. Cuộc sống và con người trên những hải đảo trôi được anh vẽ lại một cách trung thực trong các truyện của anh bằng một giọng văn giản dị nhưng khá dí dỏm, sâu sắc.

Trong một cuộc điện thoại viễn liên, anh cho tôi biết: trung thực là tiêu chí viết của anh. Đọc 17 truyện ngắn trong cuốn "Bốn Biển Là Nhà", tôi thấy rõ giọng văn thiệt thà, hầu như không một chút hư cấu. Trong bốn chục năm hải hành, những tiếp xúc, va chạm với nhiều quốc tịch khác nhau trên tầu là những kinh nghiệm lý thú mà chúng ta ít khi biết tới.

Thủy thủ phần lớn là người Indonesia. Họ là hạng thấp cổ bé miệng nhất trên tầu. Nhưng họ là những bầu bí hay kèn cựa nhau. Ma cũ bắt nạt ma mới. Với tấm lòng nhân ái của một người sống với biển, từ những ngày thơ ấu quanh biển ở miệt cùng đất nước tới những năm lênh đênh trên sóng nước đại dương, tôi nghĩ anh đã học được bài học bao dung của biển cả. Anh nhìn thấy ngay mối tình đồng hương lỏng lẻo của những thủy thủ này. *"Trước kia tôi còn thấy tội nghiệp những người mới xuống bị mấy người làm lâu năm ăn hiếp, nên tôi thường tìm cách giúp đỡ và bênh vực, nhưng lâu dần tôi khám phá ra thủy thủ người In-Đô phần đông mới xuống làm thì hiền như cục bột, nhưng khi quen nước quen cái rồi thì lên mặt hống hách, hà hiếp đồng hương và hay thường xuyên nói dối. Những chuyện tương tợ cứ lập đi lập lại hoài riết rồi nhàm, làm cho tôi xem thường"*. (Sáng Nắng Chiều Mưa).

Sống trong con tầu ngổn ngang nhiều quốc tịch, mỗi người như đại diện cho đất nước của mình. Màu sắc của cuốn *passport* đậm nhạt khác nhau, nhưng màu da dễ nhìn thấy hơn. Tuy thuộc hàng chức sắc trên tàu, màu da vàng của tác giả đập vào mắt người khác trước hết dù anh mang *passport* Hòa Lan. Anh thân cận với đám thủy thủ hơn dân da trắng.

Da trắng có người Ukraine. Phần đông họ sống rất kỷ luật, ăn uống xong dọn dẹp đàng hoàng. Công dân của anh hàng xóm to xác là người Nga, trái lại, ít được các sắc dân khác ưa. Bốn biển là nhà nhưng là một cái nhà nhiều dòng con. Có đứa này đứa nọ. Chuyện kênh nhau là chuyện dĩ nhiên. Dưới con mắt của một nhà văn, những khác biệt này như những nguyên liệu ròng được anh đưa vào truyện một cách thông minh.

Bếp trong một gia đình đã nhức đầu nhức óc vì khẩu vị

Nhà văn Nguyễn Lê Hồng Hưng.

của mỗi người, bếp trên tầu đúng là làm dâu trăm họ. Dân tứ xứ, trăm người trăm cái miệng nhóp nhép khác nhau, biết theo ai bỏ ai. Vậy nên cứ ngoan ngoãn bếp cho chi ăn nấy. Thủy thủ thì chẳng dám đòi hỏi chi, chỉ những chức sắc như truyền trưởng, thuyền phó, sếp thợ máy mới nhì nhằng nhiều chuyện. Nhiều chuyện với bếp chỉ tổ thiệt cái thân. Một anh sếp thợ máy người Hòa Lan cậy thế đòi hỏi, chê lên chê xuống thức ăn của nhà bếp. Hoặc quá quắt hơn, dở giọng du côn mắng chửi bếp. *"Gặp những đầu bếp có lương tâm chỉ phàn nàn đôi chút rồi thôi, chớ còn gặp những đầu bếp tâm tánh không bình thường mà chọc giận thì bếp sẽ trút cơn giận bằng cách trộn đồ dơ vô thức ăn rồi dọn cho ăn. Có một đầu bếp mà trong công ty ai cũng khen ông có bàn tay vàng vì ông pha chế thức ăn rất ngon. Trước mặt đám officer lúc nào ông cũng vui vẻ, thưa thưa dạ dạ. Nhưng người nào xúc phạm tới ông thì trước sau gì cũng bị ông cho ăn đồ bậy bạ. Tánh tình ông rất trào phúng, mỗi khi lên hội quán ông hãnh diện kể lại cho đồng hương của ông chuyện ông cho những thằng officer nào hống hách ăn những món cực kỳ dơ dáy do ông tự nghĩ ra. Hôm cuối năm, trong lúc ông bận rộn lo cho bữa tiệc, tên thợ máy vô bếp đòi này đòi nọ và nặng lời với ông làm ông tức giận, ông bèn lấy tinh trùng của ông trộn vào sốt whiskey dọn ra trong bữa tiệc Giáng Sinh. Những đầu bếp khác khi bực mình chỉ nghĩ ra những cách thông thường hạ cấp như khạc nhổ vào thức ăn dọn ra cho ăn hoặc múc nước trong bồn cầu pha cà phê, pha trà đem ra cho uống. Còn ông thì cao cấp hơn, pha chế chỉ có món sốt whiskey mà tốn hao bao nhiêu năng lượng. Nhìn mái tóc bạc phơ, thân thể ốm nhom ốm nhách, tôi đâm nghi ngờ cho cái tâm thần và ái ngại cho cái sức khỏe của ông, bảy tám tháng trời xa nhà, xa vợ, hễ mỗi lần tức giận là mỗi lần ông trút hết năng lượng vô món ăn để phục vụ cho người khác, cứ như *vậy tiếp tục cho tới ngày về thì còn sức lực đâu nữa để phục vụ cho bà nhà".* (Bốn Biển Là Nhà).

Bữa tiệc ngày lễ cuối năm là ngày trổ tài của bếp. Bếp Nguyễn Lê Hồng Hưng luôn có lòng với đất nước nên, Giáng Sinh năm đó, bếp đãi món Việt Nam để giới thiệu với năm châu bốn biển đặc sản quê nhà. Dĩ nhiên theo truyền thống thì phải có chú gà tây. Nhưng bên cạnh chú gà tây là chả giò, gỏi cuốn, tôm chiên bột sốt chua ngọt và một nồi phở hai chục lít. Xong bữa tiệc, mọi thứ sạch bách trừ con gà tây truyền thống. Chú gà bị thất sủng hoàn toàn. Đã không được chiếu cố vào đêm Giáng sinh mà cũng chẳng ma nào rớ tới trong mấy ngày sau đó. Cuối cùng anh bếp Việt Nam phải mang ra cho mấy người bốc vác dưới bến cảng.

Trong thâm tâm tôi nghĩ trên tầu chỉ toàn đàn ông. Có bóng hồng hiện diện chắc loạn. Nhưng tôi bé cái lầm. Trên tầu chở hàng viễn dương có các nường làm việc. Khi có hai giống đối lập nhưng lại cần thân thiết với nhau sẽ có nhiều rắc rối. Cái nhạy bén của một nhà văn đã khiến những dòng chữ mô tả sự đối lập dịu hiền này sinh động hẳn lên. Nhất là số lượng của hai bên quá chông chênh. Phe đực át phe cái. *"Trên tàu có hai cô gái, cô phụ máy tay chưn gân guốc, thân hình đồ sộ như trâu nước. Tánh tình của cô rất vui vẻ, nhưng hay bày trò trêu chọc cánh đàn ông. Cô phụ thuyền phó gầy gộc như cây khô, hỏng biết ngực có độn gì không mà lúc nào cũng vun tròn như hai trái bưởi; má hóp, mỏ nhọn và hàm răng trên hay đưa ra ngoài, được cái là cô sống rất kỷ luật, không ăn tạp như cô phụ máy, cô giải khát bằng bia và thỉnh thoảng thay bữa ăn bằng rượu, mặt mày lúc nào cũng lầm lì, hiếm hoi lắm mới thấy cô ta cười một nụ héo queo còn thua hoa tulip cuối mùa xuân"*. (Duyên Dáng Biển Khơi).

Hai bông hoa *tulip* cuối mùa, tuy là công trình kém chất lượng của con tạo, cũng đủ khuấy rộn đời sống của những nam nhân trên tàu. Anh thủy thủ Tây Ban Nha thường ngày dơ dáy, râu ria lồm xồm, mỗi bữa ăn tới năm bảy tép tỏi sống, chẳng bao giờ biết đọc báo, nay bỗng sạch sẽ, râu tóc mượt mà, sực nức mùi dầu thơm và thuốc cà nách, biết cầm tờ báo mỗi khi có một trong hai nàng lướt qua cửa và bỏ hẳn thói quen ăn tỏi sống. Anh thủy thủ Tây Ban Nha này không phải là người duy nhất bị bóng hồng bắt hồn vía. Ông thuyền phó hay láng cháng tới gần phòng giặt khi Maria ôm giỏ đồ dơ vào giặt. Ông có tính ăn cắp đồ lót của hai cô gái. Maria biết tỏng, chìa giỏ đồ chưa giặt ra chọc quê: "Mầy cần cái nào thì cứ lấy, tao cho!". Ông thợ máy già, như tiếc của trời, khi thấy con nhỏ nói chuyện với ai thì ghen tức, sai nó làm việc này việc kia. Ngay con người nghiêm chỉnh như tác giả cũng tự thú trước bình minh: *"Mấy ngày đầu xuống tầu, sáng nào cũng vậy, điểm tâm xong, trước khi làm việc nó vô phòng bếp chào tôi và nói ba điều bốn chuyện rồi mới chịu đi. Một hôm tôi thấy bên mép miệng nó có dính một bệt kem đánh răng, tôi lấy giấy chùi cho nó. Từ đó về sau, mỗi buổi sáng bên mép miệng của nó hổng dính kem cũng dính mứt. Tôi lưu ý nó thì nó chu mỏ ra nhờ tôi chùi giùm. Tôi ngờ con nhỏ có tình ý gì nên trong lòng tôi rạo rực, nhứt là lúc hừng đông tôi thường hay tơ tưởng tới nó. Cho tới một sáng kia, tôi chùi miệng cho nó xong, nó kề sát mặt vô tai tôi và kêu tôi ngó ra phía sau. Tôi ngoái lại thấy bên ngoài cửa kiếng ba bốn cái đầu của thủy thủ lấp ló dòm vô, trong đó có cái đầu sói rọi của gã Tây Ban Nha nữa. Chúng tôi phá lên cười. Cười người xong tôi mới giật mình, cũng may mà khám phá kịp thời, từ đó tôi bỏ tánh suy tư bậy bạ, nếu không thì tôi cũng bị con nhỏ gài bẫy làm trò cho nó cười như mấy tên lấp ló ngoài kia".* (Duyên Dáng Biển Khơi).

Thủy thủ lên bờ thì những vụ mặn mà còn nhiều muối hơn nữa. Trăm ông thì đủ trăm trự nhậu nhẹt gái gú tại các hội quán. Chuyện chuốc rượu hoặc ăn sương của các cô gái tại những bến cảng, nơi có các thủy thủ lâu ngày sống cu ki dưới tàu thèm hơi đàn bà, là chuyện thường ngày ở… bến. Với lối viết tỉnh táo đượm chút khôi hài, với văn phong trơn tuột của dân miền Nam, tác giả mô tả một hoạt cảnh trong hội quán của thủy thủ: *"Có hai người đàn ông bao hai cô gái, bày tiệc bàn phía sau góc quán. Trong ánh sáng lờ mờ, mỗi anh ôm chặt một cô, tay thọt vô váy mò mẫm và cũng chính bàn tay đó khi cần rút ra bưng bia uống và bốc đậu phộng rang muối bỏ vô miệng nhai ngon lành, sau đó thọt tay dính đầy muối trở lại chỗ cũ. Hai cô gái cứ thản nhiên ngồi xuôi chưn, dạng háng uống champagne, miệng phì phà thuốc lá. Trò chơi cứ tiếp tục tới giao thừa thì phần giữa háng của hai cô gái chắc cũng vừa đủ mặn".* (Giao Thừa Xa Quê).

Một đêm giao thừa lạnh lẽo, tại Saint Petersburg bên Nga, hai người Việt tình cờ gặp nhau. Một từ trên tàu xuống, một là gái tại hội quán. Thường thì khi gặp khách Việt, các cô thường lảng tránh. Cô gái hậm hực: *"Mấy người đi chơi bời mà làm như con nhà tử tế lắm, lên giọng thầy đời dạy dỗ, khuyên nhủ em đủ điều, họ bươi móc chuyện riêng tư, soi rọi từ lông tơ kẽ tóc, nói chuyện với họ em nghe như bị mắng vô mặt. Em bán ba mà họ làm như em bán cả bốn ngàn năm văn hiến của họ vậy".*

Nhưng đó là một đêm cuối năm, đèn đuốc sáng trưng, nhộn nhịp không khí lễ hội, hai người xa quê như hai linh hồn lạc lõng. Họ dựa vào nhau, san sẻ với nhau chút tình quê. *"Anh nhìn người con gái, đôi mắt lơ là, vầng trán vài nét nhăn, đôi môi son mỏng, trông cô có vẻ mệt mỏi nhưng nét đẹp của một thời vẫn còn phảng phất trên gương mặt dạn dày gió sương. "Khuya rồi, uống hết rượu mình chia tay". Cô gái giật mình bấu cánh tay anh. "Anh không về với em sao?". "Tôi sống trên biển quanh năm, khi gần đàn bà những dồn nén trong người lâu ngày nó cứ chực trào ra". Cô gái nghiêng đầu tựa vai anh. "Thì anh cứ trút hết sự dồn nén của anh qua em". "Để làm gì?". "Hy vọng có một đứa con cuộc sống em sẽ thay đổi".* (Giao Thừa Xa Quê). Nhưng người thủy thủ vẫn tiếp nối bước chân lang bạt, không dừng lại được, dù chỉ một đêm.

Ngoài cuốn "Bốn Biển Là Nhà" gồm 19 truyện ngắn tôi có trên tay, Nguyễn Lê Hồng Hưng đã cho in hai cuốn trước đây: cuốn "Dòng Sông Sữa Mẹ" vào năm 1994 và cuốn "Những Mảnh Đời Trôi" vào năm 2003. Hai cái tựa sách đủ nói lên tấm lòng vời vợi với quê hương của anh. Quê nhà Cà Mau của anh dựa vào biển. Cũng nước, cũng sóng, cũng mặn vị biển nhưng biển quê vẫn có chi khác với biển mà anh đã sống cùng trong bốn chục năm qua.

Một sáng sớm, trên con tàu vượt Đại Tây Dương, nhìn qua khung cửa kiếng, tác giả mường tượng như thấy biển quê. *"Trời vừa sáng trắng thì mây đen lại kéo về chuẩn bị cho cơn mưa, thời tiết thay đổi thất thường làm tôi tưởng nhớ tới quê hương, lạ thật, lâu lắm rồi tôi mới có cảm giác nhớ quê. Quê hương tôi hướng mặt ra biển, thường vào những buổi chiều đẹp, phía trời Tây nhuộm đỏ một màu, đây là lần đầu tiên trong đời tôi thấy ráng đỏ lúc bình minh và trời chuyển cơn mưa sáng gợi cho tôi nhớ lại đầu mùa gió nám và cũng là mùa tôm bạc rại. Nỗi nhớ nhung chỉ thoáng qua tâm trí nhưng nó đã khiến lòng tôi xôn xao và lưu luyến buổi sáng tuyệt vời"*. (Vượt Đại Tây Dương).

Dù có "bốn biển là nhà" nhưng chỉ có một góc biển nho nhỏ nơi cực Nam đất Việt mới đích thực là nhà!

02/2022

ĐỌC "THÀNH TÔN, MỘT ĐỜI THẮP TÌNH"

Trong bài tựa của cuốn sách dày 510 trang này, anh Phạm Phú Minh đã nhận xét Thành Tôn là một người hiền. Trong bài "Thành Tôn, Người Tình Thủy Chung Với Chữ Nghĩa" có trong cuốn sách, Khánh Trường mở đầu: *"Anh hiền. Đó là ấn tượng đầu tiên khi mới gặp Thành Tôn. Anh hiền thật, có vẻ hơi... quê nữa"*. Nhà nghiên cứu Trần Huy Bích trong bài "Anh Thành Tôn" nhận thấy Thành Tôn có một trái tim bồ tát! Nhà thơ Trần Yên Hòa nhắc lại một câu nói của anh Thành Tôn: "Chơi với bạn, mình chỉ nhìn vào cái tốt của bạn để kết thân".

Nhà thơ Phan Xuân Sinh kể lại một chuyện xưa, khi Thành Tôn làm Bí Thư cho Đại Tá Hoàng Đình Thọ, Tiểu Khu Trưởng Quảng Tín. Khi nhà thơ Hạ Đình Thao ra trường Thủ Đức và được đổi về Quảng Tín, Phan Xuân Sinh nhắc: *"Mầy thân với anh Thành Tôn, nhờ ảnh nói với ông Thọ một tiếng để ấm thân chút đỉnh. Nó trả lời với tôi là không được đâu, anh Thành Tôn rất ngại những chuyện này, đừng làm khó ảnh tội nghiệp. Chính lúc đó tôi mới biết cái tính ngay thẳng của anh Thành Tôn. Ngồi một cái nơi dễ dàng tham nhũng, sống giữa một đám tham nhũng có hệ thống mà anh không một chút hệ lụy với nó. Như vậy đủ biết con người của anh như thế nào, còn hơn một vị Bồ Tát!"*

Nhiều người nói anh hiền thì chắc anh phải hiền thật. Mỗi lần qua chơi Cali, tôi thường "bắt nạt" ông người Quảng hiền hậu này. Ở chơi một tuần thì bắt nạt anh Thành Tôn một

tuần, hai tuần thì bắt nạt anh hai tuần. Anh bị tôi bắt nạt mà chẳng bao giờ tắt nụ cười. Chuyện bắt nạt này là việc nhờ anh chở đi nơi này nơi khác. Thực ra chẳng có một ông Uber nào có thể đưa tới nơi, trả về tới chốn như Thành Tôn. Anh rành đường đi nước bước tới nhà các bạn văn như có cả một cái *google map* trong đầu. Tư gia của Võ Phiến, Nguyễn Đình Toàn, Du Tử Lê, Nguyễn Mộng Giác, Phạm Phú Minh, Khánh Trường và nhiều khuôn mặt văn hóa khác anh đều thường lui tới. Đúng ra tôi không bắt nạt nhưng Thành Tôn tự nguyện. Nhà thơ Phan Xuân Sinh cũng đã từng hưởng sự tự nguyện của Thành Tôn như tôi: ""*Khi đến Cali tôi là người làm phiền anh nhiều nhất. Anh biết tôi không có xe nên đi đâu anh cũng đến chở đi thăm người này người kia, và cũng nhờ anh một phần tôi mới có dịp đến thăm các bậc văn nghệ đàn anh*".

Anh bề bộn bạn bè và lui tới thăm hỏi thường xuyên. Chẳng thế mà số người viết trong cuốn sách này đông đảo vô cùng. Phạm Phú Minh, Trần Huy Bích, Cung Tích Biền, Cao Thoại Châu, Đinh Cường, Hà Nguyên Dũng, Lê Hân, Trần Yên Hòa, Luân Hoán, Phạm Cao Hoàng, Lê văn Hội, Hoài Khanh, Nguyễn Vy Khanh, Hoàng Thị Kim, Du Tử Lê, Tường Linh, Hoàng Lộc, Trần Thị Nguyệt Mai, Nguyên Minh, Lưu Na, Trần văn Nam, Trần Doãn Nho, Võ Phiến, Hà Khánh Quân, Phan Xuân Sinh, Lê Huyền Thanh, Song Thao, Trần Hoài Thư, Trịnh Thanh Thủy, Nguyễn Mạnh Trinh, Khánh Trường, Hoa Văn, Nguyễn Xuân Thiệp, T. Vấn. Người còn sống, người đã bỏ đi, người trong nước, người ở ngay Cali, người ở các quốc gia khác trên thế giới, người còn viết, người đã nghỉ viết. Tất cả đều như không thể không viết về Thành Tôn.

Thành Tôn xứng đáng được yêu mến như vậy. Vì anh là người có lòng với sách vở. Hồi còn ở trong nước, anh ngụ tại Đà Nẵng, sách vở thường được xuất bản tại Sài Gòn, anh là người tự nguyện phát hành sách cho các nhà Lá Bối, An Tiêm tại miền Trung. Phương tiện chuyên chở sách là xe đạp. Anh kể với tôi những lần sách cột sau xe đạp bị rớt lên rớt xuống phát mệt. Nhưng, anh nói thêm với nụ cười sảng khoái, "rất vui". Nhà thơ Luân Hoán, đồng hương với anh, thơ về chuyện này.

> bạn hiền chở sách đi đâu
>
> thùng nghiêng, xe ngã, áo nhàu nắng trưa
>
> giúp tay bạn, câu hỏi đùa:
>
> bao nhiêu sinh mạng ông thừa sức bưng?
>
> xin đạp thong thả, cầm chừng
>
> để hồn chữ nghĩa sau lưng ngóng đời
>
> may ra ai đó thấy tôi
>
> bốc làm nhân vật sống đời cũng vui
>
> đạp chậm nhé, đừng quay lui
>
> An Tiêm, Lá Bối ngậm hơi qua đường
>
> cuộc đời quả thật dễ thương
>
> thắp tình phân phát mùi hương sách vàng

Thành Tôn nay, như nhiều người chúng ta, không thể sống được nơi quê hương, nhưng anh vẫn nợ sách. Sách tiếng Việt xuất bản ở hải ngoại. Anh là người sẵn sàng cõng sách của bạn bè tới nhà sách để phát hành. Tôi là một trong số những người có sách được cõng như vậy. Việc nay việc xưa y như nhau, nhưng có chút khác biệt. Xưa là xe đạp, nay là chiếc Toyota Corolla cũ mềm nay ho hen mai nóng sốt. Phương tiện có khác, hoàn cảnh có khác, nhưng tấm lòng vẫn chỉ có một. Được như vậy một phần lớn là nhờ chị Trinh, một người vợ luôn hỗ trợ người chồng bồ tát này.

Sách là cuộc sống của anh. Hành trang qua định cư tại Mỹ của anh là những thùng sách mà anh nhiều công nhặt nhạnh được nơi vỉa hè bán sách cũ. Sách của bạn bè, sách của những người chưa là bạn bè, anh thấy sách quý là bỏ tiền ra mua lại. Và cõng qua Mỹ. Có dịp là anh tặng lại cho các tác giả có những đứa con lưu lạc. Nhà thơ Nguyên Minh kể lại một trong những dịp đó. *"Như việc nhà thơ Thành Tôn tặng lại tập thơ "Con Đường Tình Nhân" của Hải Phương cho chính tác giả. Buổi họp mặt thân tình đó có tôi, anh chị Hải Phương từ San Jose mất sáu tiếng đồng hồ ngồi trên xe đến Los. Bạn bè đã ngồi sẵn nơi một quán cà phê gần Phước Lộc Thọ, có các bạn suốt cả đời gắn bó với văn chương chữ nghĩa. Hải Phương xúc động khi cầm lại tập thơ của mình xuất bản tại Sài Gòn vào năm 1964, thất lạc trong chiến tranh".* Tập thơ này Thành Tôn đã tình cờ mua được trong một lần lang thang trên vỉa hè bán sách báo cũ vào năm 1986. Anh tặng lại tác giả vào năm 2012. Như vậy anh đã giữ đứa con tinh thần của bạn trong 26 năm! Chuyện xảy ra tương tự như trường hợp tập thơ "Mật Đắng" của Nguyễn Đình Toàn và nhiều tập thơ của Du Tử Lê. Khi Du Tử Lê muốn in thơ toàn tập, khi Trần Hoài Thư muốn sưu tập và in bộ "Thơ Miền Nam Trong Thời Chiến" dày tới 1550 trang và bộ "Văn Miền Nam Thời Chiến" dày 2300 trang hay Phạm Phú Minh muốn tổ chức hội thảo về Tự Lực Văn Đoàn hay số hóa toàn bộ báo Phong Hóa, Ngày Nay và Bách Khoa, họ đều phải ới Thành Tôn.

Thành Tôn có lẽ là người ở Mỹ lưu giữ kho tàng văn hóa Việt Nam trước 1975 phong phú nhất. Năm 2010, thầy

Từ Mẫn, người chủ trương nhà xuất bản Lá Bối trong nước trước đây, nay hoàn tục là ông Võ Thắng Tiết, chủ trương nhà xuất bản Văn Nghệ tại Cali, có in lại cuốn Nhan Sắc của Dương Nghiễm Mậu. Tác giả ngạc nhiên không hiểu sao nhà xuất bản lại có được bản in lần đầu của cuốn truyện này. Khi được biết người còn giữ được bản in đã tuyệt bản từ lâu này là Thành Tôn, Dương Nghiễm Mậu đã gửi thư cho Thành Tôn. *"Gửi anh Thành Tôn, Hồi thầy Từ Mẫn in cuốn Nhan Sắc ở bên, thầy về nước cho tôi cuốn sách mới. Tôi hỏi: sao thầy có được bản in lần đầu này? (vì trước 1975 cuốn sách đã được in lần thứ hai). Thầy Từ Mẫn nói: nhờ anh Thành Tôn. Tôi vẫn thắc mắc: sao anh có được cuốn sách khi ở bên đó, không lẽ khi đi anh mang theo?"*.

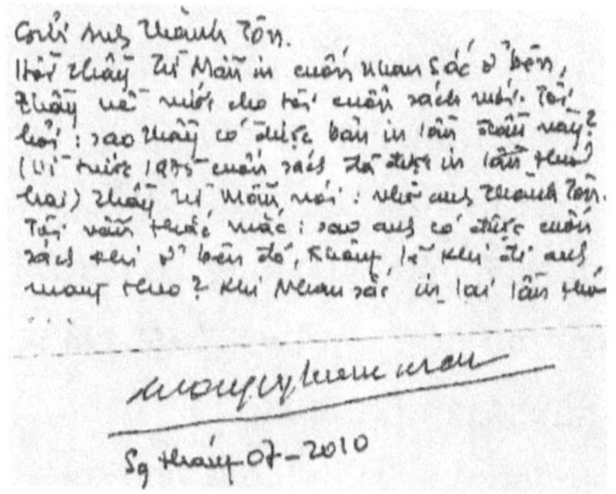

Thư của Dương Nghiễm Mậu gửi Thành Tôn.

Một chuyện khác. Trong một lần điện đàm viễn liên Quận Cam – Montreal, anh Thành Tôn có kể với tôi trường hợp cô sinh viên người Nhật Aki Tanaka của trường Đại Học Ngoại Văn Tokyo. Cô rất thích văn hóa Việt Nam, đã qua Việt Nam tìm hiểu về Tự Lực Văn Đoàn, đặc biệt là Khái Hưng. Trong một lần qua Cali vào năm 2013, cô nghe tiếng và tìm tới anh Thành Tôn. Anh tặng cô ba cuốn sách trong đó có cuốn "Tưởng Niệm Khái Hưng". Cô viết thư cám ơn. *"Cháu cám ơn chú rất nhiều vì đã tặng ba cuốn sách rất quý cho cháu. Đặc biệt là "Tưởng Niệm Khái Hưng" vì cháu định viết luận văn về ông Khái Hưng. Đọc qua sách này khiến cháu rất phấn khởi nghiên cứu về văn học của Khái Hưng. Đến mức cháu có cảm nhận "gặp được sách này là do vận mệnh phải chăng?".* Nghe chuyện, tôi mới cảm thấy việc ghiền sưu tầm sách của Thành Tôn đã mang lại những lợi ích như thế nào. Cầm cuốn "Thành Tôn, Một Đời Thắp Tình", tôi bồi hồi xiết bao khi thấy có hình chụp bức thư viết tay của cô sinh viên Nhật này.

Thư của Aki Tanaka.

Anh chị Thành Tôn ngụ tại một căn nhà nhỏ chỉ có một phòng ngủ, một phòng khách liên thông với phòng ăn. Trong không gian "ấm cúng" này, sách lấn người, nằm đầy ắp không cần biết phòng nào với phòng nào. Đó là một thư viện vượt qua mọi quy ước. Sách ngổn ngang, lộn xộn, chen chân leo lên cả bàn thờ. Giới văn nghệ nơi Quận Cam chắc đều đã có dịp lui tới "thư viện" này. Giới văn nghệ lưu vong ngoài quận Cam, nếu có lòng với sách, cũng đều đã đặt chân tới nơi lộn xộn thân tình này. Nhà văn Trần Doãn Nho từ Boston qua đã tới "viếng": *Sau chầu cà phê sáng ở tiệm cà phê Factory – nơi mọi người có thể đến để gặp nhau, tôi đòi ghé thăm nhà chàng. Chàng trù trừ không chịu, muốn hoãn lại để dọn dẹp, nhưng tôi nhất quyết đi, vì muốn thấy tận mắt cái 'rin" của nhà chàng. Đó là một căn nhà nhỏ, đồng thời cũng là kho chứa sách mà cũng là chỗ làm việc, chỗ đọc sách, chỗ phục chế, tóm lại là chỗ làm ra sách. Thật là ngổn ngang sách, ngổn ngang việc, và ngổn ngang tấm lòng. Sách, báo cũ, bìa, kéo cắt, băng dán, các hộp đựng tài liệu... Tất cả nằm chen chúc, chồng chất, chen lấn nhau, chiếm hầu hết diện tích căn nhà".* Trong rừng sách này, Thành Tôn tiết lộ có chừng 10 ngàn cuốn trong đó có khoảng một ngàn cuốn sách xưa hiếm có.

Thư viện sách này cũng cho mượn nhưng mượn không có giấy tờ chi. Nếu người mượn không trả cũng không sao. Thành Tôn quan niệm sách là của chung. Ai cần hơn sẽ đáng giữ hơn. Thành Tôn tâm tình với Trịnh Thanh Thủy. *"Tôi rất quý sách, quý như câu ngạn ngữ của Pháp về sách: "Sách là vợ nên sợ khi cho mượn". Ai lại cho mượn vợ bao giờ, nhưng ngược lại tôi không giữ sách cho mình mà muốn giúp người khác đọc sách, cùng yêu sách như mình, nhất là thế hệ trẻ sau này. Sở dĩ tôi làm vậy, vì tôi cũng là một người sáng tác nên tôi quý giá trị của từng lời văn, cốt truyện của từng cuốn sách. Tác phẩm nào cũng có cái hay cái đẹp. Khi đọc, tôi đọc theo trình độ của người viết, giai đoạn lúc họ in cuốn sách. Mình phải đặt mình đúng vai trò của người viết sách trong thời điểm đó, để hiểu những câu văn, ý thơ trong giai đoạn đó".*

Khi cho biết số sách anh có tại nhà, chắc Thành Tôn không tính tới loại sách mà anh tự chế ra. Đây là cái tài lẻ anh thực hiện từ xưa tới nay. Anh chơi không biết chán. Nhà anh la liệt những dụng cụ tự chế để anh làm lại một cuốn sách. Tôi gọi đùa là anh *clone* sách như người ta *clone* bò *clone* dê. Giáo sư Trần Huy Bích kể về cái tài lẻ rất nhuần nhuyễn của Thành Tôn: *"Một anh bạn trong hội Cựu Giáo Chức mua được từ một sạp bán sách cũ bên lề đường Paris tập Rừng Phong của thi sĩ Vũ Hoàng Chương. Tập thơ ở tình trạng cũ rách, gáy đã long, một số trang đã rời ra. Nhưng đó là một bản đặc biệt, nhà thơ Vũ Hoàng Chương tặng nhà văn Nguyễn Sỹ Tế, với lời đề tặng cùng chữ ký của tác giả. Khi trao tập thơ cho tôi anh bạn nói: "Tôi đem đến đưa anh vì thấy anh đáng giữ tập thơ này". Không xã giao thoái thác, tôi cám ơn anh và đưa tay nhận. Nhưng lập tức, tôi cũng thấy ngay trách nhiệm của mình: không thể để tập thơ nằm chết trong tình trạng cũ nát ở đáy tủ sách của mình, mà phải làm cách nào để có một số bản ở tình trạng tốt và đẹp đẽ hơn, có thể mở ra đọc dễ dàng, để tập thơ có một địa vị xứng đáng trong tủ sách của một số người biết đến giá trị thơ Vũ Hoàng Chương... Sau khi hỏi anh Phạm Phú Minh, tôi được biết anh Thành Tôn cùng với một người bạn trẻ là hai người bạn mà tài nghệ cùng tấm lòng với sách vở đáng được tin cậy hơn cả trong việc phục chế lại tập thơ ở tình trạng cũ rách này. Kết quả thật hoàn hảo: tập thơ được scan, in và đóng lại rõ và đẹp như mới được in ra. Khi đem đến bà Nguyễn Sỹ Tế, bà ngạc nhiên và cảm động, long trọng thắp hương dâng sách trên bàn thờ nhà văn".*

Anh Trần Huy Bích không viết về các công đoạn để phục chế cuốn thơ của người thầy của anh và của tôi tại Chu văn An khi chúng tôi mới di dư vào Nam. Đầu tiên anh Thành Tôn phải tìm được loại giấy hoa tiên na ná như giấy của bản chính. Sau đó cuốn thơ được xé ra thành từng trang rời, sửa lại như người ta sửa tranh cổ khi phục hồi, *scan* lại mỗi trang, cắt dán cho vừa vặn, *photocopy* lại từng trang và khâu đóng lại. Muốn thực hiện tốt những công đoạn này phải có tài (lẻ?), có hoa tay, tính kiên nhẫn và tấm lòng với sách. Tôi đã được tận mắt nhìn bản chính và bản chế cuốn thơ này. Nhà văn Trần Doãn Nho cũng đã được tỏ tường. Anh kể lại: *"Cầm hai tập thơ, thú thật, tôi không phân biệt cuốn nào là cuốn thật, cuốn nào là cuốn phục chế. Chàng cho biết tập thơ này do người yêu sách mua được trên vỉa hè Paris, gửi biếu GS Trần Huy Bích, chàng mượn và "chế" thành nhiều bản y chang như bản gốc, dành tặng bạn bè... Không những phục chế sách, báo cũ, chàng còn "chế tạo" sách của nhiều tác giả bằng cách sưu tập bài vở của các tác giả đăng trên các báo, cắt ra, để dành. Lâu dần, nếu thấy đủ, là chàng chế biến thành một tập sách hẳn hoi. Để làm gì? Để làm thành một bản hoàn chỉnh, nghĩa là một tác phẩm, biếu cho chính tác giả".* Thành Tôn đã "chế" ra sách mới này khi mừng sinh nhật Đạm Thạch, khi cúng Trần văn Nam. Đó là tấm lòng bạn bè. Mang được chút vui nào cho bạn, "bồ tát" Thành Tôn đều làm, không kể công sức.

Chuyện *clone* sách, chế sách mà tôi gọi là tài lẻ của Thành Tôn, không phải là trò chơi tuổi hưu trí của Thành Tôn. Ngay từ năm 1967, khi xuất bản tập thơ duy nhất "Thắp Tình", Thành Tôn đã tự tức tự cường. Nhà thơ Luân Hoán kể lại sự tình: "*Thắp Tình là một tập thơ rất đặc biệt trong công việc ấn loát. Tác giả đã bỏ ra tâm huyết và công sức một cách trọn vẹn vào các khâu: trình bày bìa, sắp chữ, đạp máy in, đóng, cắt và phát hành. Công việc thật nhiêu khê, tỉ mỉ như vậy, tôi tin chắc chưa có một nhà thơ Việt Nam nào đủ chân tình và khả năng để thực hiện*".

Tính tôi hay giỡn, mà giỡn với Thành Tôn là yên chí lớn. Có bao giờ anh giận ai đâu! Tôi gọi Thành Tôn là thi sĩ "độc bản". Cho tới nay anh chỉ in độc nhất tập Thắp Tình. Trần Yên Hòa hỏi sự tình, Thành Tôn chỉ nói: "Làm thơ như vậy đủ rồi. Bây giờ mình thấy làm thơ không hay, thôi không làm thơ nữa!". Thơ Thành Tôn trong Thắp Tình rất mới, cho tới giờ vẫn mới, anh em thúc giục in lại, Thành Tôn cứ lửng lơ con cá vàng. Sách của người thì tận tụy, sách của mình cứ lần lữa. Cuối cùng, nhân in cuốn "Thành Tôn, Một Đời Thắp Tình", anh mới cho Thắp Tình ăn theo. Tập thơ vỏn vẹn 100 trang gồm hai phần: phần 1 dành cho những người thân trong gia đình, phần 2 là suy tưởng của một thanh niên, một người lính, trước thân phận đất nước. Nhà phê bình Nguyễn Vy Khanh và nhà văn Trần Doãn Nho đã đọc tập thơ này.

Nguyễn Vy Khanh viết: "*Thành Tôn sử dụng nhiều thể loại thi ca một cách tự nhiên và với những cách dùng chữ, hình ảnh và nhạc tính đặc biệt của riêng nhà thơ trong thi tập duy nhất của ông trước biến cố 1975, đã thực sự thành công đến với người yêu thơ. Không siêu hình hay lý thuyết cao đẳng, chỉ từ vị thế "một ta" trong một thế giới cũng đành, Thành Tôn đã thắp tình lên để đi thuyết giáo cái đạo Tình thương yêu, nhân bản nhưng thường hằng của đời".*

Thành Tôn đã theo học hàm thụ môn triết của Đại Học Đà Lạt nên thơ của anh, thơ trong thời chiến, mang nhiều trăn trở về phận mình, phận nước. Trần Doãn Nho, trong bài "Thơ Thành Tôn, Thân Xác Như Một Ám Ảnh Hiện Sinh", đã đặc biệt bàn về khía cạnh triết trong thơ Thành Tôn mà anh gọi là "những khắc khoải đượm mùi triết lý". Khắc khoải về sự hiện diện của con người, về tương quan giữa tâm và thân. Anh viết: *"Có lẽ Thành Tôn không có ý muốn đem thơ của mình lao vào cuộc tranh cãi dằng dai không dứt này. Nhưng rõ ràng những tranh cãi đó đã ảnh hưởng sâu đậm lên cảm hứng thi ca của anh. Là nhà thơ, Thành Tôn không quan tâm trả lời cho vấn nạn thân xác-tâm hồn. Mà chỉ khắc khoải về sự ràng buộc của chúng. Không có ràng buộc đó, con người không hiện hữu, nhưng đồng thời, đó là một ràng buộc kỳ lạ, thậm chí kỳ quặc. Anh đã thơ-hóa nó. Không những thế, tôi hồ nghi rằng anh đã từng phải lặn sâu vào những trầm tư triết học. Ám ảnh thân xác đẩy tới ám ảnh siêu hình.*

> *Tôi rờ khắp châu thân rồi tự hỏi*
> *Có tay chân mặt mũi cũng tình cờ*
> *Ở trong đó âm thầm vang tiếng gõ*
> *Và máu hồng chắc cũng hư vô."*

Tôi biết Thành Tôn như một người xuề xòa tốt bụng.

Chuyện chi cũng là chuyện nhỏ. Vậy nên tôi hơi sững sờ khi thấy sau cái xuề xòa đó là một Thành Tôn khắc khoải về những chuyện "lớn" như vậy. Chí ít anh cũng đã ôm cả chục ngàn cuốn sách trong tay.

Sách của anh giăng giăng khắp nhà nhưng với anh vẫn chưa bao giờ đủ. Có lần anh nói với tôi là nhìn thấy một cuốn sách anh thích, trước sau gì anh cũng phải rước về. Lưu Na còn tiết lộ một lối ghiền sách khác của Thành Tôn: *"Khi cô vui miệng nhắc một vài quyển sách xuất bản bên này mà cô muốn có nhưng đã không còn trên thị trường thì buổi cà phê tới ông Thành đã trao tặng. Ông hân hoan cho biết, tôi mua mấy chục bộ để dành. Đầu cơ tích trữ? Đúng một nửa. Ông biết sách đó quý và sẽ tuyệt bản nên mua, phòng sau này có ai cần thì tặng! Sách in bên này dù rẻ cũng không là rẻ, loại sách dày giá trị càng mắc hơn, mà bỏ tiền ra mua chỉ để dành tặng cho ai cần, tốn thêm tiền cước gửi về Việt Nam cho những em trẻ cần sách nghiên cứu làm luận án. Dường như ông sướng lắm khi được nói về sách, khi làm lại được một quyển sách, khi tặng được cho người một quyển sách!"*.

Cuốn "Thành Tôn, Một Đời Thắp Tình" này chi để tặng bạn bè thân hữu, không bán.

Ông bạn Lê Thành Tôn thân mến! Dù ông nhận hay không, tôi cũng gọi ông là "Ông Đạo Sách"!

04/2022

ĐÙA VỚI LUÂN HOÁN

Tôi mới đọc được ở đâu đó một chuyện vui cười. Tạo hóa sanh ra con người cái chi cũng có đôi có cặp. Hai tai, hai mắt, hai lỗ mũi, hai tí, hai tay, hai chân. Nhưng những thứ ở chính giữa thì chỉ có một. Miệng, rốn và thứ dưới rốn. Vậy nên những thứ lẻ loi này mới phải đi tìm thứ lẻ loi khác để cặp thành đôi.

Định đùa với ông Luân Hoán, không hiểu sao tôi lại nhớ tới chuyện vui này. Chắc tôi nghĩ tới chân của ông. Cả nước đã biết là ông Trung Úy Lê Ngọc Châu đã hy sinh chân trái trong một lần ra trận tại Quảng Ngãi. Vậy nên từ mấy chục năm nay, ông Luân Hoán vẫn không nguôi đi tìm một chiếc chân khác cho đủ cặp. Chuyện cắc cớ là ông chỉ đi tìm chân dài. Thơ ông la liệt chân dài nằm ngang nằm dọc.

> *mình chân ngắn họ chân dài*
> *bước "đi" tuy vững khó xài tự nhiên*
> *giữ tính mặc cảm di truyền*
> *hóa ra nhờ vậy ngả nghiêng khá bền*

Ông này khoái chân, nhất là chân dài, nên có lần ông chơi ép bạn bè. Ông khởi xướng một câu thơ: "Em từ lục bát bước ra" và bắt bạn bè làm thơ tiếp. Bạn bè ông đông đảo, cả ở trong nước lẫn hải ngoại, đua nhau làm tiếp. Tôi gần với ông quá chẳng lẽ không đáp lời tuy tài làm vè của tôi rất ẹ. Tôi vè một bài tới nay chỉ còn nhớ hai câu đầu. *Em từ lục bát bước ra / Dáng đi khệnh khạng leo qua khỏi giường.* Tôi dại dột gửi cho ông. Chẳng thấy ông đáp trả chi. Chắc ông ấy giận. Trong nhà ông có tượng Trương Phi nên tính tình ông ấy tôi thừa biết, như lửa rơm. Vèo một cái là xong.

Ông còn nhiều trò khác. Như sáng tinh sương ngày Tết ta, ông lái xe đi khắp nhà bạn bè trong thành phố, treo trước cửa mỗi nhà hai câu thơ chúc. Rồi lặng lặng lái xe đi. Chủ nhà chỉ phát giác ra thơ mừng tuổi đầu năm khi mặt trời đã lên tới đỉnh. Hay trò phỏng vấn các bà vợ của các tên dính tới chữ nghĩa về ông chồng của các bà, khiến các phu nhân này lâm vào thế kẹt. Nói không thiệt thì lương tâm không chịu ngủ, nói thiệt thì xấu chàng hổ ai.

Có lần ông nhà thơ Ngu Yên từ Houston qua Montreal đàn đúm với bạn thơ văn. Ông này râu ria phát khiếp, tính tình cũng ngủng ngẳng không thua chi ông Luân Hoán. Khi đó ông có một đài phát thanh ở Houston phát suốt đêm. Hỏi cớ sao ông lại chọn cái giờ oái oăm như rứa, ông bảo giờ đó giá thuê mới rẻ. Trong một tối cà phê cá pháo, ông nảy ra ý làm náo động làng văn thơ bằng cách phịa ra tin ông này chết, ông kia chết. Ông Ngu Yên biết tính ông Luân Hoán hay hù dọa anh em nên đề nghị loan tin ông Luân Hoán quy tiên trước. Ông râu ria này hứng chí nói vậy chứ chắc không thực hành vì sau đó tình hình vẫn lắng dịu, không thấy có nước mắt cho ông Luân Hoán. Ít lâu sau, tôi lò mò qua Houston, ông Ngu Yên cho đi ăn tối, ăn xong ông rủ tôi lên đài nói chuyện suốt đêm. Tôi hoảng hồn từ chối vì lỡ ông loan tin chết chóc ở Montreal thì tôi hết đường về.

Không biết có phải ông Ngu Yên gợi ý không mà ông Luân Hoán lại bày ra trò mới. Ông viện cớ sức khỏe ông không tốt, có thể ông sẽ đi bất cứ lúc nào nên xin phép anh em cho ông vái trước cho trọn tình nghĩa. Ông gửi *mail* hỏi

Từ trái: Hàng ngồi: Nguyễn Đình Thuần, Luân Hoán, Thành Tôn, Đặng Hiền
Hàng đứng: Nguyễn Mạnh Trinh, Phạm Phú Minh.

ai bằng lòng cho ông tế sống, ông sẽ tế. Mấy tên viết lách coi trời bằng vung nên phần lớn đều gật đầu. Vậy là ông "cáo tồn". Ông này vốn khoái dùng từ oái oăm! Ông giải thích "cáo tồn" ngược lại với "cáo phó", chưa chết mà coi như chết. Ông "cáo tồn" 29 mạng tất cả. Có điều tức cười là cả 29 ông bà được tế sống này đều còn sống nhăn răng. Ông Luân Hoán quả không được trang bị lưỡi hái của tử thần. Dĩ nhiên trong số 29 trự được tế sống này phải có nhà thơ Ngu Yên. Như một cuộc trả thù ngọt ngào.

> bạn từng dọa phao tin thất thiệt
> qua làn sóng, bạn xướng ngôn viên

> *tin giật gân thường nhiều người biết*
> *đại khái thế này, rất tự nhiên*
> *tin giờ chót: nhà thơ Luân Hoán*
> *chiều hôm qua, xe đụng chết tươi*
> *khi ông từ ngã năm Chuồng Chó*
> *vừa bước đi vừa hí hửng cười*

Ông Luân Hoán ở ngay xứ tuyết nhưng rất kỵ mùa đông. Trời bắt đầu trở mặt là ông nai nịt kỹ càng, chỉ để hở đôi mắt, chẳng biết để làm chi vì mùa đông các chân dài cũng kín mít từ đầu tới đuôi. Mỗi năm, cứ khi gió đông thổi tuyết về, ông lại nhắn nhủ với anh em bằng cái giọng buồn bã: "Không biết *moi* có qua khỏi mùa đông này không!". Bao nhiêu mùa đông trôi qua, mỗi lần anh em tụ tập ăn nhậu vẫn thấy mặt ông. Nói hoài chuyện thân cận với cái chết mỗi khi đông tới lâu dần cũng hết ép-phê. Anh em chỉ cười. Ai cũng biết ông này khó đi lắm vì chăm sóc sức khỏe là chuyện ông rất cần mẫn. Mỗi năm chích ngừa cúm, bao giờ ông cũng bon chen chích trước anh em. Tới chích ngừa Covid ông cũng nhanh chân vén tay áo trước hết. Chích xong ông *post* hình can đảm đón kim chích lên Facebook cho bà con thiên hạ coi chơi. Hơi khó ở, ông vội tới phòng mạch bác sĩ ngay. Bác sĩ cho thuốc, ông uống gấp đôi. Có lần ông đã ngự xe cứu cấp rú còi inh ỏi vì uống thuốc quá liều! Che chắn kỹ lưỡng như vậy, ông có hù anh em cũng chỉ cười trừ. Năm nay ông đổi chiêu, không hù nữa mà tính toán đàng hoàng. Ngày 2/11 vừa qua, ông trịnh trọng tuyên bố trên Facebook: "Dự Định Cá Nhân Tôi Cho Những Năm Cuối Đời, Không Còn Xa". *"Tôi ra đời và sống cùng tổ quốc được 44 năm. Dời chỗ cư ngụ sang*

Montréal Canada đến nay được 36 năm. Nguyện vọng cân bằng thời gian sống của mình trên hai phần đất, (mỗi phần 44 năm), như vậy tôi cần sống tốt trong 8 năm nữa. Năm tôi mất mong sẽ là năm 2029. Lúc đó tôi sẽ được 88 tuổi, một con số rất đẹp. Tính theo truyền thống gia đình, cha ông, rất hy vọng tôi qua cầu được. Nhưng dựa theo sức khỏe, thời tiết, dịch bệnh hiện tại thì khá khó khăn".

Vậy là ông có dự định thời gian ra đi đàng hoàng. Tám năm nữa. Lứa tuổi chúng tôi, đã bỏ xa tuổi "cổ lai hy", sống coi như đủ, ngày mai ra sao, mặc xác nó. Cái mức "cổ lai hy" dân ta vẫn đinh ninh là do ông Khổng Tử ấn định. Thiệt oan ôi ông...Khổng! Ông chỉ viết: "Ngô thập hữu ngũ nhi chi vu học, tam thập nhi lập, tứ thập nhi bất hoặc, ngũ thập tri thiên mệnh, lục thập nhi nhĩ thuận, thất thập nhi tòng tâm sở dục bất du củ". Diễn nôm là: ta 15 tuổi để tâm trí vào việc học hành, 30 tuổi có thể tự lập được, 40 tuổi đủ thấu hiểu để không nghi ngờ, 50 tuổi biết được mệnh trời, 60 tuổi nghe thông phải trái, 70 tuổi theo lòng của mình mà hành động mà không vượt khỏi khuôn khổ của chân lý. Khổng Tử không nói chi tới chuyện hiếm có "cổ lai hy" chi cả. Vậy do đâu mà có chuyện "cổ lai hy"? Tác giả Trần Thanh Cảnh cho biết: *"Sau này đến đời Đường, nhà thơ vĩ đại Đỗ Phủ, trong bài thơ "Khúc giang đầu - kỳ nhị", một đoạn khúc tự bạch lừng danh về thú mê rượu chè say sưa đến mức, cứ ở triều ra là ngài cởi áo của mình gán lấy rượu uống, cũng đã viết: "Nhân sinh thất thập cổ lai hy".* Thật ra thì nhà thơ cũng chỉ hầu như định tự bào chữa cho mình là, từ xưa đến nay có mấy người sống được đến 70 đâu, nên ta cứ say sưa thoải

Từ trái: Thành Tôn, Song Thao, Nguyễn Mạnh Trinh, Nguyên Khai, Cung Tích Biền, Hoàng Thị Kim.

mái, hết tiền thì đã có áo vua ban!". Đỗ Phủ chỉ say được tới năm 52 tuổi.

Với đà tiến của khoa học ngày nay, tuổi thọ của con người kéo dài như tay vuốt của anh bán kẹo kéo. Muốn dài bao nhiêu cũng đặng, bảy chịch có là cái chi chi. Nhìn quanh, thế hệ chúng tôi đều qua tuổi này cái vù. Cỡ "trẻ" như các ông Lưu Nguyễn, Hồ Đình Nghiêm cũng dư sức qua cầu huống chi cỡ via như Trang Châu, Phạm Phú Minh và Thành Tôn. Dĩ nhiên có Song Thao nữa nhưng tôi khiêm nhường nên không muốn nói tới cái tôi!

Trong một cuộc trò chuyện qua điện thoại với ông Thành Tôn, tôi nói chuyện về vụ 88 tuổi của ông Luân Hoán, ông Thành Tôn cười cười "vậy à?". Bẵng đi vài tuần, ông điện thoại lại cho tôi. Chuyện ông Thành Tôn điện thoại là chuyện hiếm. Ông này tối ngày lo khâu sách vở, ai phôn thì vội bắt ngay "Tôn đây". Ông hiền lành, thật thà như đếm, chẳng ai giận được ông và ông cũng chẳng bao giờ giận ai. Ông sống như một ông thủ thư tự nguyện. Nhà ông là một rừng sách, sách từ trong phòng ra tới ngoài hành lang. Tới thăm ông thấy ông chìm lỉm trong sách. Mỗi lần mưa xuống là ông lo chạy sách cho khỏi ướt. Ai ới sách là ông có liền. Ai quên trả sách ông cũng chẳng thèm nhắc. Người ta có cần mới giữ, vậy là tốt. Ông yêu sách như người tình mê người tình. Nhưng khác với thông thường, ai rinh mất người tình của ông, ông lại rất vui.

Nghe chuyện ông Luân Hoán, người ông quen biết từ thời lính thú, tính thời gian đổi địa chỉ ông cảm động. Hai người là bạn văn thơ rất tâm đắc với nhau. Cái khác nhau là cho tới nay ông Luân Hoán vẫn bộn bề thơ văn còn ông Thành Tôn gác bút từ thời mất nước. Năm 1969, ông tự ấn hành cuốn Thắp Tình. Thằng con ông là độc đinh, chẳng anh em chi. Thơ trong Thắp Tình của ông rất lạ và mới. Tới nay tôi đọc vẫn thấy hơi thơ của ông chẳng phai nhạt theo thời gian. Hỏi sao ông không tiếp tục mần thơ, ông cười xòa: "Làm thơ như vậy đủ rồi!". Sau hơn bốn chục năm không có một bài thơ nào, nghe chuyện 88 tuổi của ông Luân Hoán, ông lại cảm khái ra thơ. Cú điện thoại của ông Thành Tôn tôi bất ngờ nhận được hôm qua mục đích để ông khoe thơ ông mới làm. Ông đọc cho tôi nghe. Tôi nghe xong mà mừng. Mừng vì nguồn thơ của ông hình như lại thông. Bài thơ "Với Luân Hoán" của ông như ri.

Ta biết bạn làm hàng ngàn bài thơ
Và bạn có hàng vạn độc giả
Bạn đã trải hết lòng mình cho thiên hạ
Có khi nào chạm đến nỗi hư vô

Ta biết bạn có vợ đẹp con ngoan
Bạn lại có nhiều thân tình khác phái
Cứ ray rứt hoài nay mới dám hỏi
Có khi nào hoạn nạn giống ta không

Ta biết bạn gửi một chân trên chiến trường Quảng
Ngãi
Đứng vững vui-đời chỉ một chân thôi
Bạn đau nhức hoài hoài ngoài đoạn chân còn... khi
giá rét
Có giống ta đau đáu một nỗi lòng ở chốn... ngoài
quê hương

Nghe nói độ này bạn hay buồn
Và lấy tám-tám làm mốc đến cùng thơ
Ta thích bạn rất-bi -quan-thi-sĩ
Thơ-muôn-đời – chỉ thay đổi cách-xưng-hô

Ta không nói văn chương luôn cao cả
Nhưng ít ra đủ diễn tả được nét đẹp của tâm hồn
Có kẻ bảo chúng ta loài dại người khác phái
Mà quên đi trái táo ngọt... Adam đã từng trao

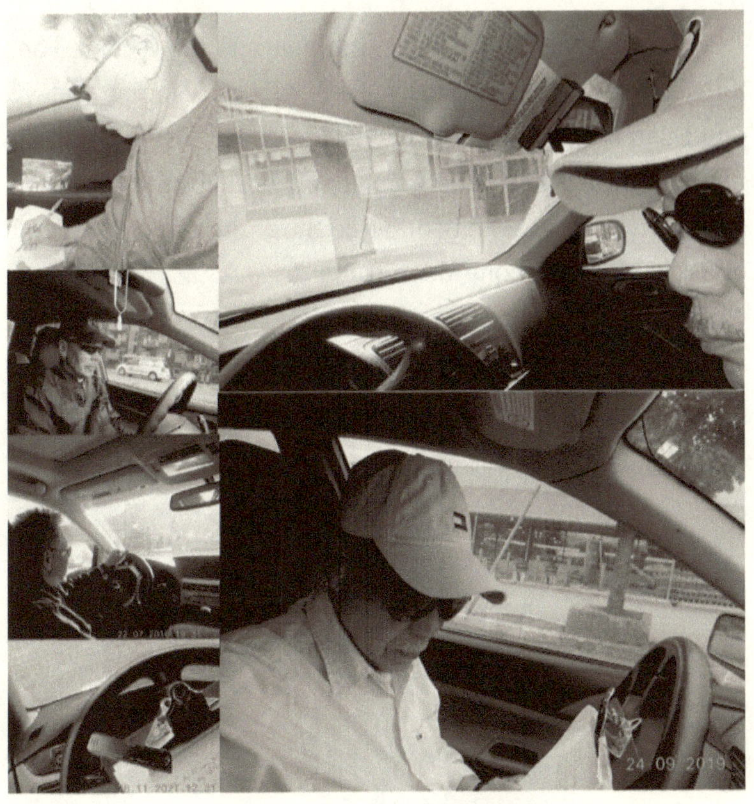

Luân Hoán làm thơ trên tay lái.

Nghĩ cho kỹ, mọi người đều có đam mê
Và khai thác nỗi đam mê đến tận cùng cái đẹp
Xin được chết theo dòng thi pháp đã
Làm nên câu thơ lung linh cùng ngày tháng nồng nàn

Có những luận bàn rồi bỏ ngỏ...
Để mà chi, trong một kiếp rong chơi
Vói nhà thơ thân yêu, bạn Luân Hoán
Là-con-người làm sao tránh đụng nỗi-cô-đơn

Vịn vào bài thơ rất thiệt tình của nhà thơ Thành Tôn, tôi đùa với ông Luân Hoán. Thiệt việt vị! Nhưng viết về ông Luân Hoán tôi không đùa đâu có được. Nhà ông gần xịt nhà tôi, không giỡn ông giận. Tôi đang chờ một sáng tinh sương, mở cửa ra sẽ thấy ông treo thơ trước cửa nhà. Ai chứ ông Luân Hoán không đoán trước được. Ông này vốn lắm chiêu!

12/2021

ĐÓN BẠN
Luân Hoán

1.

hôm qua người bạn quí,
ông nhà văn Song Thao
ghé nhận báo tặng sách
chuyện thường sao nao nao...
bạn hữu lâu không gặp
không kịp đổi câu chào
trong và ngoài ngưỡng cửa
nhanh chóng cuộc đổi trao
chủ khách cùng ái ngại
chuyện chi đó mơ hồ
hai khẩu trang hai miệng
thành hai lớp hàng rào
tôi hé cho bạn ngắm
vết giời leo ở đâu
còn đậm đà nhân ảnh
trót vảy hẳn còn lâu !
chắc sẽ thâm vết sẹo
thân thương riêng đời người
kịp mừng đón sinh nhật
tròn đầy tuổi tám-mươi !

2.

thương công dọn phòng khách
thiết kế riêng bàn thờ

có lòng chờ bạn ngó
trong mong ước, phòng hờ
đã quá nghèo bạn ghé
chừ chẳng còn bao giờ
một ai ngồi uống nước
nói đôi điều tầm phào
thời buổi gì lạ thật
người ngại người giết nhau
bằng vô hình dịch bệnh
khủng khiếp mang trong đầu
mai mốt ai chết trước
đưa nhau cách nào đây ?
bềnh bồng qua dòng chữ
trên giấy trên trời bay !
ừ thôi, thế cũng tốt
hình thức cả ấy mà
hợp lệ thuận tình nghĩa
cho nghĩa cử đưa ma

3.
mấy câu ngũ ngôn vụn
sau cả tuần ngại thơ
nằm viết trên mặt nệm
bút đè giấy nhấp nhô
pin đèn soi đường chữ
thấy lòng buồn vô bờ
còn dài dòng tâm sự
bỗng khựng viết bất ngờ

đang tự làm y tá
bác sĩ lẫn bệnh nhân
có cơ hội buông bỏ
sao không phủi nợ nần
làm người đạp ranh giới
sống chết thêm phân vân
dễ chọn mà khó quyết
đành chờ số phong trần
chán thay khó làm mới
cho cái chết riêng mình
vẫn đau là muốn khỏi
chưa thoát được thường tình

Luân Hoán
31/10/2020

CÙNG MỘT TÁC GIẢ

Bỏ Chốn Mù Sương (tập truyện, Kinh Đô, Houston, Hoa Kỳ 1993)

Đong Đưa Cuộc Tình (tập truyện, Ngày Nay, Houston, Hoa Kỳ 1996)

Còn Đó Bóng Hình (tập truyện, Văn Mới, Los Angeles, Hoa Kỳ 1997)

Chân Mang Giầy Số 6 (tập truyện, Văn Mới, Los Angeles, Hoa Kỳ 1999)

Cuối Ngày, Một Lần Ngồi Lại (tập truyện, Văn Mới, Los Angeles, Hoa Kỳ 2001)

Bên Lưng Những Con Chữ (tập truyện, Văn Mới, Gardena, Hoa Kỳ 2003)

Phiếm 1 (Văn Mới, Gardena, Hoa Kỳ 2005)

       (In lần thứ hai - Nhân Ảnh, Toronto, 2006)

       (In lần thứ ba - Nhân Ảnh, Toronto, 2008)

Phiếm 2 (Văn Mới, Gardena, Hoa Kỳ 2005)

       (In lần thứ hai - Nhân Ảnh, Toronto, 2006)

       (In lần thứ ba - Nhân Ảnh, Toronto, 2008)

Phiếm 3 (Nhân Ảnh, Toronto, Canada 2006)

       (In lần thứ hai - Nhân Ảnh, Toronto, 2008)

Chốn Cũ (tập truyện, Nhân Ảnh, Toronto, Canada 2006)

Phiếm 4 (Nhân Ảnh, Toronto, Canada 2007)

       (In lần thứ hai - Nhân Ảnh, Toronto, 2015)

Phiếm 5 (Nhân Ảnh, Toronto, Canada 2008)

       (In lần thứ hai - Nhân Ảnh, Toronto, 2015)

Phiếm 6 (Nhân Ảnh, Toronto, Canada 2009)

       (In lần thứ hai - Nhân Ảnh, Toronto, 2015)

Phiếm 7 (Nhân Ảnh, Toronto, Canada 2009)

       (In lần thứ hai - Nhân Ảnh, San Jose, 2016)

To the Top of Whistler (tập truyện chuyển sang Anh ngữ, Nhân Ảnh, Toronto, Canada 2010)

       (In lần thứ hai - Nhân Ảnh, San Jose, 2016)

Phiếm 8 (Nhân Ảnh, Toronto, Canada 2010)

       (In lần thứ hai - Nhân Ảnh, San Jose, 2016)

Phiếm 9 (Nhân Ảnh, Toronto, Canada 2011)

       (In lần thứ hai - Nhân Ảnh, San Jose, 2016)

Phiếm 10 (Nhân Ảnh, Toronto, Canada 2011)

       (In lần thứ hai - Nhân Ảnh, San Jose, 2016)

Phiếm 11 (Nhân Ảnh, Toronto, Canada 2012)

       (In lần thứ hai - Nhân Ảnh, San Jose, 2016)

Phiếm 12 (Nhân Ảnh, Toronto, Canada 2012)

       (In lần thứ hai - Nhân Ảnh, San Jose, 2016)

Tuyển Tập Truyện Ngắn Song Thao, Tập I

       (Nhân Ảnh, Toronto, Canada 2013)

       (In lần thứ hai - Nhân Ảnh, Toronto, 2015)

Phiếm 13 (Nhân Ảnh, Toronto, Canada 2013)

       (In lần thứ hai - Nhân Ảnh, San Jose, 2016)

Tuyển Tập Truyện Ngắn Song Thao, Tập II

       (Nhân Ảnh, Toronto, Canada 2013)

Phiếm 14 (Nhân Ảnh, Toronto, Canada 2014)

       (In lần thứ hai - Nhân Ảnh, San Jose, 2016)

Tuyển Tập Truyện Ngắn Song Thao, Tập III

       (Nhân Ảnh, Toronto, Canada 2014)

Tuyển Tập Truyện Ngắn Song Thao, Tập IV

       (Nhân Ảnh, Toronto, Canada 2014)

Phiếm 15 (Nhân Ảnh, Toronto, Canada 2014)

       (In lần thứ hai - Nhân Ảnh, San Jose, 2016)

Phiếm 16 (Nhân Ảnh, Toronto, Canada 2015)

Phiếm 17 (Nhân Ảnh, Toronto, Canada 2016)

Phiếm 18 (Nhân Ảnh, Toronto, Canada 2016)

Dấu Chân Lang Bạt I (Nhân Ảnh, Toronto, Canada 2016)

    (In lần thứ hai - Nhân Ảnh, Huntington Beach, Hoa Kỳ 2022)

Phiếm 19 (Nhân Ảnh, San José, Hoa Kỳ 2017)

Phiếm 20 (Nhân Ảnh, San José, Hoa Kỳ 2017)

Phiếm 21 (Nhân Ảnh, San José, Hoa Kỳ 2018)

Phiếm 22 (Nhân Ảnh, San José, Hoa Kỳ 2019)

Phiếm 23 (Nhân Ảnh, San José, Hoa Kỳ 2019)
Phiếm 24 (Nhân Ảnh, San José, Hoa Kỳ 2020)
Phiếm 25 (Nhân Ảnh, San José, Hoa Kỳ 2020)
Phiếm 26 (Nhân Ảnh, San José, Hoa Kỳ 2021)
Phiếm 27 (Nhân Ảnh, San José, Hoa Kỳ 2021)
Dấu Chân Lang Bạt II (Nhân Ảnh, Huntington Beach, Hoa Kỳ 2022)
Phiếm 28 (Nhân Ảnh, Huntington Beach, Hoa Kỳ 2022)

Nhà xuất bản NHÂN ẢNH
18366 Mapledale LN
Huntington Beach, CA 95678
U.S.A.
E-mail: han.le3359@gmail.com

Liên lạc với tác giả:
TẠ TRUNG SƠN
7805 Claire Fauteux, #1
Montréal, Qc., H1K 5B6 - Canada
Điện thoại: 514-354-5338
Cell: 514-916-5338
Email: tatrungson@hotmail.com